சூதாடி

ஃபியோதர் தஸ்தயெவ்ஸ்கி

தமிழில்: ரா. கிருஷ்ணையா

நற்றிணை பதிப்பகம்

சூதாடி * நாவல் * ஃபியோதர் தஸ்தயெவ்ஸ்கி * தமிழில் : ரா. கிருஷ்ணையா முதல் பதிப்பு: நவம்பர் 2022 * வெளியீடு: நற்றிணை பதிப்பகம் (பி) லிமிடெட் * எண். 136, தரைத்தளம், சோழன் தெரு, ஆழ்வார்திருநகர், சென்னை–600 087.

* மின்னஞ்சல் : natrinaipathippagam@gmail.com
* கைப்பேசி : 94861 77208
* தொலைபேசி : 044 – 4273 2141
* அச்சாக்கம் : துர்கா பிரிண்டர்ஸ், சென்னை–600 005

## ஃபியோதர் தஸ்தயெவ்ஸ்கி

ரஷ்ய சமூகத்தில் 19ஆம் நூற்றாண்டில் நிலவிய சமூக பொருளாதார ஆன்மிகப் பின்புலச் சூழலை மனதில்கொண்டு, மனித மன அமைப்பை, அதன் விநோதங்களைக் கண்டறிய முயன்ற ஃபியோதர் தஸ்தயெவ்ஸ்கி, உலக இலக்கியத் தளத்தில் மிகச் சிறந்த ஒரு மனோதத்துவ அறிஞர் என விமரிசகர்களால் அங்கீகரிக்கப்பட்ட பெருமைகொண்டவர்.

20ஆம் நூற்றாண்டு இருப்பியல் வாதத்தின் முன்னோடி எனக் கொண்டாடப்படுபவர். வறுமையிலும் வாழ்க்கைப் போராட்டத்திலும் அலைக்கழிவுபட்ட ஃபியோதர் தஸ்தயெவ்ஸ்கியின் வாழ்வும் கூட அவருடைய நாவல்களைப் போன்றே துயர் கப்பிய, திருப்பங்கள் மலிந்த தருணங்களைக்கொண்டிருப்பதுதான்.

லிதுவேனியாவைச் சேர்ந்த பிரபுக்கள் வம்சத்தில் ஓர் இராணுவ மருத்துவரின் மகனாக 1821ஆம் ஆண்டு அக்டோபர் மாதம் 30ஆம் தேதி பிறந்தவர் தஸ்தயெவ்ஸ்கி. அவருடன் உடன்பிறந்தோர் ஏழு பேர். காசநோயாளியான அன்னை, முன் கோபியான தந்தை என அமைந்த குடும்பச் சூழலில் இளம் வயதிலேயே ஏழ்மை, துன்பம், மரணம் இவற்றோடு பரிச்சயம்கொண்டிருந்ததால் மகிழ்ச்சியும் உற்சாகமும் அற்ற இளமைப் பருவமே தஸ்தயெவ்ஸ்கிக்கு வாய்த்தது.

பதினாறு வயதில் தாயை இழந்தபின், இவரையும் இவரின் சகோதரரையும் இராணுவப் பொறியியல் கல்லூரியில் சேர்த்து விட்டார் இவரின் தந்தை. மதுவில் மூழ்கிய தந்தை தனது அன்றாடத் தேவைகளைக்கூடக் கண்டுகொள்ளாததால், வறுமை, கண்ணீர், அச்சம் இவற்றில் ஊடாடியபடியே தஸ்தயெவ்ஸ்கியின் வாழ்வு நகர்ந்தது. தந்தையின் கொடூர நடவடிக்கைகளைப் பொறுத்துக் கொள்ள முடியாத அவரது சொந்த வேலையாட்களே அவரைக் கொன்றுவிட, அன்றுமுதல் தஸ்தயெவ்ஸ்கியைக் காக்காய் வலிப்பு நோய் தாக்கத் தொடங்கியது. காலம் முழுவதும் அந்த வலிப்புநோய் அவரை வாட்டியும் வதைத்தும் வந்தது.

பட்டம் பெற்றபிறகு, இராணுவ வேலையைக் கைவிட்டு, இளம் பருவம் முதலே தன் மனதை ஆக்கிரமித்திருந்த இலக்கியத் துறையில் ஈடுபடத் தொடங்கினார் தஸ்தயெவ்ஸ்கி. நெக்ரசோவ் என்னும் இலக்கிய விமரிசகரின் துணையால் அவரது முதல் நாவலான 'ஏழை மக்கள்' (Poor Folk) The Contemporary- இதழில் (1846 ஆம் ஆண்டு) வெளியானதுடன் நல்ல வரவேற்பையும் பெற்றது.

இடையே முடியாட்சிக்கு எதிரான புரட்சியில் பங்கேற்றதற் காக அரசாங்கம் இவரைக் கைது செய்து மரண தண்டனையும் விதித்தது. தண்டனை நிறைவேற்றத்தின் கடைசிக் கணத்தில் அதிலிருந்து விடுவிக்கப்பட்ட தஸ்தயெவ்ஸ்கி, கைவிலங்குடன் சைபீரியப் பாலைவனச் சிறைக்கு அனுப்பிவைக்கப்பட்டார். அந்தக் காலகட்டத்தில் அவரது இலக்கியப் படைப்பில் சற்றுத் தேக்கம் ஏற்பட்டாலும் அவரது மனம் உறுதிபெற்றது அப்போதுதான். பிராயச்சித்தம், பாவம், தவறு, மன்னிப்பு முதலிய மனிதாபிமானப் பண்புகள் அவரது உள்ளத்தில் மேலோங்கி எழுச்சிபெற்றது அந்தக் காலகட்டத்திலேதான்.

சிறையிலிருந்து மீண்டபிறகு மேரியா டிமிட்ரிவ்னா இஸாயவா என்ற விதவையை மணந்துகொண்ட தஸ்தயெவ்ஸ்கிக்குத் திருமண வாழ்வும் மகிழ்ச்சியை அளிப்பதாயில்லை. கடனும் வறுமையும், மனைவியின் காச நோயும், தொடர்ந்து அவளது மரணமும், தனது சூதாடும் பழக்கமும் அவரை அலைக்கழித்தன. கடன்தொல்லை யிலிருந்து காத்துக்கொள்ள அவருக்குக் கிடைத்த ஒரே ஆயுதம் எழுத்து மட்டுமே. குற்றமும் தண்டனையும் 1866, அசடன் 1868–69, கரமஸோவ் சகோதரர்கள் 1879–80 ஆகிய உலகப் பேரிலக்கியங்களை உருவாக்க, கடனாலும் சூதாட்டத்தாலும் விளைந்த வாழ்க்கை நெருக்குதல்களும் பணத் தேவையுமே அவருக்குக் காரணமாய் அமைந்தன.

'சூதாடி' நாவலை 26 நாட்களில் எழுதி முடித்த தஸ்தயெவ்ஸ்கி அதில் தனக்கு உதவிய அன்னாவைத் தன் வாழ்க்கைத் துணைவி யாக்கிக்கொண்டார்.

உலகின் சிறந்த எழுத்தாளர்களெல்லாம் தஸ்தயெவ்ஸ்கியை மதித்துப் போற்றத் தொடங்கிவிட்டிருந்த நிலையில், புகழின் உச்சத்தில் இருக்கும்போது நுரையீரல் பாதிப்பினால் மரணமடைந்த (1881) அவரது இறுதி ஊர்வலத்தில் வரலாறு கண்டிராத அளவுக்கு 50000க்கும் அதிகமான மக்கள் கலந்துகொண்டு ஓர் ஒப்பற்ற எழுத் தாளனுக்குத் தங்கள் இறுதி அஞ்சலியைச் செலுத்தினர்.

ரஷ்ய இலக்கியத்தில் மட்டுமன்றி உலக இலக்கியத்தின் பக்கங் களிலும் அமரத்துவம் வாய்ந்த ஒரு சிருஷ்டிகர்த்தாவாக நிலைத்த புகழ்பெற்றார் தஸ்தயெவ்ஸ்கி.

# 1

நான் அனுமதி பெற்றுச் சென்றிருந்த இரண்டு வாரங்களும் கழிந்தபின் திரும்பி வந்தேன். நான் வருவதற்கு மூன்று நாட்களுக்கு முன்னதாய் நம்மவர்கள் ருலெட்டன்பர்க்* வந்து சேர்ந்திருந்தனர். இவர்களிடமிருந்து எனக்குக் கிடைத்த வரவேற்பு சிறிதும் நான் எதிர்பார்த்தது போல் இல்லை. ஜெனரல் என்னை அலட்சியமாய் ஏறிட்டுப் பார்த்தார். அமர்த்தலாய் ஏதோ கேட்டபின் என்னைத் தம் தங்கையிடம் அனுப்பி வைத்தார். எங்கிருந்தோ இவர்களுக்குப் பணம் கிடைத்துவிட்டது என்பது நன்றாய்த் தெரிந்தது. ஜெனரல் என்னைப் பார்த்த அந்தப் பார்வையில் ஒருவகை வெட்க உணர்ச்சி மறைந்திருந்ததாய் நினைத்தேன். மரீயா ஃபிலீப்பவ்னா ஏதோ வேலையாயிருப்பது போலத் தோன்றினாள். என்னுடன் அவள் அதிகம் பேசவில்லை. நான் கொடுத்த பணத்தை வாங்கி எண்ணினாள். நான் கூறிய விவரங்களைக் கவனமாய்க் கேட்டுக் கொண்டாள். அன்று சாப்பாட்டுக்கு மேஸென்செவ் என்பவரும் ஒரு பிரெஞ்சுக்காரியும் ஆங்கிலேயர் ஒருவரும் வரப்போவதாய்த் தெரிந்து கொண்டேன். கையில் பணமிருந்த போதெல்லாம் இப்படித்தான் மாஸ்கோ பாணியில் விருந்தளிக்கப்பட்டு வந்தது. பலீனா அலெக்சாந்திரவ்னா என்னைப் பார்த்ததும் நான் வந்துசேர ஏன் இத்தனை நாள் ஆயிற்றென்று கேட்டாள். ஆனால் என் பதிலுக்காகக் காத்திராமல் உடனே வெளியே சென்றுவிட்டாள். வேண்டுமென்றே தான் இப்படிச் செய்தாளென்பது விளங்கிற்று. எங்களுக்கிடையே விவகாரங்களைத் தெளிவுபடுத்திக் கொண்டுவிட வேண்டும், இனியும் நான் தாமதம் செய்யக் கூடாதென நினைத்துக் கொண்டேன்.

---

* தெற்கு ஜெர்மனியிலுள்ள விஸ்பாதன் என்னும் ஊரைத்தான் தஸ்தயெவ்ஸ்கி இங்கு ருலெட்டன்பர்க் என்பதாய்க் குறிப்பிடுகிறார் போலும். – *(பதிப்பாசிரியர்)*

ஹோட்டலில் மூன்றாவது மாடியில் ஒரு சிறு அறை எனக்கு ஒதுக்கப்பட்டிருந்தது. நான் ஜெனரலுடன் வந்திருப்பவன் என்பது யாவருக்கும் தெரிந்திருந்தது. நம்மவர்கள் அதற்குள் இங்கு பிரபலம் பெற்றுவிட்டனர். ஜெனரலைப் பெருஞ்செல்வம் படைத்த ருஷ்யப் பிரபுவாய் எல்லோரும் கருதி வந்தனர். சாப்பிட உட்காருமுன் ஏனைய பல காரியங்களுடன் கூட இரண்டு ஆயிரம்–பிராங்க் நோட்டுகளுக்கு அல்லவா என்னை அவர் சில்லரை மாற்றி வரச் சொன்னார். ஹோட்டல் அலுவலறைக்குச் சென்று நான் அவற்றை மாற்றி வந்தேன். இதன் மூலம் எல்லோரும் எங்களைக் கோடீஸ்வரர்களாய், எப்படியும் ஒரு வாரத்துக்கேனும் கோடீஸ்வரர் களாய் நினைக்கும்படிச் செய்துகொண்டோம்! பிற்பாடு நான் மீஷாவையும் நாதியாவையும் உலாவ அழைத்துச் செல்வதற்காகப் புறப்பட்டபோது, ஜெனரல் என்னைக் கூப்பிடுவதாய் மாடிப்படியி லிருந்து எனக்குத் தெரிவிக்கப்பட்டது. குழந்தைகளை எங்கே அழைத்துச் செல்கிறேனெனத் தெரிந்துகொள்ள விரும்பும் தோரணையில் அவர் என்னை விசாரிக்க முற்பட்டார். அவரால் நேரே என் கண்களைப் பார்க்க முடியாமற் போனதை நான் கவனிக்க முடிந்தது. பார்க்க வேண்டுமென்றுதான் முயன்றார். ஆனால் ஒவ்வொரு தரமும் நான் அடக்கம் சிறிதுமின்றி அவரை முறைக்கப் பார்த்துக் கொண்டு நின்றதைக் கண்டதும் குழப்பமடைந்து பார்வையைத் திருப்பிக்கொண்டார். ஆடம்பரமாய்ப் பேசத் தொடங்கிய அவர் வாய் குளறிப் போய்த் தட்டுத் தடுமாறிக் கொண்டு சம்பந்தமின்றி ஏதேதோ பேசினார். குழந்தைகளை நான் காஸீனோ பக்கம் அழைத்துச் செல்லாமல் பூங்காவுக்குள் அழைத்துச் செல்லவேண்டுமெனக் கூற விரும்பினார் என்பதைப் புரிந்து கொண்டேன். முடிவில் திடுமெனக் கோபங்கொண்டு, கடுமையான குரலில் கூறினார்:

“குழந்தைகளை காஸீனோவுக்கு அழைத்துச்சென்று அங்கே ருலேட் ஆடலாமென்றா பார்க்கிறீர்? இப்படி நான் ஒளிவுமறைவின்றி பேசுவதற்காக மன்னிக்க வேண்டும், உம்முடைய கண்மூடித்தனமான போக்கை நான் அறிவேன், பெரிய சூதாடியாகிவிடக் கூடியவர் நீர், உமக்கு நான் புத்திமதி கூறவில்லை, எனக்கு அப்படி ஒரு விருப்பமும் இல்லை. ஆனால் என்னைப்பற்றி இங்கு யாரும் தவறாய் நினைக்கும்படியான முறையில் நீர் நடந்துகொள்ளக் கூடா தென்கிறேன். இதைச் சொல்ல எனக்கு உரிமை உண்டு...”

“சூதாட என்னிடம் பணம் இல்லை” என்று நான் அமைதியாய்ப் பதிலளித்தேன். “கையில் பணம் இல்லாமல் சூதாட முடியாதே.”

“ஆனால் இப்பொழுது உமக்குப் பணம் கிடைக்கப் போகிறதே” என்றார் ஜெனரல். முகம் சற்றுச் சிவந்து ஒளிர தமது மேஜையினுள்

தேடி குறிப்பு நோட்டை எடுத்துப் புரட்டினார். எனக்கு அவர் நூற்றி இருபது ரூபிள் பணம் தர வேண்டுமென்பதைக் கண்டார்.

"கணக்கிட்டுப் பார்க்கலாம்" என்றார். "இந்த ரூபிளைத் டாலராய் மாற்றியாக வேண்டும். சரி இந்தாரும் – முழுத் தொகையாய் நூறு டாலர் தருகிறேன். எஞ்சிய பணத்தைப் பிற்பாடு வாங்கிக் கொள்ள லாம்."

வாய் பேசாமல் பணத்தைப் பெற்றுக் கொண்டேன்.

"நான் இப்படிப் பேசுகிறேனே என்று நீர் கோபப்படக்கூடாது" என்றார். "இந்த விவகாரங்களில் நீர் தொட்டாற் சிணுங்கியாய் இருக்கிறீர்... எச்சரிக்கை செய்ய வேண்டுமென்றுதான் உம்மிடம் இதெல்லாம் சொல்கிறேன்... சொல்ல எனக்கு உரிமை இருக்கிறது..."

சாப்பாட்டு நேரத்துக்கு முன்னதாய்க் குழந்தைகளை நான் ஹோட்டலுக்கு அழைத்துக் கொண்டு திரும்பியபோது, இடிந்துபோன பழங்காலக் கட்டிடங்கள் சிலவற்றைப் பார்வையிடுவதற்காக நம்மவர்கள் குதிரைகளில் பவனி சென்ற காட்சியைக் கண்டேன். கம்பீரமான குதிரைகள் பூட்டப்பெற்ற அதியற்புதமான இரு கோச்சுகள் வந்தன. அவற்றில் ஒன்றில் மத்மாசேல்* பிளான்ஷும் மரீயா ஃபிலிப்பவ்னாவும் பலீனா அலெக்சாந்திரவ்னாவும் அமர்ந் திருந்தனர்; பிரெஞ்சுக்காரரும் ஆங்கிலேயரும் ஜெனரலும் குதிரை களில் சவாரிசெய்து உடன் வந்தனர். சாலையிலே சென்றவர்கள் வைத்த கண் வாங்காமல் இவர்களைப் பார்த்து வியந்தவாறு சற்று நேரம் நின்றனர். இவர்கள் சென்ற காட்சி அவ்வளவு பிரமாதமாய் இருந்தது. ஆயினும் ஜெனரலுக்கு இதெல்லாம் நன்மையாய் முடிவுறுமென நான் நினைக்கவில்லை. கணக்கிட்டுப் பார்த்தேன்; நான் கொண்டுவந்து கொடுத்த நாலாயிரம் பிராங்குடன் ஏற்கனவே இவர்கள் எங்கிருந்தோ பெற்றுக் கொண்டுவிட்டதாய்த் தோன்றிய பணத்தையும் சேர்த்தால் இவர்களிடம் குறைந்தது ஏழு அல்லது எட்டு ஆயிரம் பிராங்காவது இருந்திருக்க வேண்டும். ஆனால் மத்மாசேல் பிளான்ஷுக்கு இது ஒரு பெருந்தொகையல்லதான்.

இவள் தனது தாயுடனும் அந்தப் பிரெஞ்சுக்காரருடனும் எங்கள் ஹோட்டலில்தான் தங்கியிருந்தாள். பணியாட்கள் அந்தப் பிரெஞ் சுக்காரரை "முஸ்யே லெ கோம்த்"** என்று அழைத்தனர்; மத்மாசேல்

---

* mademoiselle பிரெஞ்சு மொழி வழக்கில், மணமாகாத பெண்ணின் பெயருக்கு முன்னால் உபயோகிக்கப்படும் அடைமொழி. (மொழி பெயர்ப்பாளர்)

** Monsieur le comte திருவாளர் கவுன்ட் (பிரெஞ்சு). (மொழிபெயர்ப் பாளர்)

பிளான்ஷின் தாயை "மதாம்ல கோம்த்தேஸ்"* என்றனர். ஒருவேளை அவர்கள் மெய்யாகவே "கோம்த்தும் கோம்த்தேஸும்" தானோ, என்னவோ.

விருந்தின்போது சந்திக்கையில் முஸ்யே லெ கோம்த் என்னைக் கண்ணெடுத்துப் பார்க்கவே மாட்டார் என்பது எனக்குத் தெரியும்.

அதேபோல ஜெனரலும் என்னை அவருக்கு அறிமுகம் செய்து வைக்கவோ, என்னைப் பற்றி அவரிடம் குறிப்பிடவோ மாட்டவே மாட்டார் என்பதும் எனக்குத் தெரியும். முஸ்யே லெ கோம்த் சிறிது காலம் ருஷ்யாவில் இருந்தவர், ஆகவே "உச்சீத்தெள்"** எனப் படுகிறவர் உயர் குலத்தவராய்க் கருதப்படுகிறவர் அல்ல என்பதை அவர் அறிவார். உண்மையில் என்னை அவருக்கு நன்றாகவே தெரியும். ஆனால் நான் இந்த விருந்தில் அழையாத விருந்தினனாய்க் கலந்து கொண்டேன்–ஜெனரல் வேறுவிதமாய் ஏற்பாடு செய்ய மறந்துவிட்டார், இல்லையேல் ஹோட்டலில் பொதுச் சாப்பாடு மேஜைக்குப் போகும்படி என்னை அனுப்பி வைத்திருப்பார்கள். அழைக்கப்படாமல் நானாகவே வந்து நின்றதும் ஜெனரல் என்னைக் கடுப்புடன் உற்று நோக்கினார். இனிய சுபாவமுள்ளவளான மரீயா ஃபிலீப்பவ்னா உடனே மேஜையில் எனக்கும் ஓர் இடத்தை ஏற்பாடு செய்துகொடுத்தாள். ஆனால் அந்த ஆங்கிலேயர் மிஸ்டர் அஸ்ட்லேயை ஏற்கனவே நன்கு அறிந்தவன் என்பதுதான் உண்மையில் இப்பொழுது என்னைக் காப்பாற்றியது.

அந்த அதிசய ஆங்கிலேயரை முதன்முதல் நான் சந்தித்தது பிரஷ்யாவில். ஜெனரல் குடும்பத்தாரை வந்தடைவதற்காக நான் அப்பொழுது சென்று கொண்டிருந்த அதே ரயிலில் அவர் எனக்கு எதிரே உட்கார்ந்திருந்தார். பிற்பாடு பிரான்சிலும், அதன்பின் மீண்டும் சுவிட்சர்லாந்திலும் நான் அவரைச் சந்தித்தேன் – இரண்டே வாரங்களில் இருமுறை சந்தித்தேன்! இப்பொழுது திடுமென ருலெட்டன்பர்கில் அவரைத் திரும்பவும் சந்திக்க நேர்ந்ததும் என் வியப்பை என்னென்பது! அவரைப்போல சங்கோஜப்படுகிற ஒரு ஆளை நான் பார்த்ததே இல்லை, அடிமுட்டாளோ என்று நினைக்கும் அளவுக்கு அப்படிக் கூச்சப்பட்டுக் கொண்டிருந்தார். இதை அவரும் நன்கு உணர்ந்தே இருந்தார், ஏனெனில் அவர் ஒன்றும் முட்டாளல்ல. அதேபோது இனிய சுபாவமும் நட்புணர்ச்சியும் மிக்கவர். முதன்முதல் நான் பிரஷ்யாவில் சந்தித்தபோதே அவரை என்னுடன் கலகலப்பாய்ப் பேசவைத்துவிட்டேன். இந்தக் கோடையில் தாம் நார்த்–காப் முனைக்குப் போய் வந்ததாகவும், நீழ்னி

---

* Madame la comtesse திருமதி கவுன்ட்டஸ் (பிரெஞ்சு). (மொழிபெயர்ப்பாளர்)

** பள்ளி ஆசிரியர் – (ருஷ்யன்) – (மொழிபெயர்ப்பாளர்)

நோவ்கரத் சந்தைக்குச் சென்றுவர விரும்புவதாகவும் என்னிடம் சொன்னார். அவருக்கு எப்படி இந்த ஜெனரலைத் தெரியவந்தது என்று எனக்குப் புரியவில்லை. ஆனால் பலீனாவுக்கு அவர் உள்ளத்தைப் பறி கொடுத்துவிட்டார் என்பதாய் நினைத்தேன். அவள் உள்ளே வந்ததும் அவருடைய முகம் செவ்வொளியில் தகதகப்பது போல் அப்படிச் சிவந்துவிட்டது. விருந்து மேஜையில் நான் அவருக்குப் பக்கத்தில் உட்கார்ந்திருந்தது குறித்து மனம் மகிழ்ந்து கொண்டார்; என்னை அப்படி அவர் தமது அத்யந்த நண்பனாய்க் கருதினார்.

சாப்பிடும்போது பிரெஞ்சுக்காரர் அட்டகாசமாய்ப் பேசிக் கொண்டிருந்தார், எல்லோரையும் மிக அலட்சியமாய்ப் பார்த்தவாறு பெரிய மனித தோரணையில் ஏதேதோ அளந்து கொண்டிருந்தார். முன்பு மாஸ்கோவில் இவர் எல்லோரும் மகிழும்படி மிக இனிமை யாய்ப் பேச முயன்றது என் நினைவுக்கு வந்தது. நிதி விவகாரங்கள் குறித்தும் ருஷ்ய அரசியல் குறித்தும் ஓயாமல் ஆடம்பரமாய்ப் பேசிக் கொண்டிருந்தார். இரண்டொரு முறை ஜெனரல் துணிந்து குறுக்கிட்டு அவருடைய கருத்துக்கு மாறாய் ஏதோ சொன்னார் என்றாலுங்கூட, தமது அந்தஸ்தை ஓரளவேனும் பாதுகாத்துக் கொள்ளும் பொருட்டு, தயங்கியவாறு மிகவும் நாசுக்காகவே இதைச் சொன்னார்.

ஒரு விசித்திர மனநிலை என்னைப் பீடித்துக் கொண்டுவிட்டது. சாப்பாடு பாதியளவுக்கு முடிவுறும் முன்பே எனது அந்தப் பழைய கேள்வியை நான் திரும்பவும் கேட்டுக் கொண்டேன்: "நெடுநாட் களுக்கு முன்பே இந்த ஜெனரலையும் இவர் குடும்பத்தாரையும் விட்டு விலகிச்செல்லாமல் நான் ஏன் இப்படி இவர்களுடன் ஒட்டிக் கொண்டிருக்கிறேன்?" இடையிடையே பலீனா அலெக்சாந்திரவ்னாவைப் பார்த்துக் கொண்டேன், ஆனால் அவள் என்னைக் கவனித்ததாகவே காட்டிக் கொள்ளவில்லை. முடிவில் நான் பொறுமை இழந்து விட்டேன். கொஞ்சம் முரட்டுத்தனமாகவே நடந்து கொள்வதென்று தீர்மானித்தேன்.

காரணம் இல்லாமலே திடுமென உரக்கப்பேசி நானாகவே அவர்களுடைய உரையாடலில் கலந்து கொண்டேன். முக்கியமாய் இந்தப் பிரெஞ்சுக்காரருடன் துடுக்காய்ப் பேசிச் சண்டைபிடிக்க வேண்டுமென்று விரும்பினேன். இந்த நோக்கத்துடன் ஜெனரல் பக்கம் திரும்பிக் கொஞ்சம் வீராப்புடன் பலத்த குரலில் கூறினேன். அவர் பேசிக் கொண்டிருக்கையில் நடுவில் புகுந்து பேசிவிட்டேன் என்று நினைக்கிறேன். இவ்வாண்டு கோடையில் எந்த ருஷ்யரும் ஹோட்டலில் பொதுமேஜையில் உட்கார்ந்து சாப்பிடுவது அனேக

நற்றிணை பதிப்பகம் • 9

மாய் முடியாத காரியமாகிவிட்டது என்று கூறினேன். வியப்புற்று விட்ட ஜெனரலின் பார்வை என்மீது குத்திட்டு நின்றது.

"அப்படித் துணிந்து உட்காருவாராயின் தன்மானமுள்ள எவருக்கும் அவமானமாகவே இருக்கும். எல்லா விதமான இழிவு களையும் சகித்துக்கொள்ள வேண்டியிருக்கும்" என்று தொடர்ந்து பேசினேன். பாரிசிலும் சரி, ரைனிலும் சரி – ஏன், சுவிட்சர்லாந்திலும் கூடத்தான்–ஹோட்டலில் பொது மேஜையில் சாப்பிடுவோரில் போலீஸ்காரர்களும் அவர்களுக்கு ஆதரவான பிரெஞ்சுக்காரர்களும் பலபேர் இருப்பதால், ருஷ்யராய் இருக்கும்படியாய் நேரும் எவரும் வாய்திறந்து இடையில் ஒரு வார்த்தைகூட பேச முடிவதில்லை."

இதை நான் பிரெஞ்சு மொழியில் சொன்னேன். மலைத்துப் போய் ஜெனரல் என்னை உற்றுப் பார்த்தார், என் நிலையை மறந்து விட்டு நான் இப்படிப் பேசியதற்காக என்மீது கோபப்படுவதா, அல்லது வியப்பு மட்டும் தெரிவித்தால் போதுமா என்பது புரியாமல் என்னை அவர் உற்றுப் பார்த்தார்.

"சரியானபடி இங்கு யாரோ உமக்குப் பாடம் கற்பித்திருக் கிறாரெனத் தெரிகிறது" என்று அலட்சியமாய் ஏளனக் குரலில் சொன்னார் அந்தப் பிரெஞ்சுக்காரர்.

"பாரிசிலுங்கூட நான் முதலில் ஒரு போலீஸ்காரருடனும் பிறகு அவருக்கு ஆதரவாய்ப் பேசிய பிரெஞ்சு ஆபீசர் ஒருவருடனும் சண்டை போட வேண்டியதாயிற்று. அதன்பின் அங்கிருந்த பிரெஞ்சுக் காரர்களில் சிலர் என்னை ஆதரிக்க முற்பட்டனர். மான்சினியோரின்* காப்பியில் காறித் துப்புவேனென்று நான் பயமுறுத்திய அந்தச் சம்பவத்தைக் கூறியதும் இவர்கள் என்னை ஆதரிக்க முற்பட்டனர்."

"காறித் துப்புவதாய்ப் பயமுறுத்தினீரா?" – திகைப்புடன் என்னைப் பார்த்துக் கண்டனம் தொனிக்கும் குரலில் கேட்டார் ஜெனரல். அந்தப் பிரெஞ்சுக்காரர் நான் சொன்னதை நம்பாதது போல என்னை உற்று நோக்கினார்.

"ஆம், அப்படித்தான்" என்று பதிலளித்தேன். "ஒரு சமயம் நான் வேலை நிமித்தம் ரோம் நகருக்குப் புறப்பட வேண்டி வருமென்று இரண்டு நாட்களாய் அவசரமாய்த் தயார் செய்து கொண்டிருந்தேன். என்னுடைய பாஸ்போர்ட்டில் அனுமதிப் பதிவு பெறுவதற்காக நான் போப்பாண்டவரின் பாரிஸ் தூதராலயத்துக்குச் சென்றிருந்தேன். அங்கே ஒரு பாதிரியார் இருந்தார். ஐம்பது வயது இருக்கும். சிடுசிடுப்பான முகபாவமுடையவர். நான் கூறியது

---

* Monsignor – 'ரோமன் கத்தோலிக் ஆர்ச்பிஷப்புகள்' பிஷப்புகளின் பெயர்களுக்கு முன்னால் உபயோகிக்கப்படும் அடைமொழி.– (பதிப்பாசிரியர்)

அனைத்தையும் கேட்டுவிட்டு என்னைக் காத்திருக்கச் சொன்னார். எனக்கு ஒரே அவசரம், இருந்தாலும் அங்கே அமர்ந்து Lopinion Nationale* பத்திரிகையை எடுத்துப் புரட்டினேன். ருஷ்யாவை எதிர்த்து அதில் இருந்த ஒரு நிந்தனைக் கட்டுரையைப் படிக்க முற்பட்டேன். நான் படித்துக் கொண்டிருந்தபோது யாரோ ஒருவர் பக்கத்து அறைக்குள் நுழைந்து மான்சினியோரைச் சந்திக்க விரும்புவதாய்க் கூறக் கேட்டேன். உடனே அந்தப் பாதிரியார் தலைகுனிந்து அவருக்கு வணக்கம் தெரிவித்து மாடிக்கு அனுப்பியதைப் பார்த்தேன். பாதிரி யாருக்கு நான் வந்திருந்த வேலையைப் பற்றி நினைவுபடுத்தினேன்; அவர் முன்னிலும் கடுகடுப்பாய் என்னைப் பார்த்துக் காத்திருக்கும் படி மறுபடியும் கூறினார். விரைவில் என்னைப் போலவே வேலை யாய் இரண்டாவது ஆள் ஒருவர் வந்தார், ஆஸ்திரியரைப் போல் தோன்றினார். வந்த காரியத்தைச் சொல்லி வாய் மூடியிருக்க மாட்டார். அதற்குள் பாதிரியார் அவரை மாடிக்கு அழைத்துச் சென்று விட்டார்! இதைக் கண்டதும் எனக்குக் கோபம் பொத்துக் கொண்டு வந்தது. எழுந்து அந்தப் பாதிரியாரிடம் சென்றேன். மான்சினியோர் வருவோர் பலரையும் சந்தித்துப் பேசுகிறாரே, என்னுடைய காரியத்தையும் அதுபோல முடித்துவிட்டால் நன்றாய் இருக்குமே என்று சொன்னேன். இதைக் கேட்டதும் அந்தப் பாதிரி யார் வியப்புற்றுப்போய் பின்னால் ஓர் அடி நகர்ந்தார். மான்சினி யோரைப் பார்க்கவரும் ஏனையோருடன் அற்பப் பிறவியான ஒரு ருஷ்யன் தன்னைச் சரிசமமாய் வைத்துத் துணிந்து பேசுகிறானோ என்று அப்படி அவர் திகைத்துப் போய்விட்டார்! என்னை அவமதிக்க இது நல்ல சந்தர்ப்பமென மகிழ்ச்சி கொண்டாற் போல அடியிலிருந்து தலை வரை என்னை ஏற இறங்கப் பார்த்து விட்டு, அசாத்திய துடுக்கு தொனிக்கும் ஆணவக் குரலில் அதட்டிக் கேட்டார்; 'மான்சினியோர் தாம் குடிக்கும் காப்பியைத் தூர வைத்துவிட்டு உமக்காக வேண்டி ஓடி வருவாரென்றா நினைக்கிறீர்?' உடனே நான் அவரைக் காட்டிலும் பலமான குரலில் ஆக்ரோஷ மாய்க் கூறினேன்: 'உம்முடைய மான்சினியோர் குடிக்கும் அந்தக் காப்பியில் காறித்துப்புவேன்! ஆமாம், இந்த நிமிடமே என்னுடைய பாஸ்போர்ட்டை எடுத்துச்சென்று நீர் அனுமதிப் பதிவு பெற்றுத் தராவிட்டால், நேரில் நானே அதை எடுத்துக்கொண்டு அவரிடம் போவேன்!'

"என்ன? அவர் ஒரு கார்டினலுடன் பேசிக் கொண்டிருக்கையிலா?'' என்று கூச்சலிட்டு, அந்தப் பாதிரியார் மிரண்டு போய்த் திரும்பவும் ஓரடி பின்னால் நகர்ந்தார். பிறகு கதவருகே ஓடி, உயிரையே விட நேர்ந்தாலும் சரி, உள்ளே போக உமக்கு வழிவிட முடியாதெனக்

---

* மக்கள் அபிப்பிராயம் (பிரெஞ்சு) – (பதிப்பாசிரியர்)

கூறும் தோரணையில் கைகளை விரித்துக் கொண்டு வழி மறித்து நின்றார்.

"நான் உமது சமய நெறிக்குப் புறம்பானவன், மிலேச்சன் என்றேன்; ஆர்ச்பிஷப்புகள், கார்டினல்கள், மான்சினியோர்கள் வகையறாக்களை எல்லாம் பொருட்படுத்துகிறவன் அல்ல என்றேன். அதாவது நான் எதற்கும் பணியப் போவதில்லை என்பதைப் பாதிரியாருக்குத் தெளிவுபடுத்தினேன். அவர் எரித்து விடுவதுபோல் சீற்றத்துடன் என்னை உற்றுப்பார்த்தார். பிறகு என்னுடைய பாஸ்போர்ட்டை வெடுக்கெனப் பிடுங்கிக் கொண்டு மாடிக்கு ஓடினார். ஒரு நிமிடத்துக்கெல்லாம் அனுமதி பதிவு செய்யப்பட்டு அது என்னிடம் திருப்பித் தரப்பட்டது! "இதோ இருக்கிறது பாருங்கள்!" என்று சொல்லி என்னுடைய பாஸ்போர்ட்டை வெளியே எடுத்து அதிலிருந்து ரோமானிய அனுமதிப் பதிவு முத்திரையைக் காட்டினேன்.

"என்றாலும் நீர்..." என்று தொடங்கினார் ஜெனரல்.

"நீர் சமய நெறிக்குப் புறம்பானவர், மிலேச்சர் என்பதாய் அறிவித்துக் கொண்டீர், அதனால்தான் உம்மால் தப்ப முடிந்தது" என்று சொல்லி புன்னகை புரிந்து அந்தப் பிரெஞ்சுக்காரர், "இப்படி முரட்டு ஆளாய் இருக்கக் கூடாது" என்று பிரெஞ்சு மொழியில் கூறினார்.

"ருஷ்யர்களாகிய எம்மவர்களை இப்படி நடத்துவது முறை யாகுமா? இவர்கள் இங்கு வந்து தங்கும்போது, வாய் திறந்து ஒரு வார்த்தைகூட பேசாமல் அடக்கவொடுக்கமாய் அல்லவா வாழ்கிறார்கள்? ஏன், தாம் ருஷ்யர்கள் என்பதைக்கூட மறுப்ப தற்குத் தயாராயிருக்கிறார்களே...! நான் இந்தப் பாதிரியாருடன் சண்டை போட்டது பற்றிக் கூறியபின் பாரிசில் ஹோட்டலில் இருந்தவர்கள் என்னுடன் மிகவும் மரியாதையாய் நடந்து கொண்டனர். ஹோட்டலில் பொது மேஜையில் இருந்தோரில் சிறிதும் மரியாதை யின்றி என்னுடன் நடந்துகொண்ட பருத்த போலீஸ் பிரபு ஒருவர், நான் இதைக் கூறியதும் சுருதியை மாற்றிக் கொண்டுவிட்டார். பிறகு இரண்டு ஆண்டுகளுக்கு முன்பு நான் சந்தித்த ஒருவருக்கு 1812இல் நேர்ந்த ஒரு சம்பவத்தைப்பற்றிக் கூறியதை அங்கிருந்த சில பிரெஞ்சுக்காரர்களும் கூட வாய் பேசாமல் கேட்டுக்கொண்டு சும்மாயிருந்தனர். நான் சந்தித்த அவரைப் பார்த்து 1812இல் பிரெஞ்சுக் குதிரை வீரர் ஒருவர் வேடிக்கைக்காக வேண்டி துப்பாக்கி யால் சுட்டுக் காயப்படுத்தினாராம். அவர் அப்பொழுது பத்து வயதுச் சிறுவனாய் இருந்தார். பிரெஞ்சுப் படைகள் வருமுன் அவர் குடும்பத்தால் மாஸ்கோவிலிருந்து வெளியேற முடியவில்லை."

“ஒரு நாளும் அப்படி நடந்திருக்காது!” என்று அந்தப் பிரெஞ்சுக் காரர் இரைந்தார். “பிரெஞ்சுப் படைவீரன் எவனும் ஒரு சிறு பையனைப் பார்த்துச் சுடமாட்டான்!”

“இருந்தாலும் இந்தச் சம்பவம் உண்மையில் நடைபெற்றதுதான்” நான் பதிலளித்தேன். “மதிப்புக்குரிய முன்னாள் காப்டன் அவர், இந்தச் சம்பவத்தை என்னிடம் அவரே நேரில் சொன்னார். அவர் கன்னத்திலே இருந்த தழும்பை என் கண்ணால் பார்த்தேன்.”

பிரெஞ்சுக்காரர் ஏதேதோ பொறிந்து தள்ள முற்பட்டார். ஜெனரலும் அவருக்கு ஆதரவாய்ப் பேசினார். ஆனால் பல ஆவணங்களும் இருப்பதை அவருக்கு நான் நினைவுபடுத்தினேன். உதாரணமாய் 1812இல் பிரெஞ்சுப் படைகளிடம் கைதியாய் இருந்த ஜெனரல் பெரோவ்ஸ்கியின் நினைவுக் குறிப்புகளை அவர் படித்துப் பார்க்க வேண்டுமென்று சொன்னேன். இறுதியில் மரியா ஃபிலிப்பவ்னா ஏதோ சொல்லவே இந்த உரையாடல் இதோடு முடிவுற்றது. பிரெஞ்சுக்காரருடன் இந்தச் சர்ச்சையைக் கிளப்பிய தற்காக ஜெனரலுக்கு என்மீது கெட்ட கோபம் வந்தது. ஆனால் மிஸ்டர் அஸ்ட்லே, நான் அந்தப் பிரெஞ்சுக்காரருடன் சம்வாதம் புரிந்தது குறித்து மகிழ்ந்து கொண்டார் என்பது தெரிந்தது. சாப்பாட்டு மேஜையைவிட்டு எழுந்த அவர், இருவருமாய்ப் போய் ஒயின் அருந்தலாம் என்று என்னை அழைத்தார். அன்று மாலை நான் பலீனா அலெக்சாந்திரவ்னாவுடன் கால்மணி நேரம் பேசிக் கொண்டிருந்தேன். உலாவுகையில் நாங்கள் உரையாடிக் கொண்டோம். பூங்காவின் வழியே எல்லோரும் காஸீனோவை நோக்கிச் சென்றனர். பூநீர்ச்சுனைக்கு அருகே பலீனா! ஒரு பெஞ்சில் அமர்ந்து கொண்டாள்; நாதியாவைச் சற்றுத் தொலைவில் விளையாடிக் கொண்டிருந்த குழந்தைகளுடன் சேர்ந்து கொள்ளுமாறு அனுப்பி வைத்தாள். மீஷாவையும் நான் பூநீர்ச்சுனைக்கு அருகே விளையாடச் சொன்னேன். இவ்வாறு நாங்கள் – அதாவது பலீனாவும் நானும் தனியே விடப்பட்டோம்.

பண விவகாரங்கள் குறித்துதான் பேச ஆரம்பித்தோம். பலீனாவிடம் நான் எழுநூறு கூல்டின்தான் கொடுத்தேன் என்று அவள் கோபப்பட்டுக் கொண்டது தெரிந்தது. அவளுடைய வைர நகைகளை அடகு வைத்து பாரிசிலிருந்து குறைந்தது இரண்டாயிரம் கூல்டினும் அதற்கு மேலுங்கூட கொண்டு வருவேன் என்று அவள் நினைத்திருந்தாள்.

“எப்படியாவது எனக்குப் பணம் கிடைத்தாக வேண்டும்” என்றாள் அவள். “ஆம், எப்படியாவது நான் பணத்தைப் பெறவே போகிறேன் இல்லையேல் என் பாடு அதோ கதிதான்.”

“நான் இல்லாதபோது ஏதாவது நடந்ததா” என்று விசாரித்தேன்.

“பீட்டர்ஸ்பர்கிலிருந்து இரண்டு செய்திகள் வந்து சேர்ந்தன. முதலில், பாட்டிக்கு உடம்பு ரொம்ப மோசமாகிவிட்டது என்பதாய்ச் செய்தி வந்தது. இரண்டு நாட்களுக்குப் பிற்பாடு அவர் இறந்து விட்டதாய் மற்றொரு செய்தி கிடைத்தது. நேரே திமஃபேய் பெத்ரோவிச்சிடமிருந்து இது தெரிய வந்தது, அவர் நம்பக்கூடியவர். இதை ஊர்ஜிதம் செய்து எந்தக் கணமும் தந்தி வருமென்று காத்துக் கொண்டிருக்கிறோம்.”

“எல்லோருமாக ஆவலாய்க் காத்துக் கொண்டிருக்கிறார்கள்?”

“ஆமாம் – எல்லோரும்தான், ஒவ்வொரு நிமிடமும் எதிர் பார்த்துக் கொண்டிருக்கின்றனர். அரை ஆண்டாகவே இதற்காகக் காத்துக் கொண்டிருக்கின்றனர்.”

“நீயும் கூடவா?”

“பாட்டிக்கு நான் நேர் வழியில் பேத்தி இல்லை – ஜெனரலின் மாற்றான் மகளே நான். இருந்த போதிலும் பாட்டி தமது உயிலில் என்னை மறந்துவிட மாட்டார் என்று திடமாய் நம்புகிறேன்.”

“ஆம், நிச்சயம் உனக்குப் போதிய அளவு ஒதுக்கியிருப்பார்” என்று திடமான குரலில் சொன்னேன் நான்.

“ஆம், பாட்டிக்கு என்மீது தனிப் பிரியம் உண்டு. ஆனால் நீயும் இதேபோல நினைக்கிறாயே, என்ன காரணம்?”

“உன்னுடைய அந்த மார்க்விஸ் இருக்கிறாரே, அவருக்கும் தெரியுமா உன் குடும்ப இரகசியங்கள்?” என்று கேட்டு நான் அவளுக்குப் பதிலளித்தேன்.

“இதை அறிய உனக்கு ஏன் இவ்வளவு ஆவல்?” என்று திருப்பிக் கேட்டு அவள் என்னைக் கடுப்புடன் உற்றுப் பார்த்தாள்.

“அது இருக்கட்டும் விடு, ஆனால் ஜெனரல் இந்த மார்க்விசிடமிருந்து கடன் வாங்குவதில் வெற்றி பெற்றுவிட்டார் போல் தெரிகிறதே.”

“ஊகித்து அறிவதில் நீ தேர்ந்தவனாய் இருக்கிறாயே.”

“பாட்டியைப் பற்றிய தகவல் தெரிந்திராவிடில் மார்க்விஸ் கடன் கொடுத்திருப்பாரா? அதோடு, சாப்பிடும்போது அவர் மூன்று தரம் பாட்டியைப் பற்றி ‘அருமைப் பாட்டியார் அவர்கள்’ என்று குறிப்பிட்டதைக் கவனித்தாயா நீ? ஓ, எவ்வளவு அருமையாய், மதிப்பும் நேசமும் மிக்க முறையில் குறிப்பிட்டார்!”

“ஆம், நீ சொல்வது மெய்தான். பாட்டியிடமிருந்து எனக்கும் ஆஸ்தி கிடைக்கப் போகிறதென்று தெரிந்ததும் உடனே அவர் என்னுடன் திருமணம் குறித்துப் பேச முற்படுவார். நீ தெரிந்து கொள்ள விரும்பியது இதுதானே?”

"நீண்ட நாட்களுக்கு முன்பே அவர் திருமணம் குறித்து பேசி வருகிறார் என்றல்லவா நினைத்தேன்!"

"அதெல்லாம் இல்லை, இது உனக்கு நன்றாய்த் தெரிந்ததுதான்" என்று சற்றுக் கோபமாகவே வெடுக்கெனக் கூறினாள் பலீனா. சிறிது நேரம் மௌனமாயிருந்த பின் "ஆனால் இந்த ஆங்கிலேயரை நீ எப்படி உன் நண்பராக்கிக் கொண்டாய்?"

"எனக்குத் தெரியும், அவரைப் பற்றி நீ கேட்பாய் என்று!"

என்னுடைய பயணங்களின்போது ஆங்காங்கே அவரை நான் சந்திக்க நேர்ந்தது பற்றி அவளிடம் சொன்னேன்.

"அவர் மிகவும் கூச்சப்படுகிறவர், எளிதில் காதல் கொண்டு விடுகிறவர்" என்றேன். "தவிரவும் உன்மீது காதல் கொண்டுள்ளார்."

"ஆம். என்மீது காதல் கொண்டிருக்கிறார், தெரியும் எனக்கு" என்றாள் அவள்.

"அந்தப் பிரெஞ்சுக்காரரைவிட அவர் பத்து மடங்கு பெரிய செல்வந்தர். உண்மையில் அந்தப் பிரெஞ்சுக்காரரிடம் சொத்து ஏதாவது இருக்கிறதா? எனக்குச் சந்தேகமாய்த்தான் இருக்கிறது."

"அதெல்லாம் சந்தேகம் வேண்டியதில்லை. அவரிடம் கோட்டை மாளிகை ஏதோ இருக்கிறதாம். நேற்றுதான் ஜெனரல் என்னிடம் சொன்னார். இப்பொழுது உனக்குத் திருப்தி தானா?"

"நான் உன் இடத்தில் இருந்தால், ஆங்கிலேயரைத்தான் மணந்து கொள்ள விரும்புவேன்."

"ஏன் அப்படி?" என்று கேட்டாள் பலீனா.

"ஏனென்றால், இருவரிலும் பிரெஞ்சுக்காரர் கண்ணுக்கு அழகானவர் என்றாலும் இழிகுணம் படைத்தவர். ஆனால் ஆங்கிலேயர் கண்ணியமானவர் என்பதுடன், பத்து மடங்கு அதிகச் செல்வமும் படைத்தவர்."

"அப்படியா? ஆனால் பிரெஞ்சுக்காரர் மார்க்விஸ் ஆயிற்றே. அதோடு இருவரிலும் அவர் தானே கெட்டிக்காரர்" என்று சிறிதும் அசங்காதவளாய்க் கூறினாள் பலீனா.

"மெய்தானா?" என்று கேட்டேன்.

"ஆம், முற்றிலும் மெய்தான்."

நான் கேட்ட கேள்விகள் பலீனாவுக்குச் சிறிதும் பிடிக்கவில்லை. எனக்கு எரிச்சல் உண்டாக்க வேண்டுமென்று அவள் பெருமுயற்சி செய்தாள். அவளுடைய குரலில் ஒலித்த ஆத்திரம் இதை எனக்குத் தெரிவித்தது. இதை நான் அவளிடம் சொன்னேன்.

“நீ கோபப்படுவதைப் பார்க்கையில் எனக்கு வேடிக்கையாய் இருக்கிறது” என்றாள். “ஆயினும் இந்தக் கேள்விகளைக் கேட்கவும், இந்த ஊகங்களைச் செய்யவும் உனக்கு நான் அனுமதி அளித்து வருவதால், இதற்குப் பிரதியாய் நீ எனக்கு ஏதாவது செய்தாக வேண்டும்.”

“உன்னிடம் இந்தக் கேள்விகளைக் கேட்க எனக்கு உரிமை உண்டு” என்று நான் அமைதியாய்ப் பதிலளித்தேன். “ஏனெனில் இதற்குரிய விலையைத் தர நான் தயாராயிருக்கிறேன், தவிரவும் என் உயிரையும் நான் ஒரு பொருட்டாய்க் கருதவில்லை.”

பலீனா கெக்கலித்துச் சிரித்தாள்.

“நான் ஒரு வார்த்தை சொன்னால் போதும், ஆயிரம் அடி உயரமுள்ள ஷிலாங்கென்பர்க் மலைமுனையிலிருந்து குதிக்கத் தயார் என்று சொன்னாய். சொன்ன சொல்லை நிறைவேற்றுகிறவன் தானா என்று பார்ப்பதற்காக, ஒருநாள் உன்னைக் குதிக்கச் சொல்லப் போகிறேன். ஆம், தயங்காமல் சொல்லப் போகிறேன். சந்தேகமே வேண்டாம். உனக்கு நான் நிறைய இடம் கொடுத்து விட்டேன். அதனால்தான் உன்மீது அப்படி எனக்கு வெறுப்பு. நீ எனக்கு இப்படி அவசியமாய்த் தேவைப்படுவதாலும் உன்மீது எனக்கு வெறுப்பு அடங்காத வெறுப்பு. தற்போதைக்கு நீ எனக்குத் தேவையாய் இருக்கின்றாய். ஆகவே என்னை விட்டுப் போகாதபடி உன்னை நான் இருத்திக் கொண்டாக வேண்டும்.”

பிறகு அவள் எழுந்து போகப் போனாள். அவளுடைய குரல் ஆத்திரம் கொண்டதாய் இருந்தது. சில காலமாய் அவள் என்னுடன் நடத்திய உரையாடல்கள் எல்லாம் இப்படித்தான் கடுப்பும் காழ்ப்பும் மிக்கனவாய் முடிவுற்று வந்தன.

“இந்த மத்மாசேல் பிளான்ஷ் இருக்கிறாளே, அவள் யார், தெரியுமா உனக்கு?” – முழு விவரங்களையும் சொல்லாமல் பலீனா எழுந்து போவதை விரும்பாத நான் அவளைக் கேட்டேன்.

“அவள் யார் என்பது உனக்கும் தெரிந்ததுதான். நீ இங்கிருந்து சென்றபின் புதிதாய் ஒன்றும் நடைபெற்றுவிடவில்லை. விரைவில் அவள் ஜெனரலின் மனைவி ஆகிவிடக் கூடும்–அதாவது பாட்டி காலமானது பற்றிய வதந்தி ஊர்ஜிதமானதும், தற்போதுள்ள நிலையில் நாங்கள் போண்டியாவது திண்ணம் என்பதை மத்மாசேல் பிளான்ஷும் அவள் தாயும் அவள் ஒன்றுவிட்ட சகோதரனாகிய மார்க்விசும் நன்கு அறிவர்.”

“ஜெனரல் திடமாகவே காதல் கொண்டுவிட்டாரா?”

“இப்பொழுது இதுவல்ல பிரச்சினை. நான் சொல்வதைக் கேள். இந்த எழுநூறு ஃபிளோரின்களையும் எடுத்துக்கொண்டு

ருலெட் ஆடி உன்னால் முடிந்த அளவுக்கு ஜெயித்துக் கொண்டுவந்து என்னிடம் கொடு. எனக்குப் பணமுடை, உடனே பணம் கிடைத்தாக வேண்டும்.”

இதைச் சொல்லிவிட்டு அவள் நாதியாவை வரச் சொல்லி அழைத்துக்கொண்டு காஸினோ பக்கம் சென்று, நம்மவர்களுடன் சேர்ந்து கொண்டுவிட்டாள். நான் வியப்புற்று ஏதேதோ நினைத்த வாறு இடப் பக்கத்தில் சென்ற முதலாவது பாதையிலே நடந்தேன். என்னை அவள் ருலெட் ஆடச் சொன்னவுடன் என் மனத்துள் ஏதோ ஒன்று தட்டி எழுப்பிவிடப்பட்டது போல் இருந்தது. வேடிக்கை என்னவெனில் எனக்கிருந்த உணர்ச்சிகளைப் பரிசீலித்துப் பார்ப் பதைத் தவிர என்னால் வேறு எதைப்பற்றியும் சிந்திக்கவே முடிய வில்லை. உண்மை என்னவெனில் நான் அனுமதி பெற்றுச் சென்றிருந்த அந்த இரண்டு வாரங்களில், இப்பொழுது இங்கு நான் திரும்பி வந்த நாளன்று இருந்ததைக் காட்டிலும் மிகவும் நிம்மதியாய் இருக்க முடிந்தது. ஆனால் திரும்பி வரும்போது பித்துப் பிடித்தவன் மாதிரி ஏங்கித் தவித்தேன். வெறியனைப் போல அங்கும் இங்கும் ஓடினேன். என் கனவுகளில் அவளை என் கண்ணெதிரே கண்டேன். ஒருதரம் (இது சுவிட்சர்லாந்தில் நடைபெற்றது) ரயிலில் தூங்கும் போது வாய்விட்டு அவளுடன் பேசி எனது சக பயணிகள் எல்லோரையும் சிரிக்கச் செய்துவிட்டேன். ஆகவே திரும்பவும் இப்பொழுது என்னையே நான் கேட்டுக் கொண்டேன்; நான் அவளைக் காதலிக்கவா செய்கிறேன்? என்னால் எனக்குப் பதில் கூற முடியவில்லை, அல்லது சரியானபடி சொல்வதெனில் எனக்கு அவள்மீது வெறுப்புதான் மூண்டுவந்ததென நூறாவது முறையாய் என்னுள் கூறிக் கொண்டேன். ஆம், எனக்கு அவள்மீது வெறுப்பு தான் இருந்து வந்தது. சில தருணங்களில் (முக்கியமாய் எங்கள் உரையாடல்கள் முடிவடையும் ஒவ்வொரு சந்தர்ப்பத்திலும்) கழுத்தைப் பிடித்து நெரித்து அவளைக் கொல்ல முடிந்திருந்தால் என் வாழ்வில் ஒரு பாதியை வேண்டுமானாலும் மகிழ்ச்சியுடன் தந்திருப்பேன்! சத்தியமாய்ச் சொல்கிறேன், அத்தகைய தருணங்களில் கூர்மையான ஒரு கத்தி என் கைக்குக் கிடைத்திருக்குமாயின், மகிழ்ச்சியுடன் நான் அதைச் சரக்கென அவள் நெஞ்சில் குத்தி யிருப்பேன். அதேபோதில் இதையும் சத்தியமாய்ச் சொல்கிறேன்: ஷிலாங்கென்பர்க் மலைமுனையில் என்னை அவள் “கீழே குதி” என்று மெய்யாகவே கூறியிருந்தால் இதே அளவு மகிழ்ச்சியுடன் உடனே குதித்தும் இருப்பேன். ஆம், எனக்குத் தெரியும் அது. இப்படியோ, அப்படியோ ஏதேனும் ஒரு வழியில் இந்த விவகாரத் துக்கு முடிவு கட்டியாக வேண்டும். மிகவும் நன்றாய் இதெல்லாம் அவளுக்கும் தெரிந்துதான் இருந்தது. அவள் எனக்கு எட்டாக்

கனியாகவே இருந்தாள். என் கனவுகள் நிறைவேறுவது முடியாத காரியம் என்பதை நான் நன்கு உணர்ந்தே இருந்தேன் என்ற இந்த எண்ணம் அவளுக்கு மட்டற்ற மகிழ்ச்சி அளித்தது – இதில் எனக்குச் சிறிதும் சந்தேகமில்லை. இது இவ்வாறு அல்ல என்றால், எச்சரிக்கை யுடன் நடந்து கொள்ளும் கெட்டிக்காரப் பெண்ணாகிய அவள் என்னுடன் இவ்வளவு நெருக்கமாகவும் ஒளிவுமறைவற்ற நேர்மை யோடும் பழகியிருப்பாளா? பண்டைக் காலத்துப் பேரரசி தனது அடிமை வேலைக்காரனை எப்படிக் கருதினாளோ – அடிமையை மனிதனாய்ப் பாவிக்காததால் அவன் எதிரே தன் ஆடைகளைக் களையத் தயங்காத அந்தப் பேரரசி எப்படிக் கருதினாளோ – அதே போலத்தான் பலீனாவும் இதுகாறும் என்னைக் கருதி வந்தாளென நான் முடிவு செய்து கொண்டேன். ஆம், மனிதனிலும் சற்றுத் தாழ்ந்த பிறவியாகவே பல சந்தர்ப்பங்களிலும் பலீனா என்னைக் கருதியிருக்க வேண்டும்!

இருப்பினும் அவள் எனக்கு ஒரு பணி அளித்திருந்தாள் – ருலெட் ஆடி முடிந்த அளவுக்குப் பணம் கொண்டு வந்து தரவேண்டும் என்று கூறியிருந்தாள். அவளுக்கு ஏன் இத்தனை அவசரமாய்ப் பணம் வேண்டும், எந்நேரமும் ஏதாவது திட்டம் தீட்டிய வண்ண முள்ள அவளுடைய மூளையில் புதிதாய் என்னென்ன திட்டங்கள் உதித்திருக்க முடியுமென்று எண்ணிப் பார்க்க நேரமில்லை. நான் இல்லாத அந்த இரண்டு வாரங்களில் இன்னும் என்னால் தெரிந்து கொள்ள முடியாத புதிய நிகழ்வுகள் பலவும் நடந்திருக்க வேண்டு மென்று நினைத்தேன். இவற்றை நான் தெரிந்துகொண்டாக வேண்டும், சீக்கிரமாகவே தெரிந்துகொண்டாக வேண்டும். ஆயினும் தற்போது என் முன்னுள்ள வேலை அதுவல்ல; தற்போது நான் ருலெட் ஆடச் சென்றாக வேண்டும்.

# 2

எனக்குப் பிடிக்கவில்லைதான், ஒப்புக் கொள்கிறேன். ஆடுவ தென்று தீர்மானித்திருந்தேன் என்றாலுங்கூட, இன்னொருத்தர் சார்பில் விளையாட எனக்குச் சம்மதமில்லை. உண்மையில் இது எனது அமைதியைக் குலைப்பதாகவே இருந்தது. உள்ளுக்குள் சிடு சிடுத்தவாறு நான் ஆட்ட அறைகளினுள் நுழைந்தேன். கண் ணெடுத்துப் பார்த்ததுமே யாவும் எனக்குக் கசப்பாகவே இருந்தது. வெளி உலகிலும் இன்னும் முக்கியமாய் ருஷ்யாவிலும் பத்திரிகைகளில் காணக்கூடிய அந்த அடிவருடித்தனத்தை எக்காலத்திலும் என்னால் சகிக்க முடிந்ததே இல்லை. ருஷ்யாவில் அனேகமாய் ஒவ்வொரு வசந்தத்திலும் பத்திரிகையாளர்கள் குறிப்பாய் இரு விஷயங்களைப் பற்றித்தான் எழுதுகிறார்கள் – ரென்னிஷ் நகரங்களில் இருக்கும் காஸினோக்களின் கண்கொள்ளாக் காட்சியையும் செல்வச் செழிப் பையும், மற்றும் அவற்றின் மேஜைகளில் தினமும் மலைமலையாய்க் குவிந்து கிடக்கும் பொன்னையும் பற்றித்தான் எழுதித் தள்ளுகிறார் கள். யாரும் பணம் கொடுத்து இந்தப் பத்திரிகையாளர்களை இப்படி எழுதச் சொல்லவில்லை, பற்றற்ற அடிமைப்புத்திதான் இவர்களை இப்படி எழுத வைக்கிறது. இந்த நிறுவனங்களில் கண் கொள்ளாக் காட்சியாய்க் கூறக் கூடியது எதுவும் இல்லை. இவற்றின் மேஜைகளில் மலையாய்ப் பொன் குவிந்து கிடக்கவில்லை என்பதோடு, இங்கு அதிக அளவில் பணத்தைப் பார்க்கக்கூட முடிவ தில்லை. ஆடுவதற்குரிய காலத்தில் எப்பொழுதாவது யாரேனும் சில பைத்தியக்காரர்கள் – பெரும்பாலும் ஆங்கிலேயர் அல்லது ஆசியாக்காரர் அல்லது துருக்கியர் – இங்கே வந்து, இப்பொழுது நான் எழுதிக்கொண்டிருக்கும் இந்தக் கோடையில் நேர்ந்தது போல பெரிய அளவில் ஜெயிப்பதும் தோற்பதும் உண்டுதான். ஆனால்

இங்கு காணக்கூடிய கூட்டத்தின் எஞ்சிய பெரும் பகுதியைப் பொறுத்தவரை, இவர்கள் அற்ப கூல்டின் காசுகளுக்குமேல் வைத்து ஆடுவதில்லை. மேஜையில் பெரும் பணம் புரளக் காண்பது மிக அரிது. இப்பொழுது நான் ஆட்ட அறையினுள் நுழைந்தபோது (என் வாழ்க்கையில் முதன்முதலாய் இப்பொழுதுதான் நுழைகிறேன்) ஆடலாம் என்று நான் ஒரு தீர்மானத்துக்கு வருவதற்கே சிறிது நேரம் ஆயிற்று. தவிரவும் இங்கு நெரிசல் என்னை வெகுவாய் வருத்திற்று. இதன்றி கூட்டம் இல்லாமல் நான் தனியே இருந்திருந்தாலுங் கூட திரும்பி வெளியே போயிருப்பேன், ஆட முற்பட்டிருக்க மாட்டேன் என்றே நினைக்கிறேன். ஆயினும் இதை நான் ஒப்புக் கொள்ளவே வேண்டும்; என் இதயம் படபடக்கத் தொடங்கிவிட்டது; நான் ஆட்டத்தில் நாட்டமில்லாதவனாய் இருக்கவில்லை. முடிவாகவும் தீவிரமாகவும் எனது கதியை மாற்றிக்கொள்ளாமல் நான் ருலெட்டன்பர்க்கை விட்டுச் செல்ல மாட்டேன் என்று நெடுநாட்களாகவே தீர்மானமாய் எனக்குத் தெரியும். நிச்சயமாய் அப்படித் தான் நடந்தாக வேண்டும், நடைபெறவும் போகிறது என்று எனக்குத் தெரியும். ருலெட் ஆடி வெற்றி பெற்றுவிடலாம் என்று நான் இப்படிப் பிரமாதமாய் எதிர்பார்த்தது உங்களுக்கு மிகப்பெரிய முட்டாள்தனமாய்த் தோன்றலாம். ஆனால் சூதாட்டத்தில் வெற்றி பெறலாமென்னும் எண்ணம் புத்திகெட்ட மடமையாகும் என்று பொதுவாய் எல்லோராலும் கூறப்படும் இந்தக் கருத்து இதனிலும் பெரிய அபத்தமாகவே என் மனதுக்குப்படுகிறது. பணம் பண்ணுவதற்கான பிற வழிகளைக் காட்டிலும் சூதாட்டம் மோசமாகி விடுவது எப்படி? உதாரணமாய் வாணிபத்தைக் காட்டிலும் அது எந்த விதத்தில் மோசமானது? மெய்தான், நூற்றில் ஒரு ஆட்டக்காரர் மட்டும்தான் வெற்றி பெறுகிறார் – அதனால் என்னவாம்?

ஆரம்பத்தில் வேடிக்கை பார்ப்பதோடு நின்றுவிடுவது, அதிகமாய் ஒன்றும் செய்வதில்லை என்றுதான் இருந்தேன். அன்று மாலை ஏதாவது நடைபெற்றால், அது அகஸ்மாத்தாய் நடை பெறுவதாகவும் சிறிய அளவிலே அமைந்ததாகவும், இருக்க வேண்டும் – இதில் ஆவலுடன் நான் ருலெட் ஆட்டத்தைப் பற்றிய ஆயிரக் கணக்கான வர்ணனைகளைப் படித்திருந்தேன் என்றாலும், இந்த ஆட்டம் குறித்து எனக்குத் தெரியாது, இதன்முன் நான் இந்த ஆட்டத்தை நேரில் பார்த்ததும் இல்லை. ஆகவே முதலில் நான் இதை நேரில் பார்த்துத் தெரிந்துகொண்டாக வேண்டும்.

முதலாவதாக இங்கு யாவுமே இழிவுற்றுக் கெட்டுவிட்டதாய்த் தோன்றியது எனக்கு – நெறி தவறிப் போய் அருவருக்கத்தக்கவாறு இழிவடைந்து விட்டதாய்த் தோன்றியது. அமைதியில்லாதோராய், வெறி பிடித்தோராய் ஆட்ட மேஜைகளைச் சுற்றிலும் பெருங்கூட்ட

மாய் நூற்றுக்கணக்கிலே காணப்பட்டவர்களைப் பற்றி இங்கு நான் குறிப்பிடவில்லை. ஏனெனில் அதிவேகமாகவும் பெரிய அளவிலும் வெற்றி பெற வேண்டுமென்ற அந்த ஆசையை நான் இழிவானதாய்க் கருதவில்லை. நன்கு உண்டு சொகுசாய் வாழ்ந்த அறநெறியாளர் ஒருவர் “சிறு அளவில் சூதாடுவதில் குற்றமில்லை” என்போருக்கு அப்படிச் செய்வது இன்னுங்கூட மோசமானதென்று கூறி அளித்த அந்தப் பதிலை எப்பொழுதுமே நான் மடத்தனமான பதிலாகவே கருதி வந்துள்ளேன். சொற்பமான சிறு ஆசையும் பிரம்மாண்டப் பேராசையும் சமமாகிவிட முடியாதுதான். ஆனால் இதெல்லாம் ஒப்புநோக்கில்தான். ரோத்ஷில்டுக்கு சொற்பத் தொகையாய் இருக்கக் கூடியது எனக்குப் பிரம்மாண்டத் தொகையாய்த் தோன்றலாம். சிலர் வெற்றி பெற்றுப் பணத்தை அள்ளிச்செல்வதையும், ஏனையோர் இழந்துவிட்டு நிற்பதையும் பொறுத்தவரை இது ருலெட் ஆட்டத்தில் மட்டும்தானா நடைபெறுகிறது – எங்கு பார்க்கினும் சிலர் ஏனையோரை வென்று கொண்டும் கொள்ளையடித்துக் கொண்டும் தானே இருக்கிறார்கள்! லாபங்களும் வெற்றித் தொகைகளும் ஒழுக்கக்கேடு விளைவிப்பவையா என்பது முற்றிலும் வேறொரு பிரச்சினை, இது குறித்து நான் அபிப்பிராயம் கூற விரும்பவில்லை. ஆயினும் வெற்றிபெற வேண்டுமென்று நான் உறுதியான விருப்பம் கொண்டிருந்ததால், இந்த இழிவும் கேடும் மிகவும் பொருத்தமான வையாகவே, இசைவானவையாகவே எனக்குத் தோன்றின. சடங்கு களை விட்டொழித்து இயற்கையாகவும், கட்டுகள் அகற்றப்பட்டு இயல்பான சுபாவத்தோடும் மனிதர்கள் செயல்படுவதைக் காணும்போது மனதுக்கு அது இனிமை அளிப்பதாகவே இருக்கிறது... ஆயினும் நான் ஏன் இப்படி என்னை ஏமாற்றிக்கொள்ள வேண்டும்? வேண்டாம் இந்தப் படுமோசமான வீண் முயற்சி. ருலெட் ஆட்டக் காரர்கள் தாம் ஈடுபட்டிருந்த இந்தப் பணிக்கு அளித்த மதிப்பும் மரியாதையும், ஆட்ட மேஜைகளைச் சுற்றிலும் அவர்கள் பயபக்தி மிக்கோராய் நின்று வெளிப்படுத்திய அந்தப் புனித உணர்வும், எடுத்த எடுப்பிலேயே இந்த ஆட்டக் கும்பலின் படுமோசமான இயல்புகளாய் எனக்குப்பட்டன. அவக்கேடான ஆட்டம் என்ப தாகவும், கண்ணியமானவனுக்கு உகந்த ஆட்டம் என்பதாகவும் இங்கு திட்டவட்டமாய் வரையறை செய்து பேசுகிறார்கள். இருவகை ஆட்டங்கள் உள்ளன. ஒன்று கனவானுக்குரியதாகவும், பேராசை வெறிகொண்ட மற்றொன்று கீழ்த்தரத்தவருக்குரியதாகவும் இங்கு தனித்தனியே பிரித்து வேறுபாடு செய்கிறார்கள். ஆயினும் இவ்வேறு பாடுகள் எல்லாம் உண்மையில் அருவருக்கத்தக்கவையே! உதாரண மாய், ஒரு கனவான் ஐந்து அல்லது பத்து லுயிதோரைப் பணயமாய் வைக்கலாம் – சாதாரணமாய் அதற்கு மேல் வைக்கமாட்டார், ஆனால் பெரும் செல்வந்தராய் இருப்பாராயின் ஆயிரம் பிராங்க்

வரை வைக்கக்கூடும். இந்த ஆயிரம் பிராங்கையும்கூட வேடிக்கைக் காக, மன மகிழ்ச்சிக்காகப் பணயமாய் வைக்கவேண்டும்—அதாவது ஆட்டத்துக்காக வேண்டி, வெற்றியோ தோல்வியோ ஏற்படும் முறையினைக் கவனிப்பதற்காக வேண்டி வைக்கவேண்டும். இன்னும் முக்கியமாய்த் தாம் வெற்றியாளராகும் சாத்தியப்பாட்டில் சிறிதும் அக்கறையில்லாதவராகவே அவர் இதைச் செய்யவேண்டும். வெற்றி பெறுவாராயின், இது குறித்து அவர் சிரித்துக்கொள்ளலாம், அல்லது தம் பக்கத்தில் நிற்பவரிடம் இது பற்றி ஏதேனும் குறிப்பிடலாம். தாம் வென்ற தொகையை மீண்டும் அவர் பணயமாய் வைக்கலாம், பணயத்தை இரு மடங்காய்க் கூடுதலாக்கிக் கொள்ளலாம். ஆனால் ஆட்டத்தில் மேலும் நிகழக் கூடியதை அறிந்து கொள்வதில் ஆவல் கொண்டவராய், வாய்ப்புக்கள், கணக்கீடுகள் இவற்றின் விளை யாட்டைக் கண்டுகளிக்க விரும்புகிறவராய் இதைச் செய்யவேண்டுமே ஒழிய, வெற்றிபெற வேண்டுமென்ற கேவல ஆசை காரணமாய்ச் செய்யலாகாது. மொத்தத்தில் அவர் ஆட்ட மேஜைகளையும், ருலெட் ஆட்டத்தையும், முப்பதையும் நாற்பதையும் தமது இனிய பொழுதுபோக்குக்காக அமைந்த வேடிக்கைகளாகவே கருதி வரவேண்டும். சூதாட்ட பாங்கிக்கும் அதன் செயற்பாட்டுக்கும் ஆதாரமாய் அமைந்த பேராசையையும் அசம்பாவித நிகழ்வுகளையும் பற்றி அவர் ஏதும் அறியாதவராக நடந்துகொள்ள வேண்டும். அவர் இன்னும் சிறப்புடையவராகவே வேண்டுமாயின், வைத்த காசின் விளைவு என்னாகுமோ என்று ஏங்கித் தவித்தவாறு நிற்கும் கும்பலின் ஏனைய சூதாடிகளும் தன்னைப் போலவே செல்வந்தர் களும் கனவான்களுமாவர் என்பதாகவும், முற்றிலும் பொழுது போக்குக்காகவும் களிப்புக்காகவும் வேண்டியே விளையாடுகிறார்கள் என்பதாகவும் பாவனை செய்துகொள்ள வேண்டும். உண்மை நிலவரங்களைப் பற்றிய முழு முதலான இந்த அறியாமையும் மனிதகுலத்தைப் பற்றிய இந்தப் பேதமையும்தான் மேன்மக்களுக்குரிய சிறப்புகளாகும். உதாரணமாய், பாசமிக்க தாய்மார்களுங்கூட சூதுவாதறியாத் தமது செல்வப் புதல்வியர்களிடம் சில பொற்காசு களைத் தந்து, பதினைந்து பதினாறு வயதான இந்நங்கைகளுக்கு ருலெட் ஆடக் கற்றுத் தருவதை நான் பார்த்திருக்கிறேன். இவர்கள் வெற்றிபெற்றாலும் தோல்வியுற்றாலும் குதூகலமாய் எப்பொழுதும் சிரித்து மனம் மகிழ்ந்தவாறுதான் ஆட்ட அறைகளிலிருந்து வெளியே செல்வார்கள். நமது ஜெனரல் அமைதியின் உருவாய், உயர் அந்தஸ்துக்குரியவராய் ஆட்ட மேஜையை முன்பு ஒரு தரம் அணுகி வரக் கண்டேன். பணி ஆள் ஒருவன் ஓடிச் சென்று நாற்காலியை அவர் பின்னால் தூக்கி வைத்தான். ஆனால் ஜெனரல் அவனைப் பார்த்ததாகக்கூடத் தெரியவில்லை. அவசரமின்றி தமது பணப்பையை வெளியே எடுத்தார். அமைதியாய் 300 தங்க பிராங்குகளை எண்ணிக்

கறுப்பிலே வைத்து வெற்றி பெற்றார். ஆனால் தாம் வென்ற தொகையை அவர் எடுத்துக் கொள்ளவில்லை மேஜையிலே அப்படியே விட்டு வைத்தார். திரும்பவும் கறுப்பு சுழன்று வந்து நின்றது. வென்ற காசுக் குவியல்களை இம்முறையும் அவர் எடுத்துக்கொள்ள வில்லை. மூன்றாவது சுற்றில் சிவப்பு வந்து நிற்கவே அவர் நொடியில் 1,200 பிராங்கை இழந்துவிட்டார். அப்பொழுதுங்கூட சிரித்துக் கொண்டு எழுந்தார், இவ்விதம் தமது மதிப்பைக் கேடின்றிப் பாது காத்துக் கொண்டார். இந்தப் பணக்குவியல்கள் அவர் இதயத்தைத் துள்ளித் துடிக்கவே செய்திருக்கும் என்பது எனக்குத் தெரியும். பணயம் இன்னும் இரண்டு மூன்று மடங்கு கூடுதலாய் இருந்திருப் பினும் அவருக்குத் தமது உணர்ச்சிகளை வெளிக்காட்டாமல் கட்டுப்படுத்திக் கொள்ள முடிந்திருக்காது. இதேபோல பிரெஞ்சுக் காரர் ஒருவர் முப்பதாயிரம் பிராங்கை முதலில் வென்று பிறகு இழக்க நேர்ந்தது – ஆனால் அவரிடமிருந்து ஒரு முனகல் எழ வேண்டுமே! இல்லை, அவர் முகத்திலிருந்த சிரிப்பு மறையவே இல்லை. கனவானானவர், தமது செல்வம் அனைத்தையும் இழக்க நேர்ந்தாலும், முகச் சுளிப்பு தோன்ற இடம் அளிக்கலாகாது. பணம் இம்மியும் பொருட்டல்ல என்று தோன்றும்படி அதை அவர் கவனியாது நடந்துகொள்ள வேண்டும். கீழ்மக்கள் கும்பலையும் அழுக்கையும் அருவருக்கத்தக்க அனைத்தையும் கண்டு கொள்ளாமல் பாராமுகமாய் இருப்பதே மேற்குலத்து மேன்மக்கள் மனோபாவத்தின் தலைசிறந்த வடிவமாகும். ஆயினும் சிலசமயம் இதற்கு நேர்மாறான முறையில் நடந்து கொள்வதும் அதாவது கும்பலைப் பார்த்து ஏதாவது குறிப்பிடுவதும் ஆராய்வதும் ஏன் வியந்து நோக்குவதுங்கூட (இசைநாடகக் கண்ணாடி மூலம் நோக்குவது இன்னும் உத்தமம்), அந்தக் கும்பலும் அழுக்கும் கனவான்கள் கண்டு மகிழ்வதற்கென ஏற்பாடு செய்யப்பட்ட கண்காட்சிக் கூத்துபோல வியந்து நோக்கு வதுங்கூட– மேற்குல மனோபாவத்தின் வெளிப்பாடாய்ப் போற்றப் படுவது உண்டு. கும்பலால் சூழப்பட்டிருந்தாலுங்கூட சிறிதும் அசங்காது தொடர்ந்து பார்வையாளராய் இருந்து மகிழ்வதுபோல் காட்டிக்கொள்ள வேண்டுமே தவிர கும்பலைச் சேர்ந்தவராகவோ, அதனுடன் சம்பந்தப்பட்டவராகவோ ஒருபோதும் நடந்து கொள்ளக் கூடாது. அதேபோதில் எதன்மீதும் பார்வை குத்திட்டு நிற்பதாய்த் தோன்றும்படி உற்றுப் பார்ப்பதும் மதிப்புக்குரியதல்ல. அப்படிச் செய்வது கனவானுக்கு உகந்ததல்ல. ஏனெனில் இந்தக் காட்சி அப்படி உற்றுப் பார்ப்பதற்குரிய அளவுக்குத் தகுதியுடைத்தது அல்ல – கனவான் ஒருவர் அப்படி நெருங்கி முறையில் கூர்ந்து பரிசீலிக்கும் அளவுக்குச் சிறப்புடைய காட்சி உலகில் அதிகம் இல்லை. ஆனால் என்னைப் பொறுத்தவரை இங்கு காணப்பட்டவை யாவும் ஒளிவு மறைவின்றி உற்று நோக்கத் தக்கவையாகவே எனக்குத்

நற்றிணை பதிப்பகம் ● 23

தோன்றின–நான் பார்வையிடுவதற்காக மட்டுமின்றி, உள்ளப்பூர்வ மாகவும் முழு மனத்துடனும் இந்தக் கும்பலில் ஒருவனாய் என்னை இணைத்துக் கொள்வதற்காகவும் இங்கு வந்தவனாதலால் யாவற் றையும் உற்று நோக்குவது அவசியமெனக் கருதினேன். ஒழுக்கநெறி பற்றிய எனது அந்தரங்கக் கருத்துக்களுக்கும் எனது இந்தக் குறிப்பு களுக்கும் எந்த சம்பந்தமும் இல்லை. என் மனச் சாந்திக்காகவே அவற்றை இங்கு நான் குறிப்பிடுகிறேன். ஆயினும் இன்னொன்றையும் நான் கூற வேண்டும்; என் செயல்களையும் சிந்தனைகளையும் ஒழுக்கநெறியைக் கொண்டு சோதித்துப் பார்க்கச் சில காலமாய் நான் விருப்பம் இல்லாதவனாகவே இருந்து வந்துள்ளேன். முற்றிலும் வேறொரு நெறியே என் வாழ்க்கைமீது ஆட்சி செலுத்தி வருகிறது...

கூடியிருந்த கும்பல் மெய்யாகவே மிகமிக இழிவான முறையில் ஆடி வந்தது. ஆட்ட மேஜையைச் சுற்றிலும் அப்பட்டமான கொள்ளை நடைபெற்றதென்றே சொல்வேன். மேஜையின் இரு முனைகளிலும் உட்கார்ந்திருந்த ஆட்ட நிர்வாகிகள் பந்தயக் காசு களைக் கவனித்துக் கொள்ள வேண்டியிருந்ததோடு, வெற்றி பெறு வோருக்குத் தர வேண்டிய தொகைகளையும் கணக்கிட்டுப் பட்டுவாடா செய்ய வேண்டியிருந்தது. இரு ஊழியர்களும் திணறித் திண்டாட வேண்டியிருந்தது! ஆடிய கும்பல் அவ்வளவு இழிகுணம் படைத்ததாய் இருந்தது. இக்கும்பலில் பெரும்பாலோர் பிரெஞ் சுக்காரர்கள். நான் இவற்றை எல்லாம் கருத்துடன் கவனித்து வந்தது, ருலெட் ஆட்டத்தை உங்களுக்கு விளக்கிக் கூறுவதற்காக அல்ல. நான் ஆடத் தொடங்கியதும் எப்படி நடந்து கொள்ள வேண்டும் என்பதைத் தெரிந்துகொள்ளும் பொருட்டே யாவற்றையும் கவனித்து வந்தேன். யாராவது வெற்றி பெற்றதும் உடனே வேறொருவர் கையை நீட்டி வென்றவருக்குரிய காசுகளைப் பற்றிக் கொள்வது சர்வசாதாரண நிகழ்ச்சியாய் இருந்ததைக் கவனித்தேன். உடனே சர்ச்சை எழுந்துவிடும், பெரிய ரகளையுங்கூட நடைபெறும். “பணயத்தை வைத்தது நீர்தான் என்று முதலில் நிரூபியும்! சாட்சிகள் யார்?” என்ற கூச்சல்கள் எழும்.

தொடக்கத்தில் ஆட்ட விதிகள் எனக்கு விளங்காப் புதிராய் இருந்தன. பணயத் தொகைகள் எண்கள் மீதும், ‘ஒற்றையிலும்’, ‘இரட்டையிலும்’, மற்றும் வர்ணக் கட்டங்கள் மீதும் வைக்கப்படு கின்றன என்பது மட்டும்தான் விளங்கிற்று எனக்கு. பலீனாவின் பணத்தில் அன்று மாலை நூறு கூல்டினுக்குமேல் எடுப்பதில்லை என்று முடிவு செய்து கொண்டேன். என் சார்பில் நான் ஆடவில்லை என்ற நினைப்பு என்னைத் தைரியமிழக்கச் செய்து வந்தது. எனக்கு இது ஒரு பெரிய உபத்திரவமாய் இருந்தது, இந்த நினைப்பை என் மனத்திலிருந்து விரட்டியடிக்கப் பெருமுயற்சி செய்தேன். தவிரவும்

பலீனாவுக்காக ஆடத் தொடங்குவதால் பிற்பாடு என் சார்பிலே நான் ஆட முற்படுகையில் எனக்கு அதிர்ஷ்டமில்லாமல் போய்விடுமோ என்ற அச்சமும் என்னை வருத்திற்று. ஆடுவதற்காக ஆட்ட மேஜைக்கு வருகிறவர் எவரும் மூடநம்பிக்கையால் பீடிக்கப்படாமல் இருப்பது கடினமென எனக்குத் தோன்றுகிறது. ஐம்பது கூல்டினை எடுத்து 'இரட்டையில்' பணயமாய் வைத்து எனது ஆட்டத்தைத் தொடங்கினேன். சக்கரம் சுழன்று 13இல் நின்றது. நான் இழந்து விட்டேன்! என் நெஞ்சுக்குள் குறுகுறுத்தது. இந்தக் கூட்டத்தை விட்டு விலகி என் அறைக்குத் திரும்பிவிட வேண்டும் போலிருந்தது. மற்றொரு ஐம்பது கூல்டினையும் எடுத்து வைத்தேன் இம்முறை சிவப்பில் வைத்தேன் சிவப்பு வந்தது. அடுத்த முறை எனது நூறு கூல்டினையும் அப்படியே இருந்த இடத்திலேயே விட்டு வைத்தேன் – மீண்டும் சிவப்பு வந்தது. திரும்பவும் முழுத் தொகையையும் அங்கேயே பணயமாய் விட்டு வைத்திருந்தேன், திரும்பவும் சிவப்பு வந்தது. எனது நானூறு கூல்டினையும் கையில் எடுத்து, அவற்றி லிருந்து இரு நூற்றை பன்னிரண்டு மத்திய எண்களில் வைத்துவிட்டு என்ன ஆகுமோ என்று காத்திருந்தேன். வைத்ததைப் போல் மூன்று மடங்கு தொகையை ஜெயித்தேன்! தொடக்கத்திலிருந்த நூறு கூல்டின் இவ்விதம் எண்ணூறு கூல்டினாய்ப் பெருகிவிட்டது! நான் அறியாத எனக்கு விளங்காத ஒரு விபரீத உணர்ச்சி உடனே என்னை ஆட்கொண்டுவிடவே நான் புறப்பட்டுப் போய்விடுவதென்று தீர்மானம் செய்தேன். ஆனால் நான் என் சார்பிலே ஆடியிருந்தால் முற்றிலும் வேறு விதமாய் ஆடியிருப்பேன் என்ற எண்ணம் மீண்டும் மீண்டும் என்னுள் உதித்தெழுந்தது. மறுபடியும் நான் இந்த எண்ணூறு கூல்டினையும் சேர்த்து 'இரட்டையில்' வைத்தேன். சக்கரம் நான்கில் வந்து நின்றது. வெற்றித் தொகையாய் மேலும் எண்ணூறு கூல்டின் பெற்றுக் கொண்டேன். மொத்தம் ஆயிரத்து அறுநூறு கூல்டினாகிவிட்ட குவியலை வாரி அள்ளிக் கொண்டு பலீனா அலெக்சாந்திரவ்னாவைத் தேடிச் சென்றேன்.

நம்மவர்கள் பூங்காவில் உலாவிக் கொண்டிருப்பதைக் கண்டேன். இரவு சாப்பாட்டுக்குப் பிற்பாடுதான் நான் பலீனாவைச் சந்தித்துப் பேச முடிந்தது. இம்முறை பிரெஞ்சுக்காரர் எங்களுடன் சாப்பிட வரவில்லை, ஜெனரல் கலகலப்பாய்ப் பேசினார். ஆட்ட மேஜையில் நான் ஆடுவதைக் கண்டால் தமக்கு வருத்தமாகவே இருக்குமென்பதைப் பேச்சோடு பேச்சாய் எனக்கு நினைவுபடுத் தினார். நான் ஆடுவதால்–அதுவும் அதிக அளவில் நான் இழக்க நேரிடுகையில் தமது கௌரவத்துக்குப் பங்கமே ஏற்படும் என்றார். "அதிக அளவில் நீர் ஜெயிக்கும் போதுகூட எனக்கு அதனால் தீங்கே ஏற்படும்" என்று கூறி என்னை உற்றுப் பார்த்தார். "நீர்

என்ன செய்யலாம், என்ன செய்யக் கூடாதென்று உத்தரவிட எனக்கு உரிமை கிடையாதுதான், ஆயினும் நீர் ஒத்துக்கொள்வீர் என்றே நினைக்கிறேன்..." வழக்கம்போல் அவர் வாக்கியத்தை முடிக்காமலே விட்டுவிட்டார். என்னிடம் சொற்ப பணமே இருக்கிறது. ஆகவே நான் ஆடுவதாகவே வைத்துக் கொண்டாலும் பெரிய அளவில் என்னால் இழந்துவிட முடியாது. இறுதியில் நான் என்னுடைய அறைக்குச் செல்வதற்காகப் படியில் ஏறிச் சென்றபோது பலீனாவைச் சந்தித்தேன். அவளுடைய வெற்றிப் பணத்தை அவளிடம் கொடுத்துவிட்டு, இனி அவள் சார்பில் நான் விளையாடப் போவதில்லை என்று அறிவித்தேன்.

"அது ஏன் அப்படி?" என்று பரபரப்புடன் கேட்டாள் அவள்.

"ஏனென்றால் என் சார்பில் நான் ஆட விரும்புகிறேன்" என்று கூறி வியப்புடன் அவளை உற்றுப் பார்த்தேன். "உன் சார்பிலும் ஆட வேண்டியிருக்கும் வரை அதை நான் செய்ய முடியாதென்பதே காரணம்."

"அப்படியானால், ருலெட் ஆட்டம் எல்லா சிக்கல்களிலிருந்தும் உன்னை விடுவித்துவிடும் என்று அவ்வளவு உறுதியாக நம்புகிறாயா?" என்று குறும்பாய்ச் சிரித்தவாறு கேட்டாள் அவள்.

"ஆம்" என்று தீர்மானமாய்ப் பதிலளித்துவிட்டு மேலும் சொன்னேன். "எனக்கு வெற்றி கிட்டுமென நான் இவ்வளவு உறுதி யாய்ப் பேசுவது உனக்கு நகைக்கத்தக்கதாய்த் தோன்றலாம். ஆயினும் நீ என் அமைதியைக் கெடுக்காதே. சும்மா இரு."

அப்படியும் அவள் அன்றாடம் கிடைக்கும் வெற்றித் தொகையில் நான் பாதியும் அவள் பாதியுமாய்ப் பகிர்ந்துகொள்ள வேண்டுமென்று வற்புறுத்தினாள். இந்த நிபந்தனையின் பேரில்தான் தொடர்ந்து இனி நான் சூதாட வேண்டுமென்று சொல்லி எண்ணூறு கூல்டினை என்னிடம் கொடுக்க வந்தாள். ஆனால் நான் இந்த நிபந்தனையை ஏற்கத் தீர்மானமாய் மறுக்கிறேன் என்றேன். இப்படி ஆட எனக்கு விருப்பமில்லை என்று சொல்லவில்லை, ஆனால் இப்படிச் செய்தால் பெரும்பாலும் நான் தோற்றுத்தான் போவேன் என்று அவளிடம் கூறினேன்.

"அசட்டுத்தனமாய்த் தோன்றினாலுங்கூட உன்னுடைய ருலெட் ஆட்டத் திறனில் நான் அளவிலா நம்பிக்கை வைத்திருக்கிறேன்" என்று தன்னுள் எதைப்பற்றியோ சிந்தித்தவாறு கூறினாள் அவள். "ஆகவே சமபங்கு வீதத்தில் நீ தொடர்ந்து ஆட வேண்டும். நான் விரும்புகிறபடிதான் செய்யப் போகிறாய், சந்தேகம் வேண்டாம்." இதைச் சொல்லியதும் மேற்கொண்டு என்னுடைய ஆட்சேபங்களைக் காது கொடுத்துக் கேட்காமலே அங்கிருந்து சென்றுவிட்டாள்.

# 3

நேற்று அவள் ருலெட்டைப் பற்றி என்னுடன் ஒரு வார்த்தைகூட பேசவில்லை. வேண்டுமென்றே என்னுடன் பேசாமல் விலகிச் சென்றாள். என்னுடன் அவள் பழகியவிதம் மாறாமல் எப்பொழுதும் போலத்தான் இருந்தது. என்னைப் பார்த்ததும் அசங்காத அதே அலட்சியம்தான் அவளிடம் ஏற்பட்டது. இந்த அலட்சியத்துடன் ஒருவகை ஏளனமும் வெறுப்பும் கலந்திருந்தன. என்பால் அவளுக்கிருந்த துவேஷத்தை வெளிக்காட்டாது மறைத்துக்கொள்ள வேண்டுமென்றுகூட நினைக்கவில்லை அவள். அதை நான் தெளிவாகவே கண்ணுற்றேன். அது மட்டுமல்ல, நான் அவளுக்குத் தேவைப்பட்டேன். ஏதோ ஒரு காரியத்துக்காக என்னை அவள் தன் பிடியில் வைத்துக் கொண்டிருக்கிறாள் என்பதையும் அவள் என்னிடமிருந்து ஒளிக்க முடியவில்லை. அவளுடைய தன்னகங்காரத்தையும் மமதையையும் மனதிற்கொண்டு பார்க்கையில், என்னால் புரிந்து கொள்ள முடியாத ஒருவகை உறவு எங்களிடையே உருவாயிற்று. உதாரணமாய், மதிகெட்டுப் போய் அப்படி நான் அவள்மீது காதல் கொண்டிருந்ததை அவள் அறிந்திருந்தாள், என்னை ஆட்டிப் படைத்து வந்த இந்த உள்ளத்து உணர்ச்சியை நான் அவளுக்கு எடுத்துரைப்பதற்கு அனுமதித்து வந்தாள்; ஆயினும் என்னிடத்தில் அவளுக்கிருந்த அலட்சியத்தையும் துவேஷத்தையும் வெளிப்படுத்த என்னுடைய காதலைத் தங்குதடையின்றியும் ஆட்சேபமின்றியும் அவளுக்குத் தெரிவிக்க அனுமதிப்பதைக் காட்டிலும் சிறந்த வழி இருந்திருக்க முடியாதுதான். "நீயே பார், உன்னுடைய உணர்ச்சிகளை நான் சிறிதும் மதிக்கவில்லை, நீ என்னிடம் சொல்வதைப் பற்றியோ, என்மீது உனக்குள்ள காதலைப் பற்றியோ நான் கொஞ்சமும் கவலைப்படவில்லை" என்று அறிவிப்பதாய் இருந்தது அவள்

என்னுடன் நடந்துகொண்ட முறை. தன்னுடைய விவகாரங்கள் குறித்து முன்பு போலவே என்னுடன் பேசினாள் என்றாலும், என்றுமே அவள் ஒளிவுமறைவின்றி முழு அளவுக்கு இவற்றை எனக்குத் தெரிவித்ததில்லை. என்மீது அவளுக்கிருந்த அலட்சிய மனோபாவத்தில் சில நுண்ணயங்களும் காணப்பட்டு வந்தன. அவளுக்கு இன்னல் விளைவிக்கப் போகும் ஒரு சிக்கல் அவள் வாழ்வில் இருந்து வந்ததை நான் அறிவேன் என்று அவளுக்குத் தெரியுமென்றாலும், ஏதோ ஒரு காரியத்துக்காக நான் அவளுக்குத் தேவையாயிருக்கும் சந்தர்ப்பங்களில், என்னைத் தனது அடிமையாகவோ, ஏவலாளாகவோ பாவித்துக்கொண்டு தன்னுடைய விவகாரங்கள் குறித்து என்னுடன் பேசுவாள் – ஏவலாளாய் என்னை உபயோகித்துக் கொள்வதற்கு எந்த அளவுக்குச் சொல்ல வேண்டுமோ அந்த அளவுக்கு மட்டுமே தனது விவகாரங்கள் குறித்து எனக்குத் தெரிவிப்பாள். பல நிகழ்ச்சிகள் குறித்து இன்னும் நான் அறியாதவனாகவே இருந்தேன் என்பதும், அவளுடைய வேதனைகளிலும் கவலைகளிலும் பங்கு கொண்டு எப்படி நான் வருந்தினேன் என்பதும் அவளுக்குத் தெரிந்திருந்தும்கூட ஒளிவு மறைவின்றி நேச முறையில் யாவற்றையும் என்னிடம் சொல்லி என்னைச் சாந்தப்படுத்தவேண்டுமென்று அவள் நினைக்கவே இல்லை; பல சந்தர்ப்பங்களில் அவள் தொல்லை மிகுந்தவை மட்டுமின்றி அபாயம் விளைவிப்பவையுமான பல வேலைகளை எனக்கு அளித்து வந்ததால், எப்படியும் ஒளிவுமறைவின்றி உண்மை நிலவரத்தை எனக்குத் தெரிவிப்பாள் என்றே நான் எதிர்பார்த்தேன். ஆனால் என்னுடைய உணர்ச்சிகளைப் பொருட்படுத்த வேண்டுமென்றோ, நான் வேதனையுற்றேன், அவளுடைய கஷ்டங்களாலும் வருத்தங்களாலும் அவளைக் காட்டிலும் நான் மும்மடங்கு அதிகமாய் அவதியுற்றேன் என்பது குறித்து கவலைப்பட வேண்டுமென்றோ அவள் நினைக்கவே இல்லை.

  ருலெட் ஆட்டத்தைக் கைக்கொள்ளும் உத்தேசம் அவளுக்கு இருந்ததை மூன்று வாரங்களுக்கு முன்பே நான் தெரிந்துகொண்டேன். நேரில் தானே சென்று ஆடினால் நன்றாயிருக்காது என்பதால், அவள் சார்பில் நான் ஆட வேண்டுமென்று விரும்புவதாய் என்னிடம் அவள் கூறியிருந்தாள். பணம் வேண்டுமென்ற விருப்பத்தைத் தாண்டி, அவள் மனதில் வேறு ஏதோ காரணம் இருந்திருக்க வேண்டுமென்று நான் அவளுடைய குரலிலிருந்து ஊகித்துக் கொண்டேன். பணம் அவளுக்கு ஒரு பொருட்டு அல்லவே! வேறு ஏதோ நோக்கம் இருந்தது என்பது தெரிந்தது. சில நிலைமைகளை நான் ஊகிக்க முடிந்ததே ஒழிய, நிச்சயமாகவும் முடிவாகவும் தெரிந்துகொள்ள முடியவில்லை. அடிமையாகவும் இகழ்ச்சிக்குரிய வனாகவும் என்னை அவள் நடத்தி வந்த காரணத்தால், தயக்கமின்றி

நான் அவளை நேரடியாய்க் கேள்விகள் கேட்க முடிந்ததென்பது மெய்தான். அவள் என்னை ஓர் அடிமையாகவும் அநாமதேயமாகவுமே கருதி வந்தாள். ஆகவே என்னுடைய கேள்விகள் எவ்வகையிலும் அவளை அவமதிப்பனவாய் இருந்திருக்க முடியாது. நான் கேள்விகள் கேட்க அனுமதித்தாள் என்றாலுங்கூட, எந்தக் கேள்விக்கும் அவள் ஒழுங்கான பதில் அளிக்கவில்லை. சில நேரங்களில் எனது கேள்விகள் காதில் விழாதது போல நடந்து கொண்டாள். எங்கள் உறவுகள் இந்நிலையிலேதான் இருந்தன.

நேற்று ஒரு தந்தி குறித்து நிறைய பேச்சு அடிபட்டது. நான்கு நாட்களுக்கு முன்பு பீட்டர்ஸ்பர்க்குக்கு அனுப்பப்பட்ட அந்தத் தந்திக்கு இன்னும் பதில் வரவில்லை. ஜெனரல் அமைதியின்றி தவித்துக் கொண்டிருந்தது தெளிவாய்த் தெரிந்தது. பாட்டியைப் பற்றிய விவகாரம் அது. பிரெஞ்சுக்காரரும் பரபரப்புற்றிருந்தார். சாப்பிட்டு முடிந்ததும் எல்லோருமாய்ச் சேர்ந்து நெடுநேரம் ஆழ்ந்த முறையில் பேசிக் கொண்டிருந்தார்கள். அந்தப் பிரெஞ்சுக்காரர் யாரையும் பொருட்படுத்தாமல் அலட்சியமாகவும் மிதமிஞ்சிய அகம்பாவத்தோடும் பேசினார். இடத்தைக் கொடுத்தால் மடத்தைப் பிடுங்குவான் என்பார்களே, அதுபோல இருந்தது அவர் நடந்து கொண்ட விதம். பலீனாவுடன்கூட அவர் அவ்வளவு அலட்சியமாய் அடாபிடியான முறையில் பேசினார். இருப்பினும் அவர் எங்களுடன் வந்து காஸினோ அருகே உலாவினார், குதிரைகளிலும் வண்டிகளிலும் நாங்கள் நகருக்கு அப்பால் சென்று சுற்றிப்பார்த்தபோது எங்களுடன் வந்தார். சில நிலைமைகளின் காரணமாய் ஜெனரல் அவருடைய பிடியில் சிக்கியிருந்தது நெடு நாட்களாகவே எனக்குத் தெரியும். ருஷ்யாவில் இருவரும் சேர்ந்து ஏதோ ஆலை நிறுவத் திட்டம் நிறைவேற்றப்பட்டதா, அல்லது வெறும் பேச்சளவில்தான் இருந்து வந்ததா என்பதை நான் அறியேன். குடும்ப இரகசியமாயிருந்த மற்றொரு விவரத்தையும் ஓரளவு நான் அறிவேன் அதாவது, சென்ற ஆண்டில் இந்தப் பிரெஞ்சுக்காரர், 30,000 ரூபிள் கொடுத்து ஜெனரல் சேவையிலிருந்து விலகியபோது அவர் செலுத்த வேண்டியிருந்த கருவூலப் பணத்தைக் கட்ட உதவினார் என்பதும் எனக்குத் தெரியும். ஆகவே ஜெனரல் அவருடைய பிடியில் சிக்கித் தவித்துக் கொண்டிருந்தார் என்பது தெரிந்தது. ஆயினும் இப்பொழுது மத்மாசேல் பிளான்ஷ்தான் இந்த விவகாரத்திலே முன்னிலைப் பங்கு ஆற்றி வந்தாள், இதில் சந்தேகமே இல்லை.

மத்மாசேல் பிளான்ஷ் – யார் இவள்? உயர்குலத்தில் பிறந்த பிரெஞ்சுக்காரி என்பதாகவும், தனது தாயுடன் வசித்து வந்த அவளிடம் பிரம்மாண்டமாய்ச் சொத்துக்கள் இருந்ததாகவும் அவளைப் பற்றி பேசப்பட்டது. இந்த மார்க்விசுக்கு அவள் உறவினள்

என்பதாகவும் கூறப்பட்டது. ஆனால் தூரத்து உறவினள்தானாம் – ஒன்றுவிட்ட தங்கை, அத்தைமாமன் மகள் போன்ற உறவினள் தானாம். தவிரவும் நான் பாரிசுக்குப் புறப்பட்டுச் சென்ற காலம் வரை அவளும் இந்தப் பிரெஞ்சுக்காரரும் தம்மிடையே மரியாதை யாகவும் பந்தாவுடனும் நடந்து கொண்டார்கள், நயமாய்ப் பேசினார் கள் என்றும், ஆனால் இப்பொழுது இவர்கள் பழகியவிதம் – இவர் களது நட்பும் உறவும்–முன்பு போலல்லாது கொஞ்சம் மரியாதை குறைந்து இதமற்றதாகிவிட்டது என்றும் கூறப்பட்டது. நம்மவர்கள் நொடித்துப் போய் இக்கட்டான நிலையில் இருப்பதாய் இவர்கள் முடிவு செய்துவிட்டதால் இனி எங்கள் எதிரே தாம் நயமாகவும் இதமாகவும் பழகுவது போல பாசாங்கு செய்யத் தேவையில்லை என்று நினைக்கிறார்கள் போலும். மிஸ்டர் அஸ்ட்லே கடந்த மூன்று நாட்களாய் மத்மாசேல் பிளான்ஷையும் அவள் தாயையும் பார்த்த பார்வை ஒரு மாதிரியாய் இருந்ததைக் கவனித்து வந்தேன். இவர்கள் இருவரையும் மிஸ்டர் அஸ்ட்லே இதற்கு முன்பே ஓரளவு அறிந்திருக்க வேண்டும் என்று ஓர் எண்ணம் என்னுள் உதித்தது. இந்தப் பிரெஞ்சுக்காரரும் மிஸ்டர் அஸ்ட்லேயை ஏற்கனவே சந்தித்திருக்க வேண்டும் என்று நான் நினைத்தேன். மிஸ்டர் அஸ்ட்லே எந்த இரகசியத்தையும் எளிதில் வெளியிட்டுவிட மாட்டார் என்று எவரும் நினைக்கும்படி, அவ்வளவு கூச்சப்பட்டுக் கொண்டு அடக்கவொடுக்கமாகவும் பேசா மடந்தையாகவும் இருந்து வந்தார். பார்த்ததும் வணக்கம் தெரிவிப்பதற்கு மேல் பிரெஞ் சுக்காரர் அவருடன் அதிகம் வைத்துக் கொள்வதில்லை, வம்பு இல்லாத வரை க்ஷேமமென நினைத்து அவர் பக்கம் பார்வையைத் திருப்பாமலே இருந்து வந்தார். இது புரிந்து கொள்ளக் கூடியதுதான். ஆனால் மத்மாசேல் பிளான்ஷும் ஏன் இப்படி அந்த ஆங்கிலேயரைக் கண்டு கொள்ளாமலே இருக்கிறாள்? மார்க்விசு நேற்று ஏதோ ஒரு சந்தர்ப்பத்தில்–எதுவென்று ஞாபகமில்லை–மிஸ்டர் அஸ்ட்லே மிகப்பெரிய பணக்காரர், அது தமக்கு நன்றாய்த் தெரியும் என்று சொன்ன பிற்பாடும் ஏன் அவள் இப்படி இருக்கிறாள்? மிஸ்டர் அஸ்ட்லேயிடம் மத்மாசேல் பிளான்ஷ் தனிக்கவனம் செலுத்த அந்த ஒரு விவரமே போதுமே! நிற்க, ஜெனரல் அமைதியிழந்து தவித்துக் கொண்டிருந்தார். அவருடைய தாயாரின் மரணத்தை அறிவித்து இப்பொழுது ஒரு தந்தி வந்து சேருமாயின், அது அவருக்கு எவ்வளவு பெரிய வரப்பிரசாதமாய் இருந்திருக்கும்!

ஏதோ ஒரு நோக்கத்துடன்தான் பலீனா என்னுடன் பேசாமல் ஒதுங்கிச் செல்கிறாள் என்பது தெரிந்தது எனக்கு. நானும் அவளிடம் சற்றுக் கடுப்பாகவே அலட்சியமாய் நடந்து கொண்டேன், ஏனெனில் விரைவில் அவள் தானாகவே என்னைத் தேடிக்கொண்டு வருவாள்

என்று எனக்கு நம்பிக்கை இருந்தது. ஆகவே நேற்றும் இன்றும் நான் மத்மாசேல் பிளான்ஷிடம் என் முழுக் கவனத்தையும் செலுத்தி வந்தேன். பாவம், ஜெனரல் மனம் ஒடிந்து போய்விட்டார்! ஐம்பத்தைந்தாவது வயதில், அதுவும் இப்படிக் கண்மூடித்தனமான ஆவேசத்துடன், காதல் கொண்டுவிடுவது மிகப் பெரிய துர்பாக்கியம் தான்! இதோடு அவரது விதுர நிலையையும் குழந்தைகளையும் விரயமாக்கப்பட்ட சொத்துக்களையும், மற்றும் கடன்களையும், முடிவில் அவர் எப்படிப்பட்ட பெண்ணுக்கு உள்ளத்தைப் பறிகொடுக்க நேர்ந்துவிட்டதென்பதையும் நினைத்துப் பார்த்தால் அவர் நிலை பரிதாபத்துக்குரியதுதான்! மத்மாசேல் பிளான்ஷ் நல்ல அழகிதான், ஆயினும் அச்சம் தரும் ஒரு வகைப்பட்ட முகமுடையவள். இதை நீங்கள் புரிந்துகொள்கிறீர்களோ, என்னமோ தெரியவில்லை. ஆனால் இத்தகைய பெண்களிடம் எப்பொழுதுமே எனக்குப் பயமாய்த்தான் இருக்கும். இருபத்தைந்து வயது மதிப்பிடலாம், உயரமாயிருந்தாள். சாய்ந்து சரிந்து சென்ற அகன்ற தோள்கள் உடைத்திருந்தாள். கழுத்தும் மார்பகமும் எடுப்பாயிருந்தன. மங்கலான மஞ்சள் நிற மேனியும் மை போன்ற கரிய கூந்தலுமுடையவள். இரண்டு பேருக்கு முடி ஒப்பனை செய்வதற்குப் போதுமானதாய் அவ்வளவு மிகுதியாய் இருந்தது அவளது கூந்தல். மஞ்சளான வெண்மையின் நடுவில் அமைந்த இரு கருவிழிகள், குறும்பான பார்வை, பளிச்சிடும் பற்கள், வண்ணச் சாந்திட்ட உதடுகள், அருகே சென்றதும் கமகமவென வீசும் கஸ்தூரியின் மணம் ஆகிய இவற்றையும் சேர்த்துக் கொண்டால் அவளுடைய சித்திரம் ஒருவாறு பூர்த்தியாகிவிடும். அவள் அணிந் திருந்த ஆடைகள் எடுப்பாகவும், செல்வச் செழிப்பு வாய்ந்தவை யாகவும், ஒய்யாரமாகவும், அதேபோது பாந்தமாகவும் இருந்தன. அவளது கால்களும் கைகளும் வியக்கத்தக்க நேர்த்தி வாய்ந்தவை; அவளது குரல் அடிஸ்தாயிக் குரல். சில நேரங்களில் சிரிக்கையில் அவளுடைய பற்களைக் காணமுடிந்தது; ஆனால் சாதாரணமாய் கர்வமிக்கவளாய் மௌனமாய் இருந்தாள்–முக்கியமாய் பலீனாவும் மரீயா ஃபிலீப்பவ்னாவும் அருகே இருக்கையில் வாயை இறுக மூடிக் கொண்டுவிடுவாள். (மரீயா ஃபிலிப்பவ்னா ருஷ்யாவுக்குச் செல்வதாய் ஒரு பேச்சு அடிபட்டு வந்தது!) தந்திரக்காரியாகவும் சந்தேகங் கொண்டவளாகவும் இருந்தாள் என்றாலும், எனக்கு அவள் கல்வியறிவு இல்லாதவளாகவே, ஏன் – புத்தி இல்லாத வளாகவுங்கூட – தோன்றினாள். ஆனால் அவளுடைய வாழ்க்கை சாகசங்கள் நிறைந்ததாகவே இருக்குமென எனக்குத் தோன்றிற்று. பூரா விவரங்களும் தெரிய வருமாயின் ஒருவேளை அந்த மார்க்விசு அவளது உறவினன் அல்ல, அவளது தாயுங்கூட உண்மையில் அவள் தாயல்ல என்பது வெளிப்படலாம். முதலில் இவர்களை நாங்கள் பெர்லின் நகரில் சந்தித்தபோது அங்கே யோக்கியமான

வட்டாரங்களில் இவர்களுக்கு நண்பர்கள் சிலர் இருந்ததாய்த் தெரிந்தது. ஆனால் இந்த மார்க்விசைப் பொறுத்தவரை மெய்யாகவே அவர் ஒரு மார்க்விசுதானா என்ற சந்தேகம் இதுநாள் வரை என்னை விட்டு அகலவில்லை. ஆயினும் முன்பு அவர் உயர்மட்டத்துச் சமூகத்தைச் சேர்ந்தவராகவே இருந்தார் (மாஸ்கோவிலும் ஓரளவுக்கு ஜெர்மனியிலும்) என்பதில் ஐயப்பாட்டுக்கு இடமில்லை. பிரான்சில் முன்பு அவர் எப்படிப்பட்டவராய் இருந்தார் என்பது எனக்குத் தெரியாது. கோட்டை மாளிகை ஒன்று அவரிடம் இருந்ததாய்க் கூறப்பட்டது. பல விவரங்களும் கடந்த இரு வாரங்களில் தெளிவாகி விடும் என்று நினைத்து வந்தேன். ஆனால் மத்மாசேல் பிளான்ஷுக் கும் ஜெனரலுக்கும் இடையில் முடிவாய் எதுவும் தீர்மானமாயிற்றா என்று இன்னமும் எனக்குத் தெரியாது. யாவும் எங்களிடம் இருந்த ஆஸ்தியையே ஜெனரலால் தம்மிடம் போதிய அளவு பணம் இருக்கிறதென்று காட்ட முடியுமா என்பதையே – பொறுத்திருந்தது. பாட்டி இறக்கவில்லை என்பதாய் செய்தி வருமாயின் நொடிப் பொழுதில் மத்மாசேல் பிளான்ஷ் மறைந்து விடுவாள் என்று நான் திடமாய் நம்பினேன். அக்கப்போரிலும் வம்பிலும் எனக்கு ஏற்பட்டு விட்ட இந்த ஆர்வத்தைக் கவனித்தபோது எனக்கு வியப்பாகவும் வேடிக்கையாகவும் இருந்தது. ஆனால் இவற்றை எல்லாம் அடியோடு வெறுத்தவன் நான்! இவர்கள் எல்லோரையும், இவை யாவற்றையும் விட்டு ஓட முடிந்திருந்தால் எப்படி ஆனந்தப்பட்டிருப்பேன் தெரியுமா? ஆனால் என்னால் பலீனாவை விட்டுப் பிரிய முடிய வில்லை. அந்த நிலையில், அவளைச் சுற்றியிருந்தோரிடையே நான் உளவு வேலை செய்யாமல் இருப்பது எப்படி? உளவு வேலை கீழ்த் தரமானதுதான். ஆனால் இதைப் பற்றி எனக்கு என்ன கவலை?

நேற்றும் இன்றும் மிஸ்டர் அஸ்ட்லே என் கவனத்தை வெகு வாய்க் கவர்ந்து வந்தார். பலீனாமீது அவர் காதல் கொண்டிருந்ததைத் தெளிவாய்க் காண முடிந்தது. கூச்சப்படுகிறவரும் நெறிபிறழக் கூடாதென அவஸ்தைப்படுகிறவருமான ஒருவர் காதலால் கவரப்படு வாராயின் – அதுவும் தம் உள்ளத்தில் இருப்பதைத் தம் சொல்லிலோ முகத் தோற்றத்திலோ வெளிப்படுத்திக் கொள்வதைவிட வெட்கித் தரைக்கடியில் புதையுண்டுவிடுவதே மேல் என நினைப்பவராய் இருப்பின்–அவருடைய பார்வை எவ்வளவு உட்பொருள் கொண்ட தாகிவிடுகிறது என்பது மிகவும் சுவாரஸ்யமான விஷயமாகும். நாங்கள் உலாவிக் கொண்டிருக்கையில் மிஸ்டர் அஸ்ட்லே அடிக்கடி எதிரே வருவார். எங்களுடன் சேர்ந்து உலாவ வேண்டுமென்று அவர் ஏங்கித் தவித்ததை நான் நன்கு அறிவேன். ஆயினும் அவர் தொப்பியை உயர்த்தி வணக்கம் தெரிவித்துவிட்டு வாய் திறந்து ஒரு வார்த்தையும் பேசாமலே எங்களைக் கடந்து சென்றுவிடுவார்.

நாங்கள் அழைத்தாலுங்கூட எங்களுடன் சேர்ந்துகொள்ள மாட்டார். பொழுதுபோக்கு இடங்களில் காஸினோவிலும் இசை மண்டபத்திலும் பூநீர்ச்சுனைக்கு அருகிலும் நாங்கள் அமர்ந்திருக்கும் இடத்துக்கு அருகேதான் எப்பொழுதும் அவர் காணப்படுவார். நாங்கள் எங்கிருந்தாலும் – பூங்கா, காடு, ஷிலாங்கென்பர்க் அல்லது வேறு எங்கிருந்தாலும் – கண்ணை உயர்த்தி சுற்றிலும் ஒரு முறை பார்த்தால் போதும், பக்கத்துப் பாதையிலோ, புதரின் மறைவிலோ மிஸ்டர் அஸ்ட்லேயின் உடலில் ஏதேனும் ஒரு பகுதியை உடனே தரிசிக்கலாம். என்னைச் சந்தித்துப் பேசுவதற்கான எந்தச் சந்தர்ப்பத்தையும் அவர் தவறவிட்டதில்லை. இன்று காலை நாங்கள் சந்தித்து இரண்டு வார்த்தைகூட பேசியிருக்க மாட்டோம்; "வணக்கம்" என்று கூறி வாய் மூடுவதற்குள் அவர் தமக்கு வழக்கமான முறையில் திடுதிப்பென குறிப்பிட்டார்.

"மத்மாசேல் பிளான்ஷ் இருக்கிறாளே... அவளைப் போன்ற பெண்கள் எத்தனையோ பேரை நான் பார்த்திருக்கிறேன்!"

இதைச் சொல்லிவிட்டு மௌனமாய்ப் பொருட்செறிவு மிக்க பாவனையுடன் என்னை உற்று நோக்கினார். அவர் என்ன கூற விரும்பினாரோ எனக்குத் தெரியாது, ஆனால் வினவும் முறையில் அவரை நான் பார்த்ததும் மௌனமாய்த் தலையை ஆட்டினார், பிறகு "ஆம், எத்தனையோ பேரைப் பார்த்திருக்கிறேன்" என்று திரும்பவும் கூறிவிட்டு, "மத்மாசேல் பலீனாவுக்கு மலர்கள் ரொம்பப் பிடிக்கும், இல்லையா?" என்று கேட்டார்.

"எனக்குத் தெரியாதே" என்றேன் நான்.

"என்ன! உமக்குத் தெரியாதா?" என்று வியப்புற்றவராய்ப் பலக்கக் கூவினார்.

"எனக்குத் தெரியாது. நான் கவனித்ததில்லை" என்று கூறிச் சிரித்துக் கொண்டேன்.

"ஹூம்! அப்படின்னா எனக்கு ஒன்று தோன்றுகிறது" என்றார். தலையை ஆட்டியவாறு மலர்ந்த முகத்துடன் நடந்து சென்றார். கொச்சையான பிரெஞ்சில் எங்களுடைய இந்தப் பேச்சு நடைபெற்றது.

# 4

இன்றைய தினம் கோமாளித்தனத்துக்கும் அபத்தத்துக்கும் அவக்கேட்டுக்குமான நாளாய்க் கழிந்தது. இப்பொழுது இரவு பதினொரு மணி. நான் அறையில் உட்கார்ந்து இன்று நடந்தவற்றைச் சிந்தித்துக் கொண்டிருக்கிறேன். பலவந்தம் காரணமாய் இன்று காலை நான் பலீனா அலெக்சாந்திரவ்னாவின் சார்பில் ருலெட் ஆடச் சென்றதிலிருந்து யாவும் ஆரம்பமாயின. என்னிடம் அவள் அறுநூறு கூல்டினைத் தந்தபோது நான் அவளை இரு நிபந்தனை களுக்கு உடன்படச் செய்தேன் ஒன்று: வெற்றி கிடைக்குமாயின் அத்தொகையில் தலைக்குப் பாதி எடுத்துக் கொள்வதென்ற அடிப் படையில் நான் ஆட மாட்டேன், அதாவது வெற்றித் தொகையில் நான் எதுவும் எடுத்துக்கொள்ள மாட்டேன்; இரண்டு: இப்படி அவள் பணம் பண்ண வேண்டிய அவசியம் என்ன, எவ்வளவு வேண்டியிருந்தது என்பதை மாலையில் எனக்கு அவள் விளக்கிக் கூற வேண்டும். வெறும் பணத்துக்காக வேண்டி அவள் இந்தக் காரியத்தில் இறங்குகிறாள் என்று என்னால் நம்ப முடியவில்லை. ஆயினும் அவளுக்குப் பணம் தேவைப்பட்டது. அதுவும் உடனே, ஏதோ ஒரு விசேஷ காரியத்துக்காகத் தேவைப்பட்டது என்பது தெளிவாய்த் தெரிந்தது. விளக்கிச் சொல்வதாய் அவள் வாக்களிக்கவே நான் விடைபெற்றுக் கொண்டேன். ஆட்ட அறைகளில் கூட்டம் பயங்கரமாய் இருந்தது. வெறி கொண்ட, பேராசை பிடித்த கூட்டம்! முண்டியடித்துக்கொண்டு அறையின் மத்தியப் பகுதிக்குச் சென்று ஆட்ட நிர்வாகியின் பக்கத்தில் ஒருவாறு எனக்கு ஓர் இருக்கையைத் தேடிக் கொண்டேன். தயக்கத்துடன் மெல்ல ஆட முற்பட்டேன். இருபது, முப்பது கூல்டினுக்குமேல் பணயமாய் வைக்காமல் ஆடிக் கொண்டிருந்தேன். இதற்கிடையில் யாவற்றையும் உற்று நோக்கி

மனதுக்குள் குறித்து வந்தேன். கணக்குப் போட்டு மதிப்பீடு செய்வது அனாவசியமாய்ப் பட்டது எனக்கு. கணக்கீடுகளுக்கு ஏனைய சில ஆட்டக்காரர்கள் அளித்த அந்த முக்கியத்துவம் இருப்பதாய் எனக்குத் தெரியவில்லை. இந்த ஆட்டக்காரர்கள் கோடுகளிட்ட தாள்களைக் கையில் வைத்துக்கொண்டு அமோக வெற்றிகளைக் குறித்து வந்தனர்; வாய்ப்புகளைக் கணக்கிட்டு மதிப்பீடு செய்தனர்; இதற்கேற்ப பணயம் வைத்தனர் – ஆனால் கணக்கீடோ மதிப்பீடோ இல்லாமல் ஆடிய எங்களைப் போன்ற சாமானிய பிறவிகளைப் போலவே பணத்தை இழந்து வந்தனர். ஆயினும் நான் கண்ணுற்றவற்றிலிருந்து எனக்கு நம்பகமாய்த் தோன்றிய ஒரு முடிவினை வந்தடைந்தேன் – அதாவது ஒன்றன்பின் ஒன்றாய் வரும் எதிர்பாராத அகஸ்மாத்தான இந்த விளைவுகளில் திட்டவட்டமான ஒரு நியதி இல்லையேனும் எப்படியும் ஒருவகை ஒழுங்குமுறை இருந்தது என்று முடிவு செய்தேன். இது ஒரு விபரீத வினோதம்தான். உதாரணமாய், பன்னிரண்டு மத்திய எண்களுக்குப் பிற்பாடு கோலி சிலசமயம் தொடர்ந்து இருமுறை கடைசி வரிசை எண்களில் விழுந்து பிறகு பன்னிரண்டு முதல் எண்களை வந்தடைகிறது. பன்னிரண்டு முதல் எண்களில் கோலி இரு முறை விழுவதாய் வைத்துக்கொள்வோம், பிறகு அது மத்திய வரிசையில் பன்னிரண்டு எண்களுக்குச் செல்கிறது, பிறகு திரும்பவும் பன்னிரண்டு கடைசி எண்களுக்கு வந்து இவற்றில் மூன்று நான்கு தரம் விழுகிறது, பிறகு பன்னிரண்டு முதல் எண்களுக்குத் திரும்புகிறது. மேலும் இரண்டு சுற்றுகளுக்குப் பிற்பாடு கோலி மீண்டும் முதல் வரிசை எண்களுக்குச் சென்று ஒரு தரம் அவற்றில் விழுந்து, அதன்பின் மூன்று தரம் மத்திய எண்களுக்குத் திரும்புகிறது  இவ்வாறு ஒன்றரை அல்லது இரண்டு மணி நேரத்துக்குத் தொடர்ச்சியாய் நடைபெறுகிறது. ஒன்று, மூன்று, இரண்டு: ஒன்று, மூன்று, இரண்டு. இது ஒரு விந்தைதான். இதேபோல சிவப்பும் கறுப்புமாய் மாறி அனேகமாய் எந்த ஒழுங்கு முறையும் இன்றி ஒருநாள் பூராவும் அல்லது ஒரு காலை பூராவும் வரும். இந்த நிலைமையில் எந்தத் தருணத்தில் எது வருமென்று சொல்லவே முடியாது, சேர்ந்தாற்போல் இரண்டு சுற்றுகள் சிவப்பிலோ கறுப்பிலோ முடிவுறுவது மிக மிக அரிதாய் இருக்கும். ஆயினும் மறுதினம், அல்லது மறுநாள் மாலை சிவப்பு மட்டும் வர ஆரம்பிக்கும், இருபதுக்கும் அதிகமான தடவை வந்து கொண்டிருக்கும், நெடுநேரம்  ஒரு முழு நாளுக்குங்கூட – இது நீடிக்கலாம். இந்த விவரங்களில் பெரும்பாலானவை மிஸ்டர் அஸ்ட்லே எனக்குச் சுட்டிக்காட்டியவை. அன்று காலை முழுதும் அவர் ஆட்ட மேஜைக்கு அருகேதான் நின்று கொண்டிருந்தார், ஆயினும் ஒரு தரம்கூட அவர் பணயம் வைத்து ஆடவே இல்லை. ஆனால் நான் என்னிடம் இருந்த பணம் அனைத்தையும், அதிவேக

மாய் இழந்துவிட்டேன். முதலில் இருநூறு கூல்டினை இரட்டையில் வைத்து வெற்றி பெற்றேன். பிறகு அதே தொகையை மீண்டும் வைத்து வென்றேன். இவ்விதம் இரண்டு மூன்று தரம் வெற்றிமேல் வெற்றிபெற்று வந்தேன். ஒரு நேரம் என் கைகளில் சுமார் நாலாயிரம் கூல்டின் இருந்திருக்க வேண்டும். ஐந்து நிமிடங்களில் நான் திரட்டிக் கொண்டுவிட்ட தொகை இது. நான் வெளியே செல்ல அதுவே தக்க தருணம். ஆனால் அக்கணத்தில் விதியை எதிர்த்துச் சவால் விட வேண்டும் என்றொரு வினோத உணர்ச்சி என்னுள் குதித் தெழுந்தது – அந்தத் தேவதையின் கன்னத்தில் அறைய வேண்டும், நாக்கை நீட்டி அவளைப் பார்த்துக் கோப்புக் காட்ட வேண்டும் என்று அடங்காத ஓர் ஆசை என்னைப் பற்றிக் கொண்டுவிட்டது. ஆகவே நான் விதிகள் அனுமதித்த அதிகபட்ச பணயமாகிய நான்காயிரம் கூல்டினை எடுத்து வைத்தேன் – தோற்றுப் போய் விட்டேன். இந்த அசம்பாவிதத்தைக் கண்டு ஆவேசமுற்று, என்னிடம் எஞ்சியிருந்த பணத்தை அவசரமாய் வெளியே எடுத்து முன்பு வைத்த அதே இடத்தில் அப்படியே பூரா பணத்தையும் வைத்தேன் – மீண்டும் தோற்றுப் போனேன்! பிறகு பித்துப் பிடித்த நிலையில் மேஜையை விட்டு விலகி வந்தேன். எனக்கு என்ன நேர்ந்ததோ, தெரியாது. நான் பணத்தை இழந்துவிட்ட செய்தியைச் சாப்பாட்டு நேரத்துக்குச் சற்று முன்னால் பலீனாவிடம் கூறினேன். அதுவரை பூங்காவில் சுற்றிக் கொண்டிருந்தேன்.

சாப்பாட்டின்போது, மூன்று நாட்களுக்கு முன்பு ஆனது போலவே திரும்பவும் நான் கிளர்ச்சி அடைந்துவிட்டேன். மத்மாசேல் பிளான்ஷும் பிரெஞ்சுக்காரரும் எங்களுடன் சாப்பிட வந்திருந்தனர். மத்மாசேல் பிளான்ஷ் அன்று காலை காஸினோவுக்கு வந்து அங்கு எனது தீரச் செயல்களை நேரில் கண்ணுற்றிருந்தாள் என்பது தெரிந்தது. இப்பொழுது அவள் என்னுடன் பேசுகையில் முன்னெப்போதையும்விட அதிகக் கவனம் காட்டினாள். அந்தப் பிரெஞ்சுக்காரர் நேரே என்னிடம் வந்து, நான் இழந்த பணம் என்னுடையதுதானா என்று துடுக்காய்க் கேட்டார். பலீனாமீது அவர் சந்தேகம் கொண்டிருந்ததாய்த் தோன்றியது எனக்கு. என்னு டைய பணம்தான் என்று நான் அழுத்தம் திருத்தமாய்ப் பொய் சொன்னேன்.

இதைக் கேட்டதும் ஜெனரல் ஆச்சரியமுற்று எங்கிருந்து உனக்கு இவ்வளவு பணம் கிடைத்தது என்று வினவினார். நூறு கூல்டினுடன்தான் ஆட்டத்தைத் தொடங்கினேன், ஆறு ஏழுச் சுற்றுக்களில் அது ஐயாயிரம், ஆறாயிரம் கூல்டினாய்ப் பெருகி விட்டது, அதன்பின் இரண்டே சுற்றுக்களில் இவ்வளவு பணத்தையும் இழந்துவிட்டேன் என்று அவருக்கு விளக்கிச் சொன்னேன்.

இதெல்லாம் நடைபெறக் கூடியதுதான். நான் இவ்வாறு விளக்கியபோது ஜாடையாய்ப் பலீனாவைப் பார்த்தேன். ஆனால் அவள் முகம் எந்தக் குறிப்பையும் உணர்த்துவதாயில்லை. ஆயினும் என்னை அவள் இடைமறிக்காமல் பொய் சொல்லும்படி விட்டு விட்டாள். நான் இப்படித்தான் பேச வேண்டும், அவள் சார்பில் நான் ஆடியதை மறைக்க வேண்டும் என்பதைத் தனது இந்த மௌனத்தின் மூலம் எனக்கு உணர்த்துகிறாளென முடிவு செய்து கொண்டேன். எப்படியும் அன்று மாலை எனக்கு அவள் விளக்கம் தருவாள். தனது இரகசியங்களைச் சொல்வாள் என்பதாய் நான் என்னுள் கூறிக் கொண்டேன்.

ஜெனரல் என்னைக் கண்டிப்பது போல் பார்த்ததாய்த் தோன்றிற்று. ஆனால் அவர் வாய் திறந்து ஒன்றும் சொல்லவில்லை. நான் அவருடைய ஏக்கத்தையும் தவிப்பையும் அவர் முகத்திலே காண முடிந்தது. பண நெருக்கடியால் தவித்துக் கொண்டிருந்த அவருக்கு என்னைப் போன்ற பொறுப்பற்ற ஒரு முட்டாளின் கையில் கால் மணி நேரத்துக்குள் இப்படிக் குவியலாய்த் திரவியம் வந்து புரண்டு சென்றதைக் கேட்பதற்கு வயிற்றெரிச்சலாய்த்தான் இருந்திருக்கும்.

நேற்று இரவு அவருக்கும் பிரெஞ்சுக்காரருக்கும் இடையே கடுமையான சச்சரவு நடைபெற்றிருக்க வேண்டுமென நான் சந்தேகப் பட்டேன். ஏனெனில் இருவரும் நெடுநேரம் தம்மை அறைக்குள் அடைத்துக் கொண்டு எதைப் பற்றியோ காரசாரமாய் விவாதித்துக் கொண்டிருந்தனர். பிறகு பிரெஞ்சுக்காரர் ஆவேசம் கொண்டவரைப் போல வெளியே சென்றார். மீண்டும் இன்று அதிகாலையில் ஜெனரலிடம் திரும்பி வந்தார். முந்திய நாள் சச்சரவு தொடர்ந்து இன்றும் நடைபெற்றிருக்க வேண்டும்.

நான் பணம் இழந்ததைப்பற்றி கேட்டதும் பிரெஞ்சுக்காரர் கடுமையும் காழ்ப்பும் தொனிக்க யாரும் அப்படிப் புத்திக் கெட்டுப் போய் அஜாக்கிரதையாய் நடந்து கொள்ளக் கூடாது என்றார். பிறகு ஏனோ தெரியவில்லை, மேலும் தொடர்ந்து, மிகப் பல ருஷ்யர் களும் சூதாடுகிறார்கள் என்றாலும், அதற்கு வேண்டிய சாமர்த்தியம் அவர்களிடம் இல்லை என்றார்.

"ஆனால் ருலெட் ஆட்டம் ருஷ்யர்களுக்கென்றே உருவாக்கப் பட்டதாய் நினைக்கிறேன்" என்று நான் வெடுக்கென பதிலளித்தேன். என்னுடைய பதிலைக் கேட்டு பிரெஞ்சுக்காரர் ஏளனமாய்ச் சிரிப் பதைக் கண்டதும் "ஆம், உண்மை இது, சந்தேகமே இல்லை" என்றேன். சூதாட்டத்தில் ருஷ்யர்களுக்குள்ள திறனைப் பற்றி பேசுகையில் நான் அவர்களைக் கண்டிப்பேனே தவிர ஒருபோதும் வாழ்த்த மாட்டேன் என்றேன்.

“எந்த அடிப்படையில் நீங்கள் இந்த அபிப்பிராயத்தைக் கூறுகிறீர்கள்? என்று கேட்டார் பிரெஞ்சுக்காரர்.

“எந்த அடிப்படையில் என்றால், நாகரிக மேலைய நாட்டவரின் நற்குணங்களுடனும் சிறப்புக்களுடனும் கூட வரலாற்று வழியில் ஒரு புதிய திறனும் இதை அவருடைய தலையாய திறனாய்க் கூற முடியாதென்ற போதிலும் மூலதனம் சேகரிக்கும் ஒரு புதிய திறனும் சேர்க்கப்பட்டிருக்கிறது; ஆனால் ருஷ்யர் மூலதனத்தைச் சேகரிக்கும் ஆற்றல் இல்லாதவர் என்பது மட்டுமல்ல, தம்மிடம் இருக்கும் மூலதனத்தையும் மனம் போன போக்கில் அசட்டுத்தனமாய் விரயம் செய்துவிடுகிறவர் அவர். எனினும் ருஷ்யர்களாகிய எங்களுக்கும் பணம் தேவைப்படுகிறது. ஆகவே உழைக்காமலே இரண்டொரு மணி நேரத்தில் பணப்பையை நிரப்பிக் கொள்ளுவதற்கு ஒரு வழி இருப்பது குறித்து மனம் மகிழ்ந்து நாங்கள் இவ்வழியை மேற்கொண்டு விடுகிறோம். இந்த வழி எங்களை வெகுவாய்க் கவர்ந்துவிடுகிறது, ஆனால் உழைக்கும் மனோபாவம் சிறிதுமின்றி மனம்போன போக்கில் நாங்கள் விளையாடுவதால் அனேகமாய் எப்பொழுதும் பணத்தை இழந்துவிடுகிறோம்.”

“ஓரளவுக்கு அது உண்மைதான்” என்று சுயமனத் திருப்தியுடன் ஒத்துக் கொண்டார் பிரெஞ்சுக்காரர்.

“இல்லை, இல்லை! அது ஒன்றும் உண்மை இல்லை!” என்று கண்டிக்கும் குரலில் கூறினார் ஜெனரல். பிறகு என்னைப் பார்த்து “உம்முடைய தாய்நாட்டை இப்படி வெட்கமின்றி இழித்துப் பேசுகிறீரே, இது சரியா?” என்றார்.

“வெட்கமா?” என்றேன் நான். ஆனால் எது வெட்ககரமானது – ருஷ்யரின் இந்த அடாவடித்தனமா? நேர்மையான உழைப்பின் மூலம் பணம் பண்ணும் ஜெர்மன் முறையா?– என்று கூறுவது கடினம்.”

“இது என்ன, கேடுகெட்ட கருத்தாய் அல்லவா இருக்கிறது!” என்று கூச்சலிட்டார் ஜெனரல்.

“ருஷ்யக் கருத்தாய் அல்லவா இருக்கிறது!” என்றார் பிரெஞ்சுக்காரர்.

நான் சிரித்துக் கொண்டேன், அவர்களுடன் சச்சரவிடச் சந்தர்ப்பம் கிடைத்தது குறித்து மகிழ்ந்து கொண்டேன்.

“கிர்கீசியக் கூடாரத்திலே நாடோடியாய் வாழ்ந்தாலும் வாழ்வேனே தவிர, இந்த ஜெர்மன் இலட்சியத்துக்கு நான் ஒருபோதும் அடிபணிய மாட்டேன்” என்று பலக்கக் கூவினேன்.

"அது என்ன இலட்சியம், ஜெர்மன் இலட்சியம்!" என்று இரைந்தார் ஜெனரல். இப்பொழுது அவருக்கு மெய்யாகவே கோபம் வந்துவிட்டது.

"பணம் சேர்க்கும் ஜெர்மன் முறை இருக்கிறதே அதைச் சொல்கிறேன். நான் இங்குவந்து அதிக நாட்களாகவில்லை, ஆனால் நான் கண்ணுற்றவையும் தெரிந்து கொண்டவையும் எனது தாத்தாரிய இரத்தத்தைக் கொதிக்கச் செய்கின்றன. ஆண்டவனே, வேண்டாம்! இம்மாதிரியான நற்குணங்கள் வேண்டவே வேண்டாம்! நேற்று நான் சுமார் பத்து வெர்ஸ்தா* தொலைவுக்கு நடந்துவிட்டு வந்தேன். நன்னெறி போதிக்கும் ஜெர்மன் பாடப் புத்தகங்களில் படிக்கிறோமே அதேபோன்ற காட்சிதான் எங்கும் இருக்கக் கண்டேன் ஒவ்வொரு வீட்டிலும் ஒரு பிதா இருக்கிறார், அவர் அச்சந்தரத்தக்க உத்தம ராகவும் அளவு கடந்த நேர்மையாளராகவும் இருக்கிறார். அவர் அருகே செல்வதே ஒரு பயங்கர அனுபவமாய் இருக்கும்படி அவ்வளவு நேர்மையானவர்! இத்தகையோரை என்னால் சகிக்கவே முடியவில்லை. இத்தகைய பிதா ஒவ்வொருவருக்கும் ஒரு குடும்பம் இருக்கிறது, மாலைப் பொழுதில் இந்தக் குடும்பத்தினர் நல்வழி போதிக்கும் புத்தகங்களை உரக்கப் படிக்கின்றனர். வீட்டுக்கு மேல் உயர்ந்து நிற்கும் எல்ம். செஸ்ட்னட் மரங்கள் சலசலக்கின்றன. கதிரவன் மறைந்து கொண்டிருக்கிறான், கூரைமீது நாரை ஒன்று அமர்ந்திருக்கிறது. யாவும் கவிதை போல் இதமாகவும் உருக்கமாகவும் இருக்கின்றன...

"ஜெனரல், தாங்கள் கோபப்படக்கூடாது. இதனிலும் உருக்க மான ஒன்றைச் சொல்கிறேன் கேளுங்கள், எனக்கு நன்றாய் நினைவு இருக்கிறது, என்னுடைய தந்தை இப்பொழுது அவர் இல்லை – அந்தி வேளையில் தமது சிறிய தோட்டத்தில் லிண்டன் மரங்களுக்கு அடியில் அமர்ந்து எனக்கும் என் தாய்க்கும் புத்தகங்கள் படித்துக் காட்டுவார். ஆம், இதெல்லாம் எனக்குத் தெரியும். ஆனால் ஒவ்வொரு ஜெர்மன் குடும்பமும் அடிமைப்பட்டு அதன் பிதாவுக்குக் கீழ்ப்படிந்து வாழவேண்டியிருக்கிறது. அவர்கள் மாடுகளைப் போல் வேலை செய்கிறார்கள், யூதர்களைப் போல பணம் சேர்க்கிறார்கள். பிதா கொஞ்சம் கூல்டின் சேர்த்து தமது மூத்த மகன் தொழில் நடத்தவோ, சிறிதளவு நிலம் வாங்கவோ அவனிடம் தருவதாய் வைத்துக்கொள்வோம். அதன் பலன்களில் ஒன்று என்னவெனில், மகளுக்குச் சீதனம் இல்லாமற் போய் அவள் மணம் புரிந்துகொள்ள முடியாமல் வீட்டிலே இருக்க வேண்டியதாகிறது. பிற்பாடு பெற்றோர் கள் இளைய மகனைக் கொத்தடிமையாகவோ படையாளாகவோ

---

* ஒரு கிலோமீட்டருக்கு சமமான பழைய ருஷ்ய நீட்டல் அளவை – (பதிப்பாசிரியர்)

விற்றுக் குடும்பத்தின் மூலதனத்தை அதிகமாக்கிச் செல்கிறார்கள். ஆம், இம்மாதிரியான காரியங்கள் செய்யப்படுகின்றன, நான் விசாரித்துத் தெரிந்து வைத்திருக்கிறேன். இவை எல்லாம் நேர்மை, மிதமிஞ்சிய நேர்மை உணர்வுடன்தான் செய்யப்படுகின்றன. இளைய மகன் தான் விற்கப்பட்டது முற்றிலும் சரியானதே என்றும், தான் பலியிடப்பட்டது பெறுதற்கரிய ஓர் இன்பம் ஆகுமென்றும் மனம் மகிழும் அளவுக்கு இந்த நேர்மை உணர்வு மிகைப்படுத்தப்படுகிறது. பிறகு என்ன? ஆம், மூத்த மகனுடைய நிலையும் எவ்வகையிலும் இலகுவாகி விடுவதில்லை. அவனுடைய இதயத்துக்கு உரியவள் ஒருத்தி இருக்கக்கூடும். ஆனால் அவளை அவன் இன்னும் மணம் புரிந்துகொள்ளக் கூடாது – காரணம், இன்னும் அவன் போதிய அளவில் கூல்டினைச் சேர்த்தாகவில்லை. ஆகவே இருவரும் காலம் வருமென்று பொறுமையாய்க் காத்திருக்கிறார்கள். தாம் பலியிடப் படுவதற்கு இன்முகத்துடன் தூய உள்ளத்தினராய் உடன்படுகின்றனர். அவன் உள்ளத்துக்கு உரியவள், இதற்கிடையில் கன்னம் ஒட்டிப் போய் உலரத் தொடங்கிவிடுகிறாள். முடிவில் சுமார் இருபது ஆண்டுகளுக்குப் பிறகு அவர்களுடைய வசதிகள் அதிகரிக்கின்றன; நேர்மையாகவும் நெறி தவறாமலும் போதிய அளவில் கூல்டின்கள் சேர்க்கப்படுகின்றன. பிறகு பிதா நாற்பது வயதாகிவிட்ட தமது மகனுக்கும் ஒட்டிய மார்பும் சிவந்த மூக்குமுடைய முப்பத்தைந்து வயதான அவன் துணைவிக்கும் ஆசி கூறுகிறார். கண்ணீர் வடித்துவிட்டு இருவருக்கும் நன்னெறிப் போதனைகள் சிலவற்றை அளித்தபின் மாண்டு போகிறார். அவருக்குப் பின் அவரைப் போலவே மூத்த மகன் நெறி பிறழாத பிதாவாகிறான், திரும்பவும் அதே பழைய கதைதான்! ஐம்பது, எழுபது ஆண்டுகளில் ஆதி பிதாவின் பேரன் கணிச அளவில் பணம் சேர்த்துவிடுகிறான். இந்தத் தொகையைத் தன் மகனுக்குக் கொடுத்துச் செல்கிறான். மகன் அவனுடைய மகனுக்குத் தருகிறான். இவ்விதமாய்ப் பல தலைமுறைகளுக்கு நடைபெற்றபின் முடிவில் கோமகன் ரோட்ஷில்டோ, 'ஹாப்பே அண்டு கம்பெனியோ', வேறு என்ன எழவோ உதித்தெழுவதைக் காண்போம்! எவ்வளவு அருமையான காட்சி – கூரையிலே நாரை உட்கார்ந்திருக்க ஓரிரு நூற்றாண்டில் இந்த உழைப்பும் பொறுமையும் சாமர்த்தியமும் சிக்கனமும் குணநலமும் விடாமுயற்சியும் மரபு வழியில் திரட்டப்படும் இந்தக் காட்சி எவ்வளவு அருமையானது! அது மட்டுமல்ல, இதைக் காட்டிலும் சிறப்பானது வேறு எதுவும் இருக்க முடியாதென்று இவர்கள் நினைக்கிறார்கள். ஆகவே இவர்களுடைய இந்தக் கண்ணோட்டத்திலிருந்து ஏனைய உலகை மதிப்பிடவும், தவறிழைப் போரை–அதாவது தம்மைப் போன்றவர்களாய் இல்லாதோரை– கண்டிக்கவும் முற்படுகிறார்கள். ஆம், சுருங்கச் சொன்னால் நாம்

காண்பது இதுதான். என்னைப் பொறுத்தவரை நான் ருஷ்ய முறையில், அடாவடித்தனத்தில் ஈடுபடுவதே அல்லது ருலெட் ஆடிப் பெறும் பணம் திரட்டுவதே உத்தமம் என்பேன். ஐந்து தலை முறைகளுக்குப் பிற்பாடு 'ஹாப்பே அண்டு கம்பெனி' ஆக வேண்டு மென்று நான் விரும்பவில்லை. நான் பணம் விரும்புவது எனக் காகவேதான். நான் என்னை மூலதனத்துக்கு அவசியமான சாதன மாய், அதற்கு அர்ப்பணிக்கப்பட வேண்டியவனாய்க் கருதவில்லை. நான் சொல்வது தவறாய் இருக்கலாம், பரவாயில்லை! இவை தாம் என்னுடைய கருத்துக்கள்."

"நீர் கூறியது எவ்வளவு தூரம் உண்மை என்பது எனக்குத் தெரியாது" என்று சிந்தனையில் மூழ்கியவராய்க் கூறினார் ஜெனரல். "ஆனால் இம்மியளவு வாய்ப்பு அளித்ததுமே சகிக்க முடியாத கோமாளிக் கூத்தாடத் தொடங்கிவிடுகிறீர், இது எனக்குத் தெரிகிறது..."

வழக்கம் போல் வாக்கியத்தை முடிக்காமலே விட்டுவிட்டார் அவர். அன்றாட அற்ப உரையாடலின் வரம்புக்குச் சிறிதளவு அப்பால் சென்றதுமே தாம் கூற வந்ததைச் சொல்லி முடிக்காமல் இடைவழியில் விட்டுவிடுவது அவருடைய வழக்கமாகும். பிரெஞ் சுக்காரர் கண்கள் சற்றுப் பிதுங்கித் தெரிய, இளக்காரமாய்க் கேட்டுக் கொண்டிருந்தார். ஆனால் நான் கூறியதில் பெரும் பகுதி அவருக்குப் புரிந்திருக்காது. பலீனாவைப் பொறுத்தவரை அவள் அளவு கடந்த அலட்சியத்துடன் பார்த்தாள். நான் கூறியதோ அல்லது சாப் பாட்டின்போது பேசப்பட்டவையோ அவள் காதில் விழுந்ததாகவே தெரியவில்லை.

# 5

ஆம், அவள் ஆழ்ந்த சிந்தனையில் மூழ்கியிருந்தாள். ஆயினும் சாப்பாட்டு மேஜையை விட்டு எழுந்ததும் அவள் தன்னுடன் உலாவ வரும்படி என்னைக் கூப்பிட்டாள். குழந்தைகளை அழைத்துக் கொண்டு நாங்கள் பூங்காவிலுள்ள பூநீர்ச்சுனைக்குப் புறப்பட்டோம்.

கிளர்ச்சியுற்ற நிலையில் இருந்த நான் யோசனையின்றி வெடுக்கென அவளை ஒரு கேள்வி கேட்டேன்: நம்முடைய மார்க்விசு தெ கிரியே அவளுடன் ஏன் உலாவ வருவதில்லை? கடந்த சில நாட்களாய் அவளுடன் பேசுவதைக்கூட நிறுத்திக் கொண்டுவிட்டாரே என்ன காரணம்?

"அந்த ஆள் கண்ணியமில்லாதவர், அதுதான் காரணம்" என்று அவள் என்றும் இல்லாத முறையில் பதிலளித்தாள். தெ கிரியேயைப் பற்றி அவள் இதன் முன் இப்படிப் பேசியதே இல்லை. அவளுடைய இந்தக் கோபத்தின் உட்பொருளைக் கண்டு நான் கணப் பொழுதுக்கு வாயடைத்துப் போய்விட்டேன்.

"இன்று அவர் ஜெனரலுடன்கூட நல்லபடியாய்ப் பேசவில்லை, கவனித்தாயா நீ?" என்று மேலும் கேட்டேன்.

"என்ன ஆயிற்று என்று தெரிந்துகொள்ள விரும்புகிறாய், அப்படித்தானே?" என்று அவள் சிடுசிடுத்துக் கொண்டாள். "ஜெனரல் தமது சொத்து பூராவையும் மார்க்விசுக்கு அடமானம் வைத்திருப்பது உனக்குத் தெரியும் அல்லவா? ஆகவே, ஜெனரலுடைய தாய் இறக்காவிடில், அந்தப் பிரெஞ்சுக்காரர் தம்மிடம் அடமானமாய் இருக்கும் இந்தச் சொத்துக்கு முழு உடைமையாளராகி விடுவார்."

"மெய்யாகவே சொத்து பூராவும் அடமானமாகவா வைக்கப் பட்டிருக்கிறது? அம்மாதிரி வதந்தியை நான் கேட்டிருக்கிறேன்.

ஆனால் எந்த அளவுக்கு அது உண்மை என்று இதுவரை எனக்குத் தெரியாது.”

“உண்மைதான்.”

“அப்படீன்னா மத்மாசேல் பிளான்ஷ் கையை ஆட்டிக் காட்டி விட்டுப் போய்விடுவாளே, ஒருநாளும் மதாம் ஜெனரலாவதற்குச் சம்மதிக்க மாட்டாளே” என்றேன் நான். “கிழவர் அவளுக்கு உள்ளத்தைப் பறி கொடுத்துவிட்டுத் தவிக்கும் இந்த நிலையில் அவரை அவள் உதறித் தள்ளினால் கிழவர் சுட்டுக் கொண்டு செத்துப் போய்விடுவாரே. இந்த வயதில் காதல் கொள்வது ரொம்ப ஆபத்தானது.”

“ஆம், அவருக்கு இப்படித்தான் ஏதாவது ஆகுமென்று எனக்கும் தோன்றுகிறது” என்று சிந்தனையில் ஆழ்ந்தவளாய்ப் பலீனா குறிப்பிட்டாள்.

“ரொம்ப அழகாய் இருக்கிறது!” என்று நான் வியந்து கொண்டேன். “பணத்துக்காகவே மணம் புரிந்து கொள்ள ஒத்துக் கொண்டதாய், இப்படி அப்பட்டமாய்த் தெரியப்படுத்தி விட்டாளே? வழக்கமான கண்ணிய முறை எதுவும் மதிக்கப்படாமல் யாவும் புறக்கணிக்கப்பட்டுவிட்டன. வெட்கக்கேடு! பாட்டி சாகவில்லையா என்று கேட்டுத் தந்திக்கு மேல் தந்தி அல்லவா அனுப்பினார்கள்! அதுபோன்ற ஒரு தமாஷை, அவலத்தை, கேவலத்தைக் கேட்டது உண்டா? பலீனா அலெக்சாந்திரவ்னா, இதைப்பற்றி நீ என்ன நினைக்கிறாய்?”

“ஆம், அசட்டுத்தனம்தான்” என்று அவள் அருவருப்புடன் கூறினாள். “அதனால்தான் நீ இப்படிக் களிப்புறுவதைப் பார்க்கையில் எனக்கு வியப்பாய் இருக்கிறது. உனக்கு ஏன் இந்த மகிழ்ச்சி? அங்கே போய் என்னுடைய பணத்தை இழந்துவிட்டு வந்திருக்கிறாய் என்றா மகிழ்ந்து கொள்கிறாய்?”

“இழப்பதற்காக எனக்கு நீ ஏன் பணம் தந்தாய்? பிறத்தியார் சார்பில், அதுவும் உன் சார்பில், ஆடினால் நான் தோற்றுத்தான் போவேன் என்று நான் அப்பொழுதே சொல்லியிருந்தேன். நீ போய் ஆடு என்று சொன்னாய், நான் போய் ஆடினேன். அதன் விளைவுக்கு நான் பொறுப்பல்ல, என்னைக் குற்றம் சொல்லிப் பயனில்லை. இப்படி ஆடினால் எந்த நன்மையும் வராது என்று எச்சரித்துவிட்டுத் தானே போயிருந்தேன்? இவ்வளவு பணத்தை இழந்துவிட்டோமே என்று நீ வருந்துகிறாயா? உனக்கு அவ்வளவு பணம் தேவைப்படுவது எதற்காக?”

“இந்தக் கேள்விகளை எல்லாம் எதற்காகக் கேட்கிறாய்?”

"யாவற்றையும் நீ எனக்கு விவரமாய்ச் சொல்வதாய் வாக்களித்திருக்கிறாய், அதனால்தான் கேட்கிறேன். என் சார்பிலே நான் ஆடத் தொடங்கியதும் (என் கையில் 120 கூல்டின் எஞ்சியிருக்கிறது) நிச்சயம் நான் வெற்றி பெறுவேன். உனக்கு வேண்டியதை நீ எடுத்துக் கொள்ளலாம்."

அலட்சியமாய் என்னை அவள் பார்த்தாள்.

"இப்படி ஒரு ஆலோசனையைச் சொல்வதற்காக நீ என்மீது கோபப்படக்கூடாது" என்று தொடர்ந்து பேசினேன். "நீ என்னை ஒரு பூஜ்யமாகவே கருதுகிறாய், இதை நான் நன்கு உணர்கிறேன். ஆகவே என்னிடமிருந்து பணம் பெற்றுக் கொள்ளத் தயங்க வேண்டியதில்லை. என்னிடமிருந்து அன்பளிப்பு பெறுவதால் எவ்விதத்திலும் நீ மனம் புழுங்க வேண்டியதில்லை. தவிரவும் நான்தான் உன் பணத்தை இழந்துவிட்டு வந்தேன்."

சட்டென அவள் என்னை ஒரு பார்வை பார்த்தாள், ஆனால் நான் கடுப்பாகவும் கிண்டலாகவும் பேசியதைக் கண்ணுற்றதும் பேச்சை மாற்றிக் கொண்டாள்:

"என்னுடைய நிலைமைகளில் உனக்கு அக்கறைக்குரியது ஒன்றுமில்லை. ஆயினும் நீ தெரிந்துகொள்ள விரும்பினால், கூறுகிறேன் கேள். நான் கடன்பட்டுவிட்டேன். கொஞ்சம் பணம் கடன் வாங்கினேன். இப்பொழுது அதை நான் திருப்பிக் கொடுத்துவிட விரும்புகிறேன். ஆட்ட மேஜையில் நிச்சயம் நான் வெற்றி பெறுவேன் என்றொரு வேடிக்கையான விபரீதமான நம்பிக்கை என்னிடம் குடி கொண்டிருக்கிறது. அது ஏன் அப்படி நம்புகிறேன் என்று என்னால் சொல்ல முடியவில்லை, ஆனால் அப்படி ஒரு நம்பிக்கை மிகவும் திடமாய் என்னுள் இருந்து வருகிறது. வேறு வழி எதுவும் இல்லாததால் இப்படி ஒரு நம்பிக்கை ஏற்பட்டுவிட்டதோ என்னவோ."

"அல்லது ஆட்ட மேஜையிலே வெற்றி பெறுவது அப்படி இன்றியமையாத தேவை ஆகிவிட்டதாலும் இப்படி ஒரு நம்பிக்கை ஏற்பட்டிருக்கலாம். நீரில் மூழ்கியவன் துரும்பானாலும் கெட்டியாய்ப் பிடித்துக் கொள்கிறான் அல்லவா, அதைப் போன்றதுதான் இது. அவன் மூழ்கியவனாய் இல்லாவிடில் துரும்பைப் போய் மரத் துண்டு என்று நினைத்துக் கொள்ளமாட்டான் – இதை நீ ஒத்துக் கொள்வாயென நினைக்கிறேன்."

பலீனா வியப்புடன் என்னை உற்றுப் பார்த்தாள்.

"என்ன?" என்றாள். "ஆட்ட மேஜையிலே உனக்கு நம்பிக்கை இல்லை என்றா சொல்கிறாய்? இங்கே ருலெட் ஆடினால் நிச்சயம் வெற்றிபெறுவேன் என்று நீ இரண்டு வாரங்களுக்கு முன்பு திரும்பத் திரும்ப என்னிடம் சொல்லவில்லையா? இப்படி நம்புவதற்காக

உன்னை நான் முட்டாளாய் நினைத்துவிடக் கூடாது என்று என்னை நீ கேட்டுக் கொள்ளவில்லையா? வேடிக்கைக்காகவா அப்படிச் சொன்னாய்? இருக்க முடியாதே, வேடிக்கைப் பேச்சு என்று நினைக்க இடமில்லாதபடி அப்படிக் கருத்துடன் அல்லவா பேசினாய் – எனக்கு நன்றாய் நினைவிருக்கிறதே."

"மெய்தான், நிச்சயம் எனக்கு வெற்றி கிட்டுமென்று நம்பிக்கை இப்பொழுதும் இருந்துவருகிறது" என்று சிந்தனையில் ஆழ்ந்த வனாய்ப் பதிலளித்தேன். "ஆனால் நீ சொல்வதைக் கேட்கையில் என் மனத்துள் ஒரு கேள்வி உதிக்கிறது – மடத்தனமாய், கவனமின்றி நான் பணத்தை இழந்துவிட்டு வந்த பிறகும் ஏன் எனக்குச் சந்தேகம் உண்டாகவில்லை என்று நினைக்கையில் வியப்பாகவே இருக்கிறது. என் சார்பில் நான் ஆடத் தொடங்கியதும் நிச்சயமாய் வெற்றியே பெறுவேன் – இதில் எனக்கு முழு நம்பிக்கை இருக்கிறது."

"எதனால் உனக்கு அவ்வளவு நம்பிக்கை?"

"எதனாலோ எனக்குத் தெரியாது. அவசியம் நான் வெற்றி பெற்றாக வேண்டும் என்று மட்டும்தான் எனக்குத் தெரியும். இதை விட்டால் எனக்கு வேறுவழியே இல்லை. நிச்சயம் நான் வெற்றி பெறுவேன் என்ற எனது உறுதிக்கு இதுவே காரணமாய் இருந்தாலும் இருக்கலாம்."

"வெற்றி கிட்டுமென நீ இவ்வளவு அசாத்திய உறுதி கொண்டிருப்பதால் உனக்கும் வெற்றி இன்றியமையாத தேவையாய் இருக்க வேண்டும் என்றல்லவா ஆகிறது?"

"எதிலும் நான் ஆழ்ந்த கவலை கொள்ள முடியுமென நீ நம்பவில்லை, இல்லையா?"

"எதிலும் உனக்குக் கவலை இருந்தாலும் இல்லாவிட்டாலும் எனக்கு எல்லாம் ஒன்றுதான்" என்று மிக அலட்சியமாகப் பலீனா பதிலளித்தாள். "ஆயினும் என்னை நீ கேட்பதால் இதைச் சொல்கிறேன்: உனக்கு எந்தப் பெரிய கவலையும் இருக்க முடியுமென்று நான் நம்பவில்லை. நீ கவலைப்படக் கூடியவன்தான், ஆனால் உனக்குள்ள கவலை அப்படி ஒன்றும் கடுமையாய் இருக்காது. கொஞ்சமும் ஒழுங்கில்லாத நிலையற்ற ஆள் நீ. ஆனால் உனக்கு ஏன் பணம் வேண்டுமென விரும்புகிறாய்? நீ கூறும் காரணங்களில் ஒன்றாவது எனக்கு முக்கியமானதாய்த் தெரியவில்லை."

"அது இருக்கட்டும்" என்று நான் இடைமறித்தேன். "கடனை அடைக்க வேண்டும் என்றாயே, அது ரொம்பப் பெரிய தொகையாகவே இருக்க வேண்டும். இந்தப் பிரெஞ்சுக்காரருக்குத் தர வேண்டிய கடனா அது?"

“நீ ஏன் இந்தக் கேள்விகளை எல்லாம் கேட்கிறாய்? இன்று நீ ரொம்பத் துணிந்து பேசுகிறாய். குடி போதையிலா இருக்கிறாய்?”

“உனக்குத் தெரியும், நான் உன்னுடன் எதைப்பற்றியும் தயங்காது துணிந்து பேசுகிறவன், சில சமயங்களில் ஒளிவு மறைவின்றி அப்பட்டமாய்க் கேள்விகள் கேட்கிறவன், திரும்பவும் சொல்கிறேன் – நான் உன்னுடைய அடிமை. அடிமையின் முன்னால் யாரும் வெட்கப்பட மாட்டார். உனக்கு அடிமையாய் இருப்பவன் உன்னை அவமானப்படுத்த முடியாது.”

“இதெல்லாம் அபத்தப் பேச்சு!’ அடிமையாகிவிட்டது பற்றிய உன்னுடைய இந்தப் பேச்சை என்னால் ஏற்றுக்கொள்ள முடியாது.”

“உன் அடிமையாய் இருக்க நான் விரும்புகிறேன் என்பதால் என்னை உன் அடிமையாய் நினைத்துப் பேசவில்லை. என்னையும் மீறிய ஓர் உண்மை நிலவரத்தைத்தான் குறிப்பிடுகின்றேன்.”

“சுற்றி வளைக்காமல் நீ இதற்குப் பதில் சொல்: உனக்குப் பணம் வேண்டும் என்கிறாயே, எதற்காக”

“நீ ஏன் அதைத் தெரிந்துகொள்ள விரும்புகிறாய்?”

“நீ என் கேள்விக்குப் பதில் சொல்ல விரும்பவில்லை. சரி, சொல்ல வேண்டாம்” என்று சொல்லி கர்வமாய்த் தலையை ஆட்டிக் கொண்டாள்.

“நான் உன் அடிமை என்ற பேச்சை ஏற்றுக்கொள்ள முடியாது என்கிறாய். அதேபோது உனக்கு நான் அடிமையாகவே இருக்க வேண்டுமென்று கோருகிறாய்: நான் கேட்பதற்குப் பதில் சொல், நீ என்னைக் கேள்வி எதுவும் கேட்காதே என்கிறாய். சரி, அப்படியே ஆகட்டும். எனக்கு ஏன் பணம் என்று கேட்கிறாய். பணம்தான் எல்லாம்! பணம் இல்லையேல் எதுவும் இல்லை!”

“அது புரிகிறது. ஆனால் பணம், பணம் என்று பணப்பித்து கொண்டுவிடக் கூடாது. உனக்கு இப்படிப்பட்ட ஒரு பித்துதான் பிடித்துக் கொண்டுவிடும். ஏதோ ஓர் அதிசய நோக்கத்தோடுதான் நீ பணம் வேண்டும் என்கிறாய். சுற்றி வளைக்காமல் சொல்லு, நான் விரும்புவது அதுதான்.”

அவளுக்குக் கோபம் வர ஆரம்பித்துவிட்டது. மேலும் மேலும் அவள் ஆத்திரமாய்க் கேள்வி கேட்டதை நான் பெரிதும் விரும்பி னேன்.

“நிச்சயமாய் எனக்கு ஒரு நோக்கம் உண்டுதான் என்றேன். ஆனால் அதை எப்படி விளக்கிச் சொல்வதென்று எனக்குத் தெரிய வில்லை. என்னிடம் பணம் இருக்குமானால் உனக்கு நான் அடிமை யாய் இல்லாமல் வேறொரு வித மனிதனாகிவிடுவேன்.”

“அது எப்படி? எப்படி நீ அம்மாதிரி ஆக முடியும்?”

“எப்படி ஆக முடியுமா? புரியவில்லையா உனக்கு? என்னை நீ அடிமையாய் அல்லாது வேறு விதமாய்க் கருதும்படி நான் மாற முடியுமென்பது நம்ப முடியாத ஓர் அதிசயமாகவா தோன்றுகிறது உனக்கு? உன்னுடைய இந்த ஆச்சரியமும் திகைப்பும்தான் எனக்குச் சகிக்க முடியாத வேதனையாய் இருக்கின்றன.”

“இந்த அடிமை நிலை உனக்கு ஆனந்தமளிப்பதாய் அல்லவா கூறினாய்? நானும் அப்படித்தானே நினைத்துக் கொண்டிருந்தேன்.”

“நீயும் அப்படி நினைத்துக் கொண்டிருந்தாயா?” என்று நான் ஒரு விநோத மகிழ்ச்சியுடன் பலத்த குரலில் கேட்டேன். “இப்படிப் பட்ட வெகுளித்தனம் உன்னிடம் இருக்குமானால் எவ்வளவு நன்றாய் இருக்கும்! ஆமாம், உனக்கு அடிமையாய் இருப்பதில் எனக்கு ரொம்ப மகிழ்ச்சிதான்! மதிக்கத் தக்கவனாய்க் கடைகோடியான இழிநிலையில் இருந்து நான் ரொம்பத்தான் ஆனந்தமடைகிறேன்!” என்று கொதிப்புற்றுப் பேசினேன். “சவுக்கடிபடுவதிலும், சவுக்கடி பட்டு முதுகிலிருந்து துண்டு துண்டாய்ச் சதை பிய்த்தெறியப் படுவதிலுங்கூட ஆனந்தம் இருக்கலாம், யாருக்குத் தெரியும்... ஆனால் நான் விரும்புவது வேறொரு வகை ஆனந்தம்... ஆண்டுக்கு எழுநூறு ரூபிளில் ஜெனரல் என்னை வேலைக்கு அமர்த்தியுள்ளார் – அவர் இந்தத் தொகையை எனக்குத் தருவாரா என்பது சந்தேகம் தான். ஆயினும் இப்படி என்னை அவர் வேலைக்கு அமர்த்தி யிருப்பதால், சாப்பிடும்போது எல்லோருக்கும் எதிரே எனக்குப் புத்திமதி கூறினார். மார்க்விசு தெ கிரியே, புருவங்களை உயர்த்திக் கொண்ட போதிலும் என்னைக் கண்ணெடுத்தும் பாராது மகா அலட்சியமாக நடந்து கொண்டார். இந்த மார்க்விசு தெ கிரியேயை உன் எதிரே எனக்குத் தலை குனிய வைக்க வேண்டுமென்று நான் ஆசைப்படலாம் அல்லவா?”

“பச்சைக் குழந்தை மாதிரி பேசுகிறாய். எந்த நிலைமையிலும் கௌரவமாய் நடந்து கொள்வது முடியாத காரியமல்ல. போராட வேண்டி வரலாம், ஆயினும் போராட்டம் ஒருவரை உயர்த்த வேண்டுமே தவிர இழிநிலைக்குத் தாழ்ந்துவிடுமாறு செய்யக் கூடாது.”

“அரிச்சுவடி ஆரம்பப் பாடம் அது. கௌரவமாய் நடந்து கொள்வது எனக்கு முடியாத காரியம் என்றே வைத்துக்கொள்வோம். நான் சொல்ல விரும்புவது என்னவெனில், நான் கௌரவத்துக் குரியவனே ஆயினும், என்னால் எப்பொழுதும் கௌரவமாய் நடந்துகொள்ள முடிவதில்லை, ஏன் தெரியுமா? ருஷ்யர்கள் எல்லோரும் அப்படித்தான். காரணம் என்ன? ருஷ்யர்கள் மிகப் பலவாறான திறன்களையும் நிரம்பப் பெற்றவர்கள். இதற்கேற்ப

உடனுக்குடன் அவர்கள் தக்க பாணிகளைத் தேர்வு செய்துகொள்ள முயலவில்லை அதுதான் காரணம். பாணிதான் இங்குள்ள பிரச்சினை. நம்மில் மிகப் பெரும்பாலோர் அறிவாற்றலில் மிகவும் சிறந்தவர்கள், ஆகவே மேதைகளுக்கு ஏற்ற பாணியே நமக்கு பொருத்தமாயிருக்கும். ஆனால் நம்மிடையே மேதைகள் அதிகம் பேர் இல்லை, ஏனெனில் உலகிலேயே அதிகம் பேரில்லை. பிரெஞ் சுக்காரர்களும் மற்றும் சில ஐரோப்பியர்களும் மட்டும் தமது பாணிகளைத் தேர்வு செய்து கொண்டுவிட்டனர். இவர்களால் மிகவும் கௌரவமாய் நடந்து கொண்டு, அதேபோதில் சிறிதும் கண்ணியமற்றோராயும் இருக்க முடிகிறது. எனவேதான் இவர் களுக்குப் பாணி தலையாய முக்கியத்துவமுடையதாகிவிடுகிறது. பிரெஞ்சுக்காரரை அவமதிக்கலாம், எவ்வளவு வேண்டுமானாலும் கடுமையாகவும் இழிவாகவும் அவமதிக்கலாம். அதை அவர் முகச்சுளிப்புகூட இல்லாமல் பொறுத்துக் கொண்டுவிடுவார். ஆனால் மூக்கை மெல்லத் திருகினாலே போதும் அவரால் பொறுக்க முடியாது. ஏனென்றால் இந்தச் செயல் அங்கீகரிக்கப்பட்டு நிலைநாட்டப்பட்ட பாணிகளை மீறுவதாயுள்ளது. ஆதலால்தான் நமது பெண்களுக்கு பிரெஞ்சுக்காரர்களை மிகவும் பிடித்திருக்கிறது – பிரெஞ்சுக்காரர்களுடைய பாணிகள் குற்றங்குறையின்றிச் சிறப்பாய் இருப்பதாய் மெச்சுகிறார்கள்! ஆனால் என்னுடைய அபிப்பிராயத் தில் பிரெஞ்சுக்காரரிடம் மெச்சத்தக்க பாணி எதுவும் இருக்கவில்லை; அவர் ஒரு சேவல் – கேல் சேவல்* அவ்வளவுதான்! ஆனால் என்னால் இதைப் புரிந்துகொள்ள முடியவில்லை, நான் பெண்ணல்ல. ஒரு வேளை சேவல்கள் சிறந்தனவாய் இருக்கலாம். நான் சொல்வது சரியல்ல என்றால், நீ குறுக்கிட்டுத் தடுக்கவேண்டும். உன்னுடன் பேசும்போது அடிக்கடி நீ குறுக்கிட்டு என்னைத் திருத்த வேண்டும், ஏனெனிலும் உன்னுடன் பேசுகையில் என் மனத்துள் இருப்பதை எல்லாம் அப்படியே சொல்லித் தீர்த்துவிடப் பார்க்கிறேன். ஆம், நடையொழுங்கு பாணிகள் இல்லாதவனாய் நடந்து கொள்கிறேன். நான் இதை ஒத்துக் கொள்கிறேன்: என்னிடம் இந்தப் பாணியும் இல்லை, கண்ணியமும் இல்லை. இந்த உண்மையை உனக்குத் தெரிவிக்கிறேன். கண்ணியத்தைப் பொருட்படுத்தவில்லை. என்னுள் யாவும் தடையுறுத்தப்பட்டு வைக்கப்பட்டிருக்கின்றன. காரணம் உனக்குத் தெரிந்ததே. மனிதனுக்குரிய சிந்தனை ஒன்றுகூட என் தலையில் இல்லை. உலகில், இங்கும் ருஷ்யாவிலும், என்ன நடை பெறுகிறது என்று தெரியாதவனாகவே நெடுங்காலமாய் இருந்து வருகிறேன். டிரெஸ்டனுக்குப் போயிருந்தேன், ஆனால் டிரெஸ்டன்

---

* கேல் சேவல் – பிரான்ஸ் நாட்டின் சின்னங்களில் ஒன்று. – (பதிப் பாசிரியர்)

எப்படிப்பட்டது என்று இன்னும் தெரியாதவனாகவே இருக்கிறேன். எது என்னைப் பிடித்து இப்படி ஆட்டிப் படைக்கிறது என்று உனக்குத் தெரியும். நான் நம்பிக்கையற்றவனாய் இருக்கிறேன், நீ என்னை ஒரு பூஜ்யமாய்ப் பாவித்து வருகிறாய். சுற்றி வளைக்காமல் சொல்கிறேன் கேள்: எங்கே சென்றாலும் உன்னைத்தான் காண்கிறேன் - ஏனைய எதிலும் எனக்கு நாட்டமில்லை. உன்மீது எனக்கு இப்படி ஒரு காதல் உண்டாக என்ன காரணமோ, நான் அறியேன். நீ நல்லவளா என்பதே தெரியாது எனக்கு. உன் முகம் அழகானதா, இல்லையா என்றுகூட அறியேன் நான். உன் இதயமும் எழிலற்றதாகவே இருக்கலாம், உன் மனமும் மாண்பற்றதாகவே இருக்கலாம்."

"நான் மாண்புடையவளென்று நீ நம்பாததால் பணம் கொடுத்து என்னை விலைக்கு வாங்கிவிடலாமென நினைக்கிறாய் இல்லையா" என்று கேட்டாள் அவள்.

"பணத்துக்கு உன்னை வாங்கலாமென எப்பொழுது நினைத்தேன் நான்?"

"தொடர்பின்றி முன்னுக்குப் பின் முரணாய்ப் பேசிக் கொண்டிருக்கிறாய். நீ என்னை விலைக்கு வாங்க முயலாவிடில், எப்படியும் என் தன்மானத்தை விலைக்கு வாங்கலாம் என்றுதானே பார்க்கிறாய்?"

"நான் அப்படி ஒன்றும் சொல்லவில்லை. விளக்கிச் சொல்வது கடினம் என்று ஏற்கனவே கூறியிருக்கிறேன். நீ என்னை நிலை குலையச் செய்கின்றாய். என்னுடைய பிதற்றலைக் கேட்டு நீ கோபப் படக் கூடாது. ஏன் என்மீது கோபம் கொள்ளக் கூடாதென்று உனக்குத் தெரியும்: நான் ஒரு பைத்தியக்காரன். ஆனால் நீ கோபப்பட்டால் என்ன, படாவிட்டால் என்ன - எல்லாம் ஒன்றுதான் எனக்கு. என் அறையில் உட்கார்ந்திருக்கையில் என் மனத்துள் உன்னை நினைத்துக்கொண்டால் போதும், உன்னுடைய ஆடைகளின் சலசலப்பு காதில் விழுவதாய்க் கற்பனை செய்து கொண்டால் போதும், உடனே என் கைகளைக் கடித்துக் கொள்ள வேண்டும் போல அப்படி பரபரப்புற்று விடுகிறேன். என்மீது ஏன் உனக்கு இந்தக் கோபம்? என்னை உன் அடிமையாய்ச் சொல்லிக் கொள்கிறேனே, அதனாலா? அதை நீ பயன்படுத்திக் கொண்டு ஆனந்தப்படு, எனது அடிமை நிலையைப் பயன்படுத்திக் கொண்டு ஆனந்தப்படு. சில நேரங்களில் நான் உன்னைக் கொன்றுவிட நினைப்புண்டு தெரியுமா? உன்மீது எனக்குக் காதல் இல்லாமற் போவதல்ல காரணம், பொறாமையினாலான ஆற்றாமை அல்ல காரணம், அப்படியே உன்னை விழுங்கிடலாம் போலிருப்பதே காரணம். நீ சிரிக்கிறாய்..."

"இல்லை, நான் சிரிக்கவில்லை" என்று அவள் கோபமாய்க் கூறினாள். "பேசாமல் இருக்கும்படி உனக்கு உத்தரவிடுகிறேன்."

 நற்றிணை பதிப்பகம்

கோபம் தொண்டையை அடைக்க மேலும் பேச முடியாமல் அவள் நிறுத்திக் கொண்டுவிட்டாள். உண்மையில் அவள் அழகானவள்தானா என்பது ஆண்டவனுக்குத்தான் தெரியும். அம்மாதிரி அவள் தொண்டை அடைத்துப்போய் நிற்பதைக் காண்பதில் எப்பொழுதுமே எனக்கு ஓர் இன்பம் உண்டு. ஆகவே நான் வேண்டுமென்றே அவளுக்குக் கோபம் வரும்படி பேச விரும்புவேன். ஒருவேளை அவள் இதை ஊகித்துக் கொண்டு, வேண்டுமென்றே கடுங்கோபம் கொண்டவளைப் போல் பாசாங்கு செய்கிறாளோ, என்னவோ? இதை நான் அவளிடம் சொன்னேன்.

"காட்டு மிருகம் போன்ற ஆளாய் இருக்கிறாயே?" என்று அவள் ஆத்திரமாய்க் கூறினாள்.

"நான் கவலைப்படவில்லை" என்று தொடர்ந்து பேசினோம். "உனக்கு இன்னொன்றும் சொல்கிறேன். நாம் இருவரும் சேர்ந்து உலாவச் செல்வது அபாயகரமானது, தெரியுமா? உன்னைத் தாக்க வேண்டும், விகாரப்படுத்த வேண்டும், உன் கழுத்தைப் பிடித்து நெரிக்க வேண்டும் என்றொரு வெறி அடிக்கடி என்னைப் பற்றிக் கொண்டுவிடுகிறது. இம்மாதிரி நடைபெறாதென்று என்ன நிச்சயம்? அப்படி வெறிகொண்டுவிடும்படி நீ என்னை வதைத்து வருகிறாய். ரகளையாகிவிடும் என்றோ, நீ கோபப்படுவாய் என்றோ எனக்குப் பயமா, என்ன? உன் கோபம் குறித்து நான் ஏன் பயப்படவேண்டும்? எந்த நம்பிக்கையும் இல்லாமலே உன்னை நான் காதலிக்கிறேன். இதன் பிறகும் இன்னும் ஆயிரம்மடங்கு அதிகமாகவே உன்னைக் காதலிப்பேன் என்பதும் எனக்குத் தெரியும். என்றாவது நான் உன்னைக் கொல்ல நேர்ந்தால், உடனே என்னையும் கொன்று கொள்ளவே வேண்டியிருக்கும். ஆனால் அம்மாதிரி செய்ய நேரிடுவதைக் கூடுமானவரை ஒத்திப் போடவே விரும்புகிறேன், ஏனெனில் நீ இல்லாமல் எனக்கு உண்டாகும் பொறுக்க முடியாத வேதனையைத் தொடர்ந்து சகித்துக்கொள்ள வேண்டுமென்பதுதான் என் ஆசை. ஒரு விபரீதத்தைச் சொல்கிறேன், கேள்: உன்மீது எனக்குள்ள காதல் நாளுக்கு நாள் அதிகரித்துச் செல்கிறது – நம்ப முடியாததே ஆயினும், உண்மை இது. கெட்டொழிவதே என் தலைவிதியென நான் நம்பாமல் இருப்பது எப்படி? ஷிலாங்கென்பர்கின்மீது ஏறிய மூன்றாவது நாளன்று 'ஒரு வார்த்தை சொல்லு, உடனே இந்த உச்சியிலிருந்து கீழே குதிக்கிறேன்' என்று உன் காதுக்குள் சொன்னேனே, ஞாபகம் இருக்கிறதா? நீ சொல்லியிருந்தால் உடனே குதித்திருப்பேன். நீ அதை நம்பவில்லையா?"

"அசட்டுப் பேச்சு!" என்று பலக்கக் கூறினாள் அவள்.

"அசட்டுப் பேச்சோ, அறிவுள்ள பேச்சோ–எனக்குக் கவலையில்லை" என்று நானும் பலத்தக் குரலில் கூறினேன். "உன்னுடன்

இருக்கையில் நான் பேச வேண்டும், ஓயாமல் பேசிக் கொண்டே இருக்க வேண்டும்–அவ்வளவுதான் எனக்குத் தெரிந்தது. ஆகவே பேசுகிறேன். உன்னுடன் இருக்கையில் தன்மானத்தை இழந்தவனாகி விடுகிறேன். ஆனால் இது பற்றி நான் கவலைப்படவில்லை."

"ஷிலாங்கென்பர்க்கிலிருந்து நீ குதிக்க வேண்டுமென நான் விரும்பக் காரணம் ஏதும் இல்லையே" என்று அவள் வறண்ட குரலில் வேண்டுமென்றே குரோதம் தொனிக்கும்படிக் கூறினாள். அதனால் எனக்கு எந்தப் பயனும் இல்லையே."

"சபாஷ்!" என்று ஆர்ப்பரித்தேன் நான். "என்னை நொறுக்க வேண்டுமென்றுதானே 'எந்தப் பலனும் இல்லை' என்கிறாய், தெரிகிறது எனக்கு! அதெப்படி 'எந்தப் பலனும் இல்லை' என்பது? இன்பம் பெறுதல் 'பலன்' அல்லவா? வரைமுறையற்ற, காட்டுத் தனமான அதிகாரம் செலுத்தி–அது ஓர் அற்ப ஈயின்மீது செலுத்தப் படுவதே ஆயினுங்கூட – அடக்கி ஆளுவதில் ஒருவகை பேரானந்தம் இல்லையா? இயற்கையாகவே மனிதன் கொடியவன், சித்திரவதை செய்து இன்புறுகிறவன். அதுவும் நீ இதில் தனி இன்பம் காண்கிறவள்."

இதை நான் சொன்ன அந்த நேரத்தில் அவள் என்னைக் கூர்மையாய்க் கவனித்தது என் நினைவில் இருக்கிறது. என்னுள் கொதித்தெழுந்த புரிந்துகொள்ள முடியாத குழப்படியான உணர்ச்சி கள் யாவும் என் முகத்திலே அப்பொழுது தெரிந்திருக்க வேண்டும். இங்கு நான் எழுதியிருக்கும் இந்த உரையாடல் ஒரு வார்த்தை விடாமல் அப்படியே இன்னும் என் நினைவில் இருந்து வருகிறது. என் கண்கள் இரத்தச் சிவப்பாய் ஒளிர்ந்தன, என் உதடுகளில் நுரை தோன்றிவிட்டது. ஷிலாங்கென்பர்க்கின் மலைமுனையிலிருந்து என்னை அவள் குதிக்கச் சொல்லியிருந்தால் நிச்சயம் குதித்தே இருப்பேன். சத்தியமாய்ச் சொல்கிறேன். வேடிக்கைக்காகவே சொல்லியிருந்தாலுங்கூட, என்னை இகழ்ந்து என் முகத்தில் காறித் துப்பிவிட்டு இதைச் சொல்லியிருந்தாலுங்கூட, உடனே குதித் திருப்பேன்!"

"நீ சொல்வதை நான் நம்பாமல் இல்லையா? பூரணமாய் நம்புகிறேன்" என்றாள் அவள். அவளுக்குக் கைவந்த கலையாகிய அந்தத் தனிப் பாணியில் இதைச் சொன்னாள்–அதாவது அத்தனை வெறுப்பும் காழ்ப்பும் அகந்தையும் தொனிக்கும் குரலில் சொன்னாள். ஆண்டவனுக்குத் தெரியும், அந்தக் கணத்தில் அவளைக் கொன்றுவிட வேண்டும் போலிருந்தது எனக்கு. ஆம், அப்பொழுது அவளை பேரபாயம்தான் எதிர்நோக்கிற்று. அவளிடம் நான் சொன்னது பொய்யல்ல.

"கோழை அல்லவே நீ?" என்று திடீரெனக் கேட்டாள்.

“தெரியவில்லையே, கோழையாய் இருந்தாலும் இருப்பேன். தெரியாது எனக்கு, இதைப்பற்றி எல்லாம் நான் நினைத்துப் பார்த்து நெடு நாட்களாகின்றன.”

“ ‘அந்த ஆளைக் கொலை செய்’ என்று நான் சொன்னால், உடனே நீ அவனைக் கொலை செய்வாயா?”

“எந்த ஆளை?”

“கொல்ல வேண்டுமென்று நான் விரும்புகிற ஆளை.”

“அந்தப் பிரெஞ்சுக்காரரையா?”

“நீ என்னைக் கேள்வி கேட்காதே, நான் கேட்டதற்குப் பதில் சொல். திரும்பவும் கேட்கிறேன்: நான் சொல்கிற ஆளைக் கொலை செய்வாயா? இப்பொழுது நீ உள்ளப்பூர்வமாகத்தான் பேசுகிறாயா என்பதைத் தெரிந்துகொள்ள விரும்புகிறேன்.” பொறுமை இல்லாத வளாய்ப் பரபரப்புடன் என்னுடைய பதிலுக்காகக் காத்திருந்தாள். அந்த நிலைமை எனக்குக் கொஞ்சமும் பிடிக்கவில்லை.

“இங்கே என்ன நடைபெறுகிறது என்பதை முதலில் சொல்லு நீ. என்னிடம் உனக்கு ஏன் இவ்வளவு பயம்? உன் குடும்பத்தில் ஒரே குளறுபடியாகி வருவது எனக்குத் தெரியாமல் இல்லை. நொடித்துவிட்ட புத்தி கெட்டுவிட்ட ஓர் ஆளின், இந்தப் பிளான்ஷ் பிசாசின்மீது காதல் கொண்டுவிட்ட ஓர் ஆளின் மாற்றான் மகள் நீ. அதோடு இந்தப் பிரெஞ்சுக்காரர் வேறு இருக்கிறார், உன்மீது ஏதோ ஒரு விபரீத சக்தி கொண்டவராய் இருக்கிறார் அவர். இந்த நிலையில் நீ என்னிடம்... இம்மாதிரி ஒரு கேள்வி கேட்கிறாய்! என்ன நடைபெறுகிறது என்று நீ எனக்குத் தெரிவிக்க வேண்டும். இல்லாவிடில் எனக்குப் பைத்தியம் பிடிக்கலாம், நான் ஏதாவது செய்ய வேண்டியதாகிவிடும். மறைக்காமல் உண்மையை என்னிடம் சொல்ல உனக்கு வெட்கமாகவா இருக்கிறது? என்னிடம் உனக்கு ஏன் கூச்சம்?”

“நான் பேசுகிறது இது பற்றி அல்ல. உன்னிடம் ஒரு கேள்வி கேட்டேன், பதிலுக்காகக் காத்திருக்கிறேன்.”

“சரி, நீ சொல்கிற ஆளைக் கொலை செய்கிறேன்” என்றேன். “மெய்யாகவே நீ இம்மாதிரி காரியம் செய்யச் சொல்லப் போகிறாயா, என்ன?”

“உன்மேல் இரக்கங் கொண்டு உன்னைச் சும்மா விடுவேன் என்றா நினைக்கிறாய்? கொலை புரியும்படி உன்னை அனுப்பி வைத்துவிட்டு நான் அதனுடன் சம்பந்தப்படாதவளாய் ஒதுங்கிச் சென்றுவிடுவேன். இதை எல்லாம் தாங்கிக் கொள்ளமுடியுமா உன்னால்? முடியாது உன்னால்! நான் சொல்கிறபடி நீ கொலை

செய்துவிட்டு வந்து, பிறகு அப்படி அனுப்பி வைக்கத் துணிந்த என்னைக் கொல்லவே செய்வாய்."

இப்படி அவள் கூறியதைக் கேட்டதும் எனக்குத் தலை கிறுகிறுத்தது. அவள் கூறியதை அப்பொழுது பாதி தமாஷாகவும், பாதி சவாலாகவுமே நான் எடுத்துக் கொண்டேன். ஆயினும் அவள் உண்மையாய்ச் சொல்வது போன்ற குரலில் தான் இதைச் சொன் னாள். இப்படிச் சொல்கிறாளே, என்மீது இவ்வளவு உரிமையும் அதிகாரமும் செலுத்தி, 'நான் சொல்கிறபடி நீ போய்க் கொலை செய், சம்பந்தப்படாதவளாய் நான் ஒதுங்கி நிற்பேன்' என்று பகிரங்க மாகவே கூறும் அளவுக்குத் துணிந்து சொல்கிறாளே எனத் திடுக் கிட்டுவிட்டேன். அவள் கூறியது மட்டுமீறியதாய், ஒளிவு மறைவற்ற தாய் அல்லவா இருந்தது? சொல்வதைச் செய்து வந்தபின் என்னை அவள் எப்படி நடத்துவாள்? அடிமை நிலையின், இழி நிலையின் எல்லையை மீறி அல்லவா செல்கிறாள்? இதன்பின் என்னை அவள் தன் நிலைக்கு உயர்த்துவதைத் தவிர வேறு என்ன செய்ய முடியும்? எங்களுடைய உரையாடல் இவ்விதம் நம்ப முடியாத அபத்தமாய் இருந்தும்கூட, என் நெஞ்சு பதைத்துப் போயிற்று.

திடுமென அவள் வாய்விட்டுச் சிரித்தாள். குழந்தைகள் விளை யாடிக் கொண்டிருந்த இடத்துக்கு அருகே நாங்கள் ஒரு பெஞ்சில் உட்கார்ந்திருந்தோம். காஸினோவுக்கு எதிரே வண்டிகள் வந்து நின்று வண்டிகளில் இருப்போர் கீழே இறங்கிய இடம் எங்கள் எதிரே தெரிந்தது.

"அதோ பார், அந்தப் பருத்த கோமகளை?" என்று கூவினாள் அவள். "அவள்தான் கோமகள் உர்மெர்கெல்ம்! அவள் இங்கு வந்து மூன்று நாட்களாகின்றன. அதோ அவளுடைய கணவரைப் பார் – உயரமான வறட்டுப் பிரஷ்யர், கையில் தடி வைத்திருக்கிறார். அன்று அவர் நம்மை முறைத்துப் பார்த்தாரே, உனக்கு நினைவு இருக்கிறதா? நேரே அந்தக் கோமகளிடம் சென்று தொப்பியை எடுத்து வணக்கம் தெரிவித்துவிட்டு பிரெஞ்சு மொழியில் அவளிடம் ஏதாவது சொல்லு."

"எதற்காக?"

"நான் சொன்னால் உடனே ஷிலாங்கென்பர்க் மலைமுனையி லிருந்து குதிப்பேன், யாரையும் கொன்றுவிட்டு வருவேன் என்று நீ வாக்களித்திருக்கிறாய் அல்லவா? இம்மாதிரி கொலைகளும் சோக நிகழ்வுகளும் வேண்டாம், அவற்றுக்குப் பதில் உன்னை இப்படிச் செய்யச் சொல்லி கொஞ்சம் சிரிக்க வேண்டுமென்று பார்க்கிறேன். பேசாமல் போய் நான் சொன்னதைச் செய், அந்தக் கோமகன் தம் கையிலுள்ள தடியால் உன்னை மொத்துவதை நான் பார்க்க வேண்டும்."

"எனக்குச் சவாலா விடுகிறாய்? நான் செய்ய மாட்டேன் என்றா நினைக்கிறாய்?"

"ஆம், சவால்தான் விடுகிறேன். போய் நான் சொன்னதைச் செய், அதுதான் என் விருப்பம்."

"சரி போகிறேன், உன் விருப்பம் எவ்வளவு பைத்தியக்கார விருப்பமாய் இருப்பினும் அதை நிறைவேற்றுகிறேன். ஆனால் இதைக் கேள்: இதனால் ஜெனரலுக்கு அல்லவா கேடு ஏற்படும்? அவர் மூலம் உனக்கும் அல்லவா கேடு விளையும்? என்னைப் பற்றி எனக்குக் கவலை இல்லை, உன்னையும் ஜெனரலையும் பற்றித்தான் கவலைப்படுகிறேன். வெறும் வேடிக்கை விருப்பத்துக்காக எதற்காக ஒரு பெண்ணை அவமதிக்கச் சொல்கிறாய்?"

"இவ்வளவுதானா! நீ வெறும் ஜம்பப் பேச்சுக்காரன்தானா?" என்று கூறி என்னை அவள் ஏளனம் செய்தாள். "உன் கண்கள் இரத்தமாய்ச் சிவந்திருக்கின்றன – சாப்பாட்டின்போது கொஞ்சம் அதிகம் குடித்துவிட்டாய் என்பதைத் தவிர வேறு ஒன்றும் இல்லை. நான் உன்னைச் செய்யச் சொன்ன காரியம் அசட்டுத்தனமானது, தவறானது, இது பற்றி ஜெனரல் கோபப்படுவார் என்பது எல்லாம் எனக்குத் தெரியும். இருந்தாலும் இந்த வேடிக்கையைப் பார்த்துச் சிரிக்க விரும்புகிறேன். அவ்வளவுதான்! ஒரு பெண்ணை அவமானப் படுத்தலாமா? அப்படி ஒன்றும் ஆகிவிடாது, நீதான் சரியானபடி மொத்துப்படப் போகிறாய்."

உடனே நான் அங்கிருந்து புறப்பட்டேன். அவள் சொன்னதைச் செய்வதற்காக வாய் பேசாமல் சென்றேன். ஆம், அசட்டுத்தனமான காரியம்தான். ஆனால் இதை நான் செய்யாமல் தப்பிக்க முடியாது. கோமகளை நெருங்கிய போது நான் பள்ளிக்கூடத்துச் சிறுவனைப் போல் பரபரப்படைந்து விட்டது என் நினைவுக்கு வருகிறது. குடி மயக்கம் கொண்டவனைப் போல் வெறி கொண்டுவிட்டேன்.

## 6

அந்தப் பைத்தியக்காரக் கூத்து நடைபெற்று இரண்டு நாட்களாகின்றன. அடேயப்பா, என்ன களேபரம்! எப்படிப்பட்ட பரபரப்பு! இரைச்சலுக்கும், கூச்சலுக்கும், அடிப்பட்ட பேச்சுக்கும் அளவு ஏது? அத்தனை குழப்பத்துக்கும் மடமைக்கும் அலங்கோலத் துக்கும் நான் அல்லவா காரணம்! சில நேரங்களில் இதெல்லாம் நகைக்கத்தக்கதாகவே இருந்தது – எப்படியும் எனக்கு அப்படித்தான் இருந்தது. எனக்கு என்ன ஆயிற்றோ தெரியவில்லை – திடுமெனக் கிறுக்குப் பிடித்துவிட்டதா? அல்லது வேண்டுமென்றேதான் அப்படி அட்டகாசம் செய்தேனோ? சிற்சில நேரங்களில் எனக்குச் சித்தம் கலங்கிவிட்டது மாதிரி இருக்கிறது. வேறு சில நேரங்களில் இன்னும் நான் சிறு பையனாய்ப் பள்ளிக்கூட வகுப்பறையிலே இருப்பது போலவும் சேஷ்டைகள் புரிய விரும்புவது போலவும் தோன்றுகிறது.

எல்லாம் பலீனா செய்த வேலை! அவள் இல்லையேல் இந்த ரகளை ஏற்பட்டே இராது. அல்லது ஒருவேளை நான் அறவே நம்பிக்கை இழந்துபோய் எனக்கு ஏற்பட்ட விரக்தியிலே (இப்படி வாதாடுவது அசட்டுத்தனமே ஆயினும்) அப்படிச் செய்து விட்டேனோ? அவளிடம் நான் அப்படி என்னதான் காண்கிறேனோ தெரியவில்லை! அவள் அழகானவள்தான், அப்படித்தான் தோன்று கிறாள். அவள் மதியிழக்கச் செய்திருப்பது என்னை மட்டும் அல்லவே! உயரமானவள். கயிறுபோல அவளை இரண்டாய் மடித்துவிடலாம் அல்லது முடி போட்டு விடலாம் என்று நினைக்கத் தோன்றும். அவளுடைய பாதங்கள் மெலிந்து நீளமாய் இருக்கின்றன – ஆளை ஏங்கித் தவிக்க வைக்கும் பாதங்கள் அவை! ஆம், மெய் யாகவே ஏங்கித் தவிக்க வைப்பவை! அவளது கூந்தல் செவ்வொளி யின் சாயல் கொண்டது. அவளது கண்கள் பூனைக் கண்கள்தான்;

ஆனால் அவை எவ்வளவு கர்வமாகவும் அகங்காரத்தோடும் பார்க்கக் கூடியவை தெரியுமா? நான்கு மாதங்களுக்கு முன்பு நான் இங்கு வந்து இவர்களிடம் வேலை ஏற்றபோது ஒருநாள் மாலையில் அவள் ஹோட்டலில் நடனக்கூடத்தில் தெ கிரியேயுடன் பரபரப்பாய் ஏதோ பேசிக் கொண்டு நிற்பதைக் கண்ணுற்றேன். அவரை அவள் பார்த்த அந்தப் பார்வை எப்படி இருந்தது என்கிறீர்கள்? பிற்பாடு நான் என் மாடியறையில் படுத்திருந்தபோது இந்தக் காட்சி அப்படியே என் கண்ணெதிரே தெரிந்தது. அப்பொழுதுதான் அவள் தெ கிரியேயின் கன்னத்தில் பளாரென அறைந்துவிட்டு எதிரே நின்று அவரைப் பார்ப்பதுபோல இருந்தது. அந்த மாலை முதலாய் அவளை நான் காதலித்து வருகிறேன்.

நிற்க, என் கதைக்கு வருகிறேன்.

நடைபாதையிலிருந்து நான் காஸினோ செல்லும் பாதைக்கு வந்தேன். அந்தப் பாதையின் நடுவே நின்று கொண்டு கோமகளும் கோமகனும் வருவதற்காகக் காத்திருந்தேன். எனக்கு அருகே ஐந்து தப்படித் தூரத்துக்கு அவர்கள் வந்ததும், என் தலையிலிருந்து தொப்பியை எடுத்துப் பவ்யமாய்க் குனிந்து வணங்கினேன்.

கோமகள் வெளிறிய சாம்பல் நிறப் பட்டு ஆடை அணிந்திருந் தாள், எனக்கு ஞாபகம் இருக்கிறது. அது சுற்றளவில் பிரம்மாண்ட மானது, விறைப்பான கிரினொலின் துணி வைத்துத் தைக்கப்பட்டி ருந்தது. மடிப்புகளால் அலங்கரிக்கப்பட்டிருந்தது. கோமகள் கட்டை குட்டையாய், அளவின்றி ஊதிப் பருத்திருந்தாள். முகவாயின் மடிப்புச் சதை அவள் கபத்தை வெளியே தெரியாதபடி மறைத் திருந்தது. கருஞ்சிவப்பு முகம், அதிலிருந்த சிறு கண்களில் கடுப்பும் மமதையும் நடப்பதன் மூலம் எல்லோருக்கும் பெரிய சகாயம் செய்கிறவளைப் போன்ற ஒரு பாவனையுடன் நடந்து வந்தாள். கோமகன் நெடிது உயர்ந்திருந்தார். அவருடைய முகம் வறண்டி ருந்தது, ஜெர்மன் பாணியில் எலும்பு முட்டியதாய் இருந்தது. மூக்குக் கண்ணாடி போட்டிருந்தார். வயது சுமார் நாற்பத்தைந்து இருக்கும். அவருடைய கால்கள் அனேகமாய் அவர் மார்பிலிருந்து தொடங்குவதாய் நினைக்கும்படி அப்படி அவர் உயர்குலத்தின் உருவாய்த்திகழ்ந்தார். தோகை விரித்தாடும் மயிலைப் போல கர்வமிக்கவராய்த் தோன்றினார். ஆயினும் அவருடைய உடுப்புகள் பொருத்தமின்றி தொளதொளப்பாயிருந்தன. அவர் முகத்தில் அசடு வழிவது போலிருந்தது. சிலர் இதைச் சிந்தனையின் குறியாய்க் கருதினாலும் கருதுவர்.

ஒரு சில வினாடிகளில் நான் இந்த விவரங்களை என் நினைவில் குறித்துக் கொண்டேன்.

நான் தலைகுனிந்து வணங்கியதையும் கையில் தொப்பியை வைத்திருந்ததையும் ஆரம்பத்தில் அவர்கள் கவனிக்கவே இல்லை. கோமகன் முகத்தைக் கொஞ்சம் சுளித்துக் கொண்டார். கோமகள் மளமளவென்று நடந்து சென்றாள்.

"மதாம் கோமகளே!" என்று பலத்த குரலில் அழைத்து, "அடியேன் தங்கள் தாஸன்" என்று ஒவ்வொரு சொல்லையும் அழுத்தம் திருத்தமாய் உச்சரித்து பிரெஞ்சு மொழியில் கூறினேன்.

மறுபடியும் குனிந்து வணங்கிவிட்டு தொப்பியைத் தலையில் வைத்துக் கொண்டு கோமகனைப் பார்த்துப் பணிவுடன் புன்னகை புரிந்தவாறு அவரைக் கடந்து நடந்தேன்.

தொப்பியை எடுத்து வணக்கம் தெரிவிக்கும்படி மட்டுமே பலீனா கூறியிருந்தாள். தலைகுனிந்து நின்றதும் பிற சேஷ்டைகளும் எனது சொந்த சேர்க்கைகளாகும். இப்படிச் செய்யும்படி எது என்னைத் தூண்டிற்றோ, ஆண்டவனுக்குத்தான் தெரியும்! காற்றிலே மிதந்து செல்வது போன்ற ஓர் உணர்ச்சி அப்பொழுது எனக்கு ஏற்பட்டது.

வியப்புற்றுக் கோபமாய் என் பக்கம் திரும்பிய கோமகன், "ஹைன்" என்று கூவினார், அல்லது உறுமினார் என்றே சொல்லலாம்.

நானும் திரும்பி அவரைப் பார்த்தபடி பணிவுடன் நின்றேன். என் முகத்திலிருந்து இன்னும் அந்தப் புன்னகை மறையவில்லை. அவரை நான் உற்றுப் பார்த்தேன். அவர் தயங்குவது போல் தெரிந்தது. அவருடைய புருவங்கள் ஒன்றையொன்று நெருங்கி வந்துவிட்டன. கணத்துக்குக் கணம் அவர் முகம் மேலும் மேலும் இருண்டு சென்றது. கோமகளும் என் பக்கம் திரும்பிக் கோபமும் குழப்பமும் கலந்த முறையில் உற்றுப் பார்த்தாள். பாதையிலே சென்றோரில் சிலர் வியப்புற்று எங்களை உற்றுப் பார்த்தனர், வேறு சிலர் ஆங்காங்கே அப்படியே நின்றுவிட்டனர்.

"ஹைன்! ஹைன்!" - பலமாய்க் கோமகன் திரும்பவும் இருமுறை உறுமினார். அவருடைய குரலில் ஆத்திரம் பொங்கிற்று.

"யா வோல்*!" என்று அவர் கண்களை உற்றுப் பார்த்தவாறு நான் ஜெர்மன் மொழியில் பதிலளித்தேன்.

"பைத்தியமா பிடித்துவிட்டது?" என்று கேட்டு அவர் தமது கைத்தடியைச் சுழற்றினார். அதேபோதில் அவர் மிரளவும் தொடங்கினார். என்னுடைய உடைகள்தான் அப்படி அவரைக் கலங்கச் செய்திருக்க வேண்டும். நான் பாங்காய், நவீன பாணியில் உடுத்தி

---

\* ஆம் (ஜெர்மன் மொழி) – (மொழிபெயர்ப்பாளர்)

இருந்தேன், நிச்சயம் என்னை அவர் மேல் வகுப்பைச் சேர்ந்த வனாகவே கருதியிருக்க வேண்டும்.

"யா வோ—ஓ—ல்!" என்று என் முழு பலத்தையும் கொண்டு மீண்டும் உரக்கக் கத்தினேன். பெர்லின்வாசிகள் செய்வது போல 'வோல்' என்பதை இழுத்து நீட்டி உச்சரித்தேன். (பெர்லின்வாசிகள் தமது உரையாடலில் 'யா வோல்!' என்னும் தொடரை அடிக்கடி உபயோகிக்கிறார்கள்; வெவ்வேறு அர்த்தத்தையும் உணர்ச்சியையும் குறிப்பிடும் பொருட்டு 'வோல்' என்னும் அசையை வெவ்வேறு அளவுக்கு நீட்டி உச்சரிக்கிறார்கள்.)

நான் கத்தியதைக் கேட்டதும் கோமகனும் கோமகளும் பீதி யடைந்து வெடுக்கெனத் திரும்பி ஓட்டமும் நடையுமாய் அங்கிருந்து போய்ச் சேர்ந்தனர். வேடிக்கை பார்த்துக் கொண்டு நின்றவர்களில் சிலர் பரபரப்படைந்து கூச்சலிட்டனர். ஏனையோர் வியப்புடன் என்னை உற்று நோக்கினர். எனக்கு இந்த விவரங்கள் சரிவர நினைவில் இல்லை.

பேசாமல் அங்கிருந்து திரும்பி பலீனா அலெக்சாந்திரவ்னாவை நோக்கி நடந்தேன். ஆனால் நான் நூறு தப்படிக்கு அருகே சென்றதும், அவள் பெஞ்சிலிருந்து எழுந்து குழந்தைகளை அழைத்துக் கொண்டு ஹோட்டலுக்குத் திரும்பக் கண்டேன்.

ஹோட்டல் முகப்பு வாயிலில் அவளை எட்டிப் பிடித்தேன்.

அவளை நெருங்கியதும் "நீ செய்யச் சொன்ன அந்த அசட்டுக் கூத்தைச் செய்துவிட்டேன்" என்றேன்.

"அப்படியா? சரி, அதன் பலன்களை அனுபவி" என்று அவள் என் பக்கம் திரும்பாமலே அமைதியாய்க் கூறிவிட்டு மாடிப் படிக்கட்டை நோக்கி நடந்தாள்.

மாலைப் பொழுதின் எஞ்சிய நேரத்தில் நான் பூங்காவிலும் அங்கிருந்து காட்டுக்குள்ளும் நடந்தேன். பக்கத்து சிற்றரசு வரும்வரை நடந்து சென்றேன்.* வழிப்புற உணவு விடுதியில் ஆம்லெட்டும் ஒயினும் சாப்பிட்டேன். இந்த எளிய உண்டிக்கு நான் ஒன்றரை டாலர் கொடுக்க வேண்டியதாயிற்று.

பதினோரு மணிக்குத்தான் நான் ஹோட்டலுக்குத் திரும்பி னேன். உடனே ஜெனரல் என்னை வருமாறு கூப்பிடுவதாய்த் தகவல் கிடைத்தது.

---

\* அக்காலத்தில் ஜெர்மன் சிற்றரசுகளில் ஒன்றான கெஸ்ஸன் – தார்ம்ஷ்தாத் விஸ்பாதனிலிருந்து சில கிலோமீட்டர் தொலைவில்தான் இருந்தது. – (பதிப்பாசிரியர்)

ஹோட்டலில் நம்மவர்கள் மொத்தம் நான்கு அறைகள் அடங்கிய இரு தொகுதிகள் எடுத்திருந்தனர். பெரியதான முதலான தொகுதியில் பெரிய பியானோவுடன் கூடிய ஒரு வரவேற்புக் கூடமும் அதன் பக்கத்தில் ஜெனரலின் அறையான மற்றொரு பெரிய அறையும் இருந்தன. இங்குதான் எனக்காகக் காத்துக்கொண்டு அறையின் நடுமையத்தில் ஆடம்பரமாய் நின்றிருந்தார் ஜெனரல். பக்கத்தில் ஒரு சோபாவில் தெ கிரியே காலை நீட்டிக்கொண்டு உட்கார்ந்திருந்தார்.

"அன்புடையீர், என்ன இதெல்லாம்? என்ன காரியம் செய்து விட்டு வருகிறீர்?" என்னை உற்று நோக்கியவாறு ஜெனரல் கேள்வி கேட்கத் தொடங்கினார்.

"நேரே விவகாரத்துக்கு வந்தோமானால் நன்றாய் இருக்குமே" என்று நான் பதிலளித்தேன். "எனக்கும் ஜெர்மானியர் ஒருவருக்கும் இன்று நடைபெற்ற சந்திப்பைப் பற்றி கேட்கிறீர்களென நினைக் கிறேன்."

"ஜெர்மானியர் ஒருவரா? நன்றாய் இருக்கிறது! உர்மெர்கெல்ம் கோமகன், முக்கியமான ஒரு பிரபு – அவரைப் போய் இப்படிச் சொல்கிறீரே! அவரிடம் மட்டுமின்றி கோமகளிடமும் நீர் மரியாதைக் குறைவாய் நடந்து கொண்டதாய்க் கேள்விப்படுகிறேனே?"

"இல்லையே, அப்படி ஒன்றும் இல்லையே."

"அவர்களைப் பீதியடையச் செய்து விட்டீராமே!" என்று கத்தினார் ஜெனரல்.

"இல்லவே இல்லை" என்றேன் நான். "நான் பெர்லினில் இருந்தபோது அங்கே அவர்கள் 'யா வோல்' என்று அடிக்கடி கூறக் கேட்டிருக்கிறேன். கர்ணகொடூரமாய் அவர்கள் இத்தொடரை நீட்டி இழுத்து உச்சரிப்பது வழக்கம். காஸீனோவுக்குச் செல்லும் பாதையில் இவர்கள் இருவரையும் நான் சந்திக்க நேர்ந்ததும் ஏனோ தெரியவில்லை திடுமென இந்தத் தொடர் என் நினைவுக்கு வந்து என்னை அப்படிப் பரபரப்பு அடையச் செய்துவிட்டது... அது மட்டுமல்ல, அதற்கு முன் இந்தக் கோமகளை நான் சந்தித்த மூன்று சந்தர்ப்பங்களிலும் காலால் மிதித்து நசுக்கப்பட வேண்டிய புழுவாய் என்னைக் கருதுபவராய் அவ்வளவு அலட்சியமாய் நடந்து சென்றார் அந்தச் சீமாட்டி. எனக்கும் கொஞ்சம் தன்மான உணர்ச்சி இருக் கிறது, அல்லவா? ஆகவே இந்தத் தடவை நான் தலையிலிருந்து தொப்பியை எடுத்துக் கொண்டு குனிந்து வணங்கிவிட்டு, 'மதாம், அடியேன் தங்கள் தாஸன்' என்று பிரெஞ்சு மொழியில் மரியாதை யாய்க் கூறினேன் (ஆம், உங்களுக்குச் சந்தேகமே வேண்டாம், மிகவும் மரியாதையாகவே இதைச் சொன்னேன்). உடனே கோமகன்

என் பக்கம் திரும்பி 'ஹைறன்!' என்று கூவினார். இதைக் கேட்டு வியப்புற்ற நான் 'யா வோல்!' என்றேன். இதை அவரிடம் நான் இரு முறை கூறினேன், முதல் தரம் சாதாரணக் குரலிலும், இரண்டாவது தரம் இயன்றவரை நீட்டி இழுத்தும் உச்சரித்தேன். நடந்தது அவ்வளவுதான்."

சிறுபிள்ளைத்தனமான இந்த விளக்கம் எனக்கு மட்டற்ற மகிழ்ச்சி அளித்தது. இந்தச் சம்பவத்தின் அசட்டுக் கூறுகளைக் கூடுமான வரை வலியுறுத்திக் கூற வேண்டுமென்ற ஆசை என்னைப் பிடித்துக் கொண்டுவிட்டது.

ஆகவே நான் மேலும் மேலும் உற்சாகமாய்ப் பேசினேன்.

"என்ன இது? என்னைக் கேலியா செய்கிறீர்?" என்று கூச்சலிட்டார் ஜெனரல். பிரெஞ்சுக்காரர் பக்கம் திரும்பி, வேண்டுமென்றே ரகளையை உண்டாக்க முயலுகிறேன் என்று அவரிடம் பிரெஞ்சு மொழியில் கூறினார். தெ கிரியே ஏளனமாய்ச் சிரித்தவாறு தோள்களை உலுக்கிக் கொண்டார்.

"நீங்கள் அப்படி நினைக்கக் கூடாது, அது சரியல்ல!" என்று நான் ஜெனரலிடம் கூறினேன். "நான் நடந்து கொண்டது நன்றாயில்லைதான், அதை மறைக்கவில்லை. ஒத்துக்கொள்கிறேன். முட்டாள்தனமாய், சிறுபிள்ளையைப் போல் தகாத முறையில் கிறுக்குத்தனமாய் நடந்து கொண்டேன் என்றுகூடச் சொல்லலாம். அவ்வளவுதான், அதற்குமேல் சொல்ல முடியாது. என்னுடைய இந்த நடத்தைக்காக வருந்துகிறேன் என்பதையும் கூற விரும்புகிறேன். ஆயினும் என் கருத்துப்படி இந்த விவகாரத்தில் என்னைக் குற்றமற்றவனாக்கும் ஒரு நிலவரத்தையும் இங்கு நான் குறிப்பிட வேண்டும். அண்மையில் – அதாவது கடந்த இரண்டு மூன்று வாரங்களாய் – நான் நலமின்றி இருந்து வருகிறேன். ஏதோ ஒரு வகைக் கோளாறு என்னைத் துன்புறுத்துகிறது. சிடுசிடுப்பாகவும் எரிச்சல் கொண்டவனாகவும் இருக்கிறேன். மனப் பிராந்தியால் அவதிப்படுகிறேன். சிற்சில நேரங்களில் என்னை நான் கட்டுப்படுத்திக் கொள்ள முடியாமற் போய்விடுகிறது. சில நேரங்களில் மார்க்விசு தெ கிரியேயையுங்கூட ஏதாவது செய்ய வேண்டுமென்ற அடங்காத் துடிப்பு என்னை ஆட்டி வைத்துள்ளது – ஆனால் இதைப் பற்றி நான் அதிகம் பேச விரும்பவில்லை, மார்க்விசுக்கு அது பிடிக்காது என்று நினைக்கிறேன். சுருங்கச் சொன்னால், சிறிது காலமாய் என்னிடம் பிணியின் அறிகுறிகள் நிரம்பவே தென்பட்டு வருகின்றன. கோமகள் உர்மெர்கெல்மிடம் நான் மன்னிப்புக் கேட்கும்போது (நான் போய் மன்னிப்பு கேட்டுக் கொள்ளத்தான் போகிறேன்) அந்தச் சீமாட்டி எனது இந்த நிலைமையைக் கணக்கிலெடுத்துக் கொள்வாரா என்று தெரியவில்லை. எனக்குச் சந்தேகமாய்த்தான்

இருக்கிறது. எனது இந்தச் சந்தேகத்தை மேலும் உறுதி செய்யும் மற்றொரு விவரத்தையும் குறிப்பிட வேண்டும். நீதி விசாரணைத் துறையில், எனக்குத் தெரிந்தவரை, இந்த நிலைமையைத் தவறான வழியில் பயன்படுத்திக் கொள்ளத் தலைபட்டுவிட்டனர். கிரிமினல் வழக்கு பிரதிவாதிகளின் சார்பில் வாதாடும் வழக்கறிஞர்கள் குற்றம் புரியப்பட்ட தருணத்தில் பிரதிவாதிகள் தாம் என்ன செய்கிறோம் என்பதை உணர முடியாத நிலையில், அதாவது பிணியுற்றோராய் இருந்ததாய் வாதாடுவது மிகவும் சகஜமாகிவிட்டது. ‘பிரதிவாதி கொலை புரிந்தது மெய்தான், ஆனால் என்ன செய்கிறோம் என்பது அறியாமலே செய்துவிட்டார்.’ டாக்டர்களுடைய சாட்சியமும் பிரதிவாதிகளுக்கு ஆதரவாய் இருக்கிறது. இம்மாதிரியான பிணி இருப்பது மெய்தான். தன் செயலை உணர முடியாத, அல்லது பாதி அளவுக்கும் கால் பங்குக்கும் மேல் உணரமுடியாத தற்காலிகச் சித்தப் பிரமைகள் ஏற்படுவது சாத்தியமே என்று டாக்டர்கள் கூறுகிறார்கள். ஆனால் கோமகனும் கோமகளும் பழைய தலைமுறையினர் என்பதோடு பிரஷ்ய ஜங்கர்களும் நிலப்பிரபுக்களும் ஆவார். நீதித்துறை மருத்துவத்தில் நடைபெற்று வருவதை அவர்கள் அறிந்திருக்க மாட்டார்கள். ஆகவே நான் கூறும் விளக்கத்தை அவர்கள் ஏற்றுக் கொள்வார்களென எதிர்பார்க்க முடியாதுதான். ஜெனரல், இதுகுறித்து நீங்கள் என்ன நினைக்கிறீர்கள்?”

“போதும், நிறுத்தும்!” என்று ஆத்திரம் தொண்டையை அடைக்க உறுமினார் ஜெனரல். “போதும் இது! உம்மையும் உமது சிறுபிள்ளைச் சேஷ்டைகளையும் முடிவாய் நான் தொலைத்துக் கட்டப் போகிறேன். கோமகனிடமும் கோமகளிடமும் சென்று உமது செயலுக்கு நீர் சமாதானம் கூறிக் கொள்வது முடியாத காரியம். உம்முடன் எவ்வகையிலும் தொடர்பு கொள்வது – நீர் மன்னிப்புக் கேட்டுக் கொள்வதற்கான தொடர்புங்கூட – தமக்கு இழிவு உண்டாக்குவதாய் இருக்குமென்றே அவர்கள் கருதுவார்கள். நீர் என்னைச் சேர்ந்த ஆள் என்பது தெரிந்ததும் காஸீனோவில் அவர் என்னிடம் வந்தார். நீர் செய்த காரியத்துக்காக அவர் என்னைச் சண்டைக்கு அழைக்கும் அளவுக்குச் சென்றார். உம்மால் நான் படவேண்டி வரும் உபத்திரவத்தைப் பாரும். நான் கோமகனிடம் மன்னிப்பு கேட்கும்படி ஆயிற்று; உடனே, இன்றே உம்மை என்னிடமிருந்து நீக்கிவிடுவதாய் அவருக்கு நான் வாக்களித்துவிட்டு வந்தேன்...”

“ஜெனரல், என்னை மன்னிக்க வேண்டும் – நீங்கள் என்னை நீக்கிவிட வேண்டுமென்றா கோரினார் அவர்?”

“இல்லை, நான்தான் அவரைத் திருப்திப்படுத்துவதற்காக இப்படி வாக்களித்தேன். இதன் பிறகுதான் கோமகன் திருப்தியடைந்தார்.

இனி நாம் பிரிந்துவிட வேண்டும். இந்த நாட்டின் பணத்தில் உமக்கு வர வேண்டிய பாக்கித்தொகை நாற்பது கூல்டின், மூன்று ஃபிளோரின். இதோ அந்தப் பணமும் கணக்கு விவரங்களும் – சரிபார்த்துக் கொள்ளும். இனி போய் வரலாம்! இக்கணம் முதல் உமக்கும் எனக்கும் தொடர்பு இல்லை. உம்மிடமிருந்து தொல்லையும் பிடுங்கலும் தவிர எந்தச் சுகமும் இல்லை எனக்கு. ஹோட்டல் சிப்பந்தியை அழைத்து நாளை முதல் உமது ஹோட்டல் செலவு களுக்கு நான் பொறுப்பேற்க மாட்டேன் என்று அறிவிக்கப் போகிறேன். அவ்வளவுதான், வணக்கம்!"

பணத்தையும் பென்சிலில் கணக்கு விவரங்கள் குறிக்கப்பட்டிருந்த காகிதத்தையும் பெற்றுக்கொண்டு ஜெனரலுக்குத் தலைகுனிந்து வணக்கம் தெரிவித்துவிட்டு விறைப்புடன் அவரிடம் கூறினேன்:

"ஜெனரல், காரியம் இதோடு முடிவுற்றுவிடவில்லை! கோமகனிடமிருந்து உங்களுக்கு உபத்திரவம் ஏற்பட்டதைக் கேட்டு வருந்துகிறேன். என்னை மன்னிக்க வேண்டும் – ஆனால் இதற்கு நீங்களேதான் பொறுப்பு. என் சார்பில் நீங்கள் ஏன் கோமகனுக்குப் பதில் சொல்ல முற்பட வேண்டும்? என்ன? உங்கள் குடும்பத்தில் நான் ஆசிரியனாய் வேலை செய்கிறேன், அவ்வளவுதான். நான் உங்கள் மகனல்ல. உங்கள் கவனிப்பில் இருப்பவனுமல்ல. என்னு டைய செயல்களுக்கு நீங்கள் பொறுப்பேற்க வேண்டியதில்லை. சட்டப்படி முழுத் தகுதி படைத்தவன் நான். எனக்கு இருபத்தைந்து வயதாகிறது. பல்கலைக்கழகப் பட்டதாரி என்பதோடு கனவானு மாவேன். உங்களுக்கு நான் அந்நியன். என் சார்பில் நீங்கள் பதிலளிக்க முற்பட்டதற்காக உடனே நீங்கள் தக்க பதில் தர வேண்டு மென்று நான் கோரவில்லை என்றால், உங்கள் சிறப்புக்களை மதிக்க வேண்டுமென்று நான் விரும்புவதுதான் காரணம்."

ஜெனரல் திகைத்துப் போய்விட்டார், பேச முடியாமல் கைகளை விரித்துக் கொண்டு திணறினார். பிறகு பிரெஞ்சுக்காரர் பக்கம் திரும்பித் தம்மையே நேருக்கு நேர் சண்டைக்கு அழைத்துச் சவால் விடுக்கும் அளவுக்கு நான் செல்வதாய் பிரெஞ்சு மொழியில் அவரிடம் விளக்கிச் சொன்னார். பிரெஞ்சுக்காரர் பலக்கச் சிரித்துக் கொண்டார்.

தெ கிரியே சிரித்ததைக் கண்டு நான் சிறிதும் கலக்கமடையாமல் அமைதியாய்த் தொடர்ந்து பேசினேன்:

"கோமகளை நான் சும்மா விடப் போவதில்லை. ஜெனரல் அவர்களே, கோமகனுடைய புகார்களுக்கு இன்று நீங்கள் செவி சாய்த்ததாலும், அவர் பக்கம் சேர்ந்து கொண்டு விட்டதாலும், உங்களையும் இந்த விவகாரத்தில் சம்பந்தப்பட்டவராகவே கருதி இதைப் பணிவுடன் தங்களுக்குத் தெரிவித்துக் கொள்கிறேன்:

நாளைக் காலைக்குள் நான் இந்தக் கோமகனை அணுகி எனக்கு விளக்கம் தரும்படி கோரப் போகிறேன்; எனக்கும் அவருக்கும் இடைப்பட்ட ஒரு விவகாரத்தை மூன்றாவது ஒருவரிடம் எப்படி அவர் எடுத்துச் சொல்லலாம், என் செயலுக்கு நான் பொறுப்பேற்க முடியாதவன், அதற்குரிய தகுதி இல்லாதவன் போலக் கருதி என்னை எப்படி அவர் அவமதிக்கலாம் என்று விளக்கம் தரும்படி கேட்கப் போகிறேன்."

நான் எதிர்பார்த்தது அப்படியே நடைபெற்றது. நான் செய்யப் போவதாய்க் கூறிய இந்தப் புதிய சேஷ்டையைக் கேட்டதும் ஜெனரல் பீதியடைந்துவிட்டார்.

"என்ன? பாழாய்ப் போன இந்த விவகாரத்தை இதோடு விட்டுத் தொலைக்காமல் இன்னும் வளர்த்துச் செல்லவா போகிறீர்?" என்று அவர் கூச்சலிட்டார். "இதனால் எனக்குப் பெருங்கேடு அல்லவா விளையும்? வேண்டாம் உமக்கு இந்த வீம்பு வேண்டாம்! நிச்சயமாய்ச் சொல்கிறேன்... இங்கே அதிகாரிகள் இல்லாமற் போய் விடவில்லை... நான் சொல்கிறேன்... என்னுடைய அந்தஸ்தை... கோமகனுடைய அந்தஸ்தைக் கருதி அவர்கள்... அதாவது மேலும் உம்மால் உபத்திரவம் ஏற்படாமல் இருக்கும் பொருட்டு, போலீசார் உம்மைக் கைது செய்து இங்கிருந்து வெளியே அனுப்பிவிடுவார்கள்... ஆம், அது நினைவில் இருக்கட்டும்!" ஆத்திரம் அவர் தொண்டையை அடைத்தது, ஆயினும் உண்மையில் பயத்தினால்தான் அப்படி அவர் திணறினார் என்பதை நான் காண முடிந்தது.

சகிக்க முடியாதபடி ஜெனரலைக் கோபங்கொள்ளச் செய்த எனது அந்த அமைதியான குரலில் அவருக்குப் பதிலளித்தேன்:

"ரகளை நடப்பதற்கு முன்னதாகவே எவரையும் ரகளை செய்ததாய்ச் சொல்லிக் கைது செய்ய முடியாது. கோமகனிடம் இன்னும் நான் விளக்கம் கேட்க முற்பட்டாகவில்லை. நான் அனுசரிக்கப்போகும் முறை என்ன, எந்த அடிப்படையில் அணுகப் போகிறேன் என்பது தெரியாமலே பேசுகிறீர்கள். நான் சுதந்திரம் இல்லாதவன் என்று, வேறொருவர் எனது காப்பாளராய் இருந்து என்மீது அதிகாரம் செலுத்துகிறார் என்று கோமகன் நினைத்துக் கொண்டிருப்பது சரியல்ல. எனக்கு அவமானம் உண்டுபண்ணும் இப்படிப்பட்ட நினைப்பை அவர் விட்டொழிக்க வேண்டும் என்பதைத் தெளிவுபடுத்த விரும்புகிறேன் – அவ்வளவுதான். ஆகவே நீங்கள் கவலை கொள்ளவோ, அச்சப்படவோ வேண்டியதில்லை."

"அட கடவுளே! வேண்டாம் இது, அலெக்சேய் இவானவிச்! இந்தப் பைத்தியக்காரத் திட்டத்தை நீர் கைவிட்டுவிட வேண்டும்!" என்று முனகினார் ஜெனரல். கோபமான குரலைத் திடுமென மாற்றி, என் கைகளைப் பற்றிக்கொண்டு மன்றாடும் குரலில்

வேண்டினார். "கொஞ்சம் ஆலோசித்துப் பாரும்! உமது இந்தத் திட்டத்தால் விளையக் கூடியது என்ன? இருப்பது போதாதென்று இன்னும் அதிகத் தொல்லையும் துன்பமும்தான்! என்னுடைய தற்போதைய நிலைமையில் நான் மிகவும் கவனமாய் – ஆம், மிகமிகக் கவனமாய் – நடந்து கொண்டாக வேண்டும். நீர் இதை ஒத்துக் கொள்வீரென நினைக்கிறேன்... உமக்குத் தெரியாது, நான் எப்படிப் பட்ட இக்கட்டான நிலையில் இருக்கிறேன் என்று உமக்குத் தெரியாது! நான் இங்கிருந்து சென்றதும் திரும்பவும் உம்மை என்னுடன் சேர்த்துக் கொள்கிறேன்... இது தற்காலிக ஏற்பாடுதான் – இதற்கான காரணங்கள் உமக்கே தெரிந்திருக்கும்" என்று சொல்லி அவலம் தோய்ந்த குரலில் "அலெக்சேய் இவானவிச், அலெக்சேய் இவானவிச்...!" என்று புலம்பினார்.

நான் கதவை நோக்கி நகர்ந்தேன். கவலைப்பட வேண்டாம் என்று மீண்டும் அவரைக் கேட்டுக்கொண்டேன்; முறை தவறி எதுவும் செய்துவிட மாட்டேன், யாவும் ஒழுங்காகவே செய்யப்படும் என்று வாக்களித்தேன். உடனே வேகமாய் அறையிலிருந்து வெளியே சென்றேன்.

ருஷ்யர்கள் வெளிநாடுகளில் இருக்கையில் அளவு மீறி தன்வயப் பட்டு விடுகிறார்கள்; தம்மைப் பற்றி என்ன நினைப்பார்களோ, என்ன சொல்வார்களோ, தமது இந்த அல்லது அந்தச் செயல் சரியானதுதானா என்றெல்லாம் பயப்படுகிறார்கள். சுருங்கச் சொன் னால் அவர்கள் – குறிப்பாய் முக்கியஸ்தர்களாய் இருப்போர் – கண்ணில் எண்ணெய் போட்டுக் கொண்டு மிகவும் எச்சரிக்கையாய் நடந்து கொள்கிறார்கள். நெடுங்காலமாய் நிலைநாட்டப்பட்டு வந்துள்ள நடத்தை முறைகளையும் பாணிகளையும் அவர்கள் மிகவும் விரும்புகிறார்கள்; இவற்றைக் கண்ணை மூடிக்கொண்டு அடிமைகளைப் போல, ஹோட்டல்களிலும் கூட்டங்களிலும் சுற்றுலாக்களின்போதும் பயணங்களின்போதும் அப்படியே பின்பற்றுகிறார்கள்... ஆனால் இவை யாவற்றையும் தவிர ஜெனரல் சில தனி நிலைமைகளின் காரணமாய்த் தாம் 'மிக மிகக் கவனமாய் நடந்துகொள்ள வேண்டியிருப்பதாய்' வாய் தவறிக் குறிப்பிட்டு விட்டார். இதனால்தான் என்னுடன் பேசுகையில் அப்படித் திடுமெனப் பீதியடைந்து கோழையாகி, குரலை மாற்றிக் கொண்டார். இதை நான் குறித்துக் கொண்டேன், என் நினைவில் இருத்திக் கொண்டேன். இந்தப் பதற்ற நிலையில் நாளைக்கு அவர் அதிகாரி களை அணுகக்கூடும், ஆகவே நான் எச்சரிக்கையுடன் இருந்தாக வேண்டும் என்று என்னுள் கூறிக் கொண்டேன்.

உண்மையில் எனக்கு ஜெனரலை வருத்த வேண்டுமென்ற விருப்பம் துளிக்கூட இல்லை. இப்பொழுது நான் பலீனாவைத்

தான் வருத்த வேண்டுமென விரும்பினேன். என்னை இந்த அசட்டுக் கூத்தில் இறங்க வைத்து, மிகவும் கொடுமையாய் என்னுடன் நடந்து கொண்டவள் அவள். 'போதும் நில்' என்று அவளே ஓடி வந்து என்னை வேண்டும்படியான ஒரு நிலைமையை உண்டாக்குவதென நான் உறுதி பூண்டிருந்தேன். என்னுடைய சேஷ்டையால் அவளுக்கும் சங்கடம்தானே ஏற்படும். அதோடு என்னுள் வேறு சில உணர்ச்சிகளும் விருப்பங்களும் எழுந்ததையும் நான் உணரத் தொடங்கினேன். அவள் என்னை ஒரு பதராய்க் கருதி அலட்சியப் படுத்துவதற்கு நான் இடம் அளித்தேன் என்பதால், ஏனையோரும் என்னை ஒரு பொருட்டாய்க் கருதாது நடந்து கொள்ள இடம் அளிப்பேன் என்று அர்த்தமல்ல. கோமகன் என்னை மொத்துவதற்கு ஒருபோதும் நான் அனுமதிக்கப் போவதில்லை. எல்லோரையும் முட்டாளாக்கிவிட்டு நான் வெற்றி வீரனாய் வெளிப்பட வேண்டு மென்ற ஆசை என்னுள் பீறிட்டு எழுந்தது. எதைப் பற்றியும் எனக்குக் கவலையில்லை! ஊர் சிரிக்குமே என்று பயந்து நிச்சயம் அவள் ஓடிவந்து என் சேஷ்டையை நிறுத்தும்படி சொல்வாள். இல்லாவிடில் எப்படியும் என்னைப் பதராய்க் கருதி அலட்சியப் படுத்திவிட முடியாது என்பதையேனும் தெரிந்து கொள்வாள்.

(வியப்பு தரும் செய்தி – எங்கள் தாதி படிக்கட்டில் என்னைச் சந்தித்தபோது இதை என்னிடம் சொன்னாள்: மரீயா ஃபிலீப்பவ்னா தனியே இன்று மாலை ரயிலில் கார்ல்ஸ்பாதுக்குப் புறப்பட்டுச் சென்றாளாம். அங்கிருக்கும் அவளுடைய ஒன்றுவிட்ட சகோதரி யிடம் போயிருக்கிறாளாம். இதன் பொருள் என்ன? அவள் பல நாட்களாகவே இப்படித் திட்டமிட்டிருந்ததாய்த் தாதி கூறுகிறாள். பிறகு ஏன் இதைப் பற்றி யாருக்கும் தெரியவில்லை. ஒருவேளை எனக்கு மட்டும்தான் இது தெரியாமல் இருந்ததா? இரண்டு நாட்களுக்கு முன்பு மரீயா ஃபிலீப்பவ்னாவுக்கும் ஜெனரலுக்கும் இடையே வார்த்தை தடித்துவிட்டதாய்த் தாதி குறிப்பிட்டாள். அப்படியா சேதி? மத்மாசேல் பிளான்ஷைப் பற்றிதான் இருவரும் பேசியிருக்க வேண்டும். ஆம், இறுதி முடிவுக்குரிய கட்டம் நெருங்கி வந்துகொண்டிருக்கிறது.)

# 7

இன்று காலை நான் ஹோட்டல் தலைமைச் சேவகரைக் கூப்பிட்டு இனி நான் செலுத்த வேண்டிய கட்டணங்களுக்கான சீட்டு நேரடியாக என்னிடமே அனுப்பப்பட வேண்டுமென்று அறிவித்தேன். என் அறைக்கு ஆகிய செலவுகள் எனக்குக் கவலை தரும்படி அப்படி அதிகமாய் இல்லை, ஆகவே நான் இந்த ஹோட்டல் விட்டு வேறு எங்காவது போய்விட வேண்டுமென்று நினைக்கும்படியான அவசியம் ஏற்படவில்லை. என் கையில் நூற்று அறுபது கூல்டின்கள் இருந்தன. இவை எனக்குப் பெருந்தொகை களைப் பெற்றுத்தரும் என்ற நம்பிக்கையும் என்னிடம் இருந்தது. ஆட்டத்தில் இதுவரை நான் பெருந்தொகைகள் வென்று கொள்ள வில்லை என்ற போதிலும், வேடிக்கை என்னவென்றால் என் செயல்களும் உணர்ச்சிகளும் சிந்தனைகளும் பெரிய செல்வந்தருக்கு உரியனவாகவே இருந்து வருகின்றன. செல்வந்தனாகவே அன்றி வேறு எவ்விதத்திலும் நான் என்னைக் கற்பனை செய்து பார்க்க முடியவில்லை.

பொழுது விடிந்து இன்னும் நேரமாகவில்லை என்றாலும் உடனே மிஸ்டர் அஸ்ட்லேயைப் போய்ப் பார்ப்பதென்று நான் தீர்மானித்தேன். அவர் தங்கியிருந்த ஹோட்டல் தெ ஆங்கிலித்தேர் எங்கள் ஹோட்டலிலிருந்து அதிகத் தொலைவில் இல்லை. ஆனால் திடுமென தெ கிரியே என் அறைக்கு வந்து நின்றார். இதன்முன் என்றுமே நடைபெற்றிராத ஒரு சம்பவம் இது. சில காலமாய் இந்தக் கனவானும் நானும் ஒருவரையொருவர் நெருங்காது விலகியே இருந்துள்ளோம். கடுப்பும் குரோதமும் கொண்டிருந்தோம் என்றுகூடச் சொல்லலாம். என்மீது இருக்கும் துவேஷத்தை அவர் மறைக்கக்கூட முயலுவதில்லை, அதை ஒளிவுமறைவின்றி காட்டிக்

கொள்ளவே முயலுகிறார். என்னைப் பொறுத்தவரை அவரை எனக்குப் பிடிக்காததற்கு என் சொந்தக் காரணங்களும் உள்ளன. உண்மையைச் சொல்வதெனில் அவர்மீது நான் அடங்காத வெறுப்புக் கொண்டவன். ஆகவே அவருடைய இந்த வருகை என்னை வெகுவாய் வியப்புறச் செய்தது. ஏதோ விசேஷ காரியத்தை முன்னிட்டுதான் வந்திருக்கிறார் என்று உடனே ஊகித்துக் கொண்டேன்.

பண்பும் பணிவும் மிக்கவராய் உள்ளே வந்து என்னுடைய அறை இவ்வளவு நன்றாய் இருக்கிறதே என்று பாராட்டினார். நான் கையிலே தொப்பியுடன் நிற்பதைக் கண்டதும் காலையில் இவ்வளவு சீக்கிரமாய் வெளியே உலாவக் கிளம்புகிறேனே என்று வியந்து கொண்டார். வேலையாய் மிஸ்டர் அஸ்ட்லேயிடம் போவதாய் நான் கூறக் கேட்டதும் அவர் ஏதோ சிந்திப்பது போல தயங்கினார், அவர் முகத்தில் கவலையின் குறி தெரிந்தது.

தெ கிரியே எல்லா பிரெஞ்சுக்காரர்களையும் போன்றவர்தான் – அவசியமாகவும் லாபகரமாகவும் இருக்கையில் மிகவும் இனிமையாகவும் கவர்ச்சியாகவும் இருக்கக் கூடியவர், அப்படி இருக்க வேண்டிய அவசியமில்லாத போது சகிக்க முடியாதபடி உப்புச்சப்பில்லாத ஆளாகி விடுகிறவர். பிரெஞ்சுக்காரர்கள் இயற்கையாகவே இனிய சுபாவமுடையவர்கள் அல்ல, அவர்களுடைய இனிய சுபாவம் குறிப்பிட்ட நோக்கங்களுக்காக அவர்கள் போட்டுக் கொள்ளும் ஒரு வேடமே அன்றி வேறல்ல. எந்தப் பிரெஞ்சுக்காரரும் தம்மைக் கற்பனை மிக்கவராகவும் தனிச் சிறப்புடையோராகவும் அதிசயிக்கத் தக்கவராகவும் காட்டிக் கொள்வது அவசியமென நினைப்பாராயின், அவருடைய கற்பனை ஏற்கப்பட்ட மாமூலான முறைகளையே அனுசரிப்பதால் எப்பொழுதும் அது அசட்டுத்தனமான, இயற்கைக்கு ஒவ்வாத வடிவங்களையே ஏற்கிறது. இயற்கையான உண்மை வடிவில் பிரெஞ்சுக்காரரின் பண்புகள் மிகக் குறுகிய வரம்புகளுக்குள் அடங்கிவிடுபவை, சர்வசாதாரணமானவை, மிகவும் அற்பமானவை – மொத்தத்தில் அவரைப் போல் சலிப்பூட்டும் ஆள் உலகில் வேறு யாருமே இருக்க முடியாது. அனுபவமில்லாதவர்கள்தான் – முக்கியமாய் இளம் ருஷ்யப் பெண்கள்தான் – பிரெஞ்சுக்காரரின் பகட்டைக் கண்டு ஏமாந்துவிடுகிறார்கள். கூர் அறிவுள்ளவர் எவரும் வழக்கமான இந்த வரவேற்பறை நடத்தை நயங்களாலும் உற்சாகத்தாலும் இனிமையாலுமாகிய வறட்டு மாமூல் முறைகளை உடனே கண்டுகொண்விடுவார், அவருக்கு இவை சகிக்க முடியாதவையாகவே இருக்கும்.

“உம்மிடம் நான் வேலையாய் வந்திருக்கிறேன்” என்று ஏதோ அசட்டையாய்ப் பேசுகிற தோரணையில், ஆனால் மிகவும் மரியாதை

யாய்ப் பேசத் தொடங்கினார். "நான் ஒரு தூதனாய், அல்லது இன்னும் சரியாய்ச் சொல்வதெனில் ஒரு மத்தியஸ்தனாய், ஜெனரலிடமிருந்து இங்கு வந்திருக்கிறேன் என்பதை மறைக்காமல் கூறிவிடுகிறேன். எனக்கு ருஷ்ய மொழி அதிகம் தெரியாது, நேற்று நீர் சொன்னதில் பெரும்பகுதி எனக்குப் புரியவில்லை. ஆனால் பிற்பாடு அதை ஜெனரல் எனக்கு விவரமாய் விளக்கிச் சொன்னார். நான் என்ன நினைக்கிறேன் என்றால்..."

"அது இருக்கட்டும், முஸ்யே தெ கிரியே" என்று நான் இடை மறித்தேன். "இந்த விவகாரத்தில் நீங்கள் மத்தியஸ்தராய் உதவ வந்திருப்பதாகச் சொல்கிறீர்கள். நான் ஓர் ஆசிரியன்தான், இந்தக் குடும்பத்தின் நண்பனாகவோ மிகவும் நெருங்கியவனாகவோ இருக்கும் சிறப்பு எனக்குக் கிட்டியிருப்பதாய்ச் சொல்லிக் கொள்ள வில்லை. ஆகவே இவர்களைப் பற்றிய முழு விவரமும் எனக்குத் தெரியாது. நீங்கள் இதைக் கொஞ்சம் தெளிவுபடுத்த வேண்டுமென்று கேட்டுக் கொள்கிறேன்: நீங்கள் இக்குடும்பத்தில் ஒருவராய்ச் சேர்ந்து கொண்டுவிட்டீர்கள்? ஏன் கேட்கிறேன் என்றால் யாவற்றிலும் நீங்கள் பங்கெடுத்துக் கொள்வதாய்த் தெரிகிறது. இவர்களுடைய விவகாரங்கள் எல்லாவற்றிலுமே நீங்கள் மத்தியஸ்தராய்ச் செயல் படுகிறீர்கள்."

என்னுடைய கேள்வி அவருக்குப் பிடிக்கவில்லை. அது அவருக்கு அளவுமீறி அப்பட்டமானதாய் இருந்தது. தமது அந்தரங்கத்தை அவர் எனக்குத் தெரியப்படுத்த விரும்பவில்லை.

"ஓரளவு வேலைகள் காரணமாகவும் ஓரளவு சில விசேஷ நிலைமைகள் காரணமாகவும் நான் ஜெனரலுடன் சம்பந்தப் பட்டிருக்கிறேன்" என்று அவர் உணர்ச்சியற்ற குரலில் கூறினார். "நேற்று நீர் கூறிய திட்டத்தைக் கைவிட்டுவிட வேண்டுமென்று உம்மிடம் கேட்பதற்காக ஜெனரல் என்னை அனுப்பி வைத்திருக் கிறார். நீர் செய்யத் திட்டமிடுவது சுவை மிக்கதாய் இருக்கலாம், ஆனால் இதில் நீர் வெற்றி பெற முடியாது என்பதை உமக்கு உணர்த்த வேண்டுமென்று அவர் என்னைக் கேட்டுக் கொண்டார். கோமகன் ஒருபோதும் உம்முடன் பேச விரும்ப மாட்டார். அதோடு உம்மிடமிருந்து மேலும் சங்கடம் எதுவும் வராமல் தடுப்பதற்கு அவரிடம் சாத்தியமான சகல சாதனங்களும் இருக்கின்றன. இதெல்லாம் உமக்குத் தெரியாதது அல்ல. ஆகவே இந்த முயற்சியில் இறங்கிப் பலன் என்ன? அதைச் சொல்லும். தக்க சந்தர்ப்பம் கிடைத்ததும் திரும்பவும் உம்மை வேலைக்கு எடுத்துக் கொள்வதாய் ஜெனரல் வாக்களிக்கிறார். அதுவரை வேலை இல்லாமலே தொடர்ந்து சம்பளம் அளித்து உம் பெயரில் வரவு வைத்துக்

கொள்வதாகவும் கூறுகிறார். உமக்கு இது மிகவும் அனுகூலமான ஏற்பாடு, இல்லையா?"

அவர் நினைப்பது சரியல்ல என்று நான் அமைதியாய்ப் பதிலளித்தேன். கோமகன் என்னை வெளியே விரட்டியடிப்பதற்குப் பதில் நான் கூறுவதற்குச் செவி சாய்ப்பது சாத்தியமே என்றேன். இந்த விவகாரத்தில் எனக்கு என்ன செய்வதாய் உத்தேசம் என்று தெரிந்து கொள்ளவே தாம் இங்கு வந்திருப்பதாய் அவர் ஒத்துக் கொண்டுவிடுவது நல்லது அல்லவா என்று கேட்டேன்.

"நன்றாய் இருக்கிறதே! ஜெனரல் இந்த விவகாரத்தில் இவ்வளவு கருத்தெடுத்து வருகையில், உங்களது உத்தேசம் என்னவென்று அவர் தெரிந்துகொள்ள விரும்புவது நியாயம்தானே?"

நான் விளக்கிச் சொல்ல முற்பட்டேன். பிரெஞ்சுக்காரர் சோபாவில் உட்கார்ந்து கொண்டார். தலையை ஒரு பக்கம் சாய்த்துக் கொண்டு, வெளிப்படையான ஏளனம் அவர் முகத்திலே தெரிய, நான் சொன்னதைப் பெரிய மனிதத் தோரணையில் பொறுமையாய்க் கேட்பதாய்க் காட்டிக் கொண்டார். ஆனால் நான் இந்த விவகாரத்தை மிகவும் முக்கியமான ஒன்றாய்க் கருதுவதாகப் பாசாங்கு செய்தேன்.

என்னை ஜெனரலுடைய வேலையாளாய்க் கருதிக் கொண்டு என்னைப் பற்றி அவரிடம் போய்ப் புகார் செய்ததன் மூலம் கோமகன், முதலாவதாக, எனது உத்தியோகத்தை நான் இழக்கும்படிச் செய்தார்; இரண்டாவதாக, என் செயலுக்கு நான் பொறுப்பேற்க முடியாதவனாகவும், அவருடன் பேசத் தகுதியில்லாதவனாகவும் என்னைக் கருதிக் கொண்டுவிட்டார். இதன்மூலம் அவர் என்னை அவமதித்ததாய் நான் நியாயமாகவே கருதுகின்றேன். ஆயினும் வயதிலும் சமூக அந்தஸ்திலும் இன்ன பிறவற்றிலும் இருக்கும் வேறுபாட்டைக் கருத்தில் கொண்டு (இங்கே சிரிப்பை அடக்கிக் கொள்ள முடியாமல் திணறினேன்.) கோமகனிடமிருந்து எனக்குத் தக்க பதில் வேண்டுமென அவரிடம் சென்று சவால் விடுத்தோ அப்படி ஒரு சவாலை அவரிடம் தெரிவித்தோ மற்றொரு ரகளை ஏற்பட காரணமாயிருக்க நான் விரும்பவில்லை: இருந்த போதிலும் நேரில் சென்று அவரிடமும் அதைவிட முக்கியமாய் கோமகளிடமும் மன்னிப்பு கேட்க எனக்கு உரிமை உண்டு என்று கருதினேன். தவிரவும் சில காலமாய் நான் உடல்நலமின்றியும் கலங்கிப் போய் பிரமை தட்டிய நிலையிலும், மற்றும் பலவாறாய் அலைக்கழிக்கப் பட்டும் வந்ததால் நிச்சயம் எனக்கு இந்த உரிமை உண்டென எண்ணினேன். ஆனால் கோமகன் நேற்று நான் அப்படி அவமானப் படும் விதத்தில் ஜெனரலை அணுகி, உடனே என்னை வேலையி லிருந்து நீக்கிவிட வேண்டுமென்று வற்புறுத்தியதால் இனி நான்

நற்றிணை பதிப்பகம் • 69

அவரிடமும் கோமகளிடமும் மன்னிப்பு கேட்கமுடியாத ஓர் இக்கட்டான நிலையில் என்னை இருத்திவிட்டார். ஏனெனில், இழந்த வேலையைத் திரும்பப் பெறுவதற்காக இப்படி நான் வேறு வழியின்றி மன்னிப்பு கேட்பதாகவே அவர்கள் இருவரும் ஏன் உலகோர் அனைவருமே நினைத்துக் கொள்வார்கள். ஆகவே இப்பொழுது கோமகன் மிதமான முறையிலேனும் முதலில் என்னிடம் மன்னிப்பு கேட்க வேண்டும் என்று அதாவது என்னை அவமானப்படுத்தும் எண்ணம் தமக்கு இருக்கவில்லையெனத் தெரிவிக்க வேண்டும் என்று – கேட்டுக் கொள்வதைத் தவிர எனக்கு வேறு வழி ஏதும் இல்லை. கோமகன் இதைச் செய்தபிறகு நான் வலுக்கட்டாய நிலையிலிருந்து விடுபட்டு முழு மனதுடன் உள்ளப் பூர்வமாய் மன்னிப்பு கேட்டுக் கொள்ள முடியும் என்று விளக்கி னேன். ஆக, நான் விரும்புவதெல்லாம் என்னை விடுவிக்க வேண்டும் என்பதுதான்" என்று கூறி முடித்தேன்.

"சீ, என்ன இதெல்லாம்! எதற்காக இந்த நுட்பங்களும் நுண்ண யங்களும். நீர் எதற்காக மன்னிப்பு கேட்க வேண்டும் என்கிறீர்? முஸ்யே, இதெல்லாம் ஜெனரலுக்குத் தொல்லை உண்டாக்க வேண்டுமென்று நீர் திட்டமிட்டுத் தொடங்கிய காரியம்தானே... இதை மறுக்க முடியுமா உம்மால் அல்லது வேறு உமது சொந்த நோக்கம் ஏதாவது இருக்கிறதா? அன்புடையீர், என்னை மன்னிக்க வேண்டும், உமது பெயரை மறந்துவிட்டேன். முஸ்யே அலெக்சேய் தானே?..."

"அன்புமிக்க மார்க்விசு! தாங்கள்தான் என்னை மன்னிக்க வேண்டும். உங்களுக்கு ஏன் இவ்வளவு அக்கறை இந்த விவகாரத்தில்?"

"ஜெனரல் அக்கறை கொண்டிருப்பதால்தான்..."

"ஜெனரலுக்குத்தான் இதனுடன் என்ன சம்பந்தம்? மிகவும் கவனமாய் நடந்து கொள்ள வேண்டுமென்று அவர் நேற்று ஏதோ சொன்னார்... கலவரமடைந்தவரைப் போல் இருந்தார்... ஆனால் எனக்கு ஒன்றும் புரியவில்லை."

"காரணம் இல்லாமல் அவர் அப்படிச் சொல்லவில்லை" என்று மன்றாடும் தோரணையில் பேச முயன்றார் தெ கிரியே. எனினும் அவருக்கு ஏற்பட்ட எரிச்சல் மேலும் மேலும் தெளிவாகவே அவர் குரலில் ஒலித்தது. "மத்மாசேல் தெ கமேன்ஷை உமக்குத் தெரியும் அல்லவா?"

"மத்மாசேல் பிளான்ஷைச் சொல்கிறீர்களா?"

"ஆமாம், மத்மாசேல் பிளான்ஷ் தெ கமேன்ஷையும் அவள் தாயையும் தெரியும் அல்லவா? நீர் ஒத்துக்கொள்வீர், ஜெனரல்... அதாவது ஜெனரல் காதல் கொண்டிருக்கிறார்... இது திருமணத்திலே

முடிவுறலாம். இந்த நிலைமையில் ரகளை, புரளி... இவற்றால் அவருக்கு ஏற்படக்கூடிய சங்கடத்தைப் புரிந்துகொள்ளலாம்."

"திருமணத்துக்கு இடையூறாய் இங்கு ரகளையோ புரளியோ எப்படி எழ முடியுமென்று எனக்குப் புரியவில்லை."

"இந்தக் கோமகன் அப்படிப்பட்ட முன்கோபக்காரர், பிரஷ்ய சிடுமூஞ்சி; ஒன்றுமில்லாத அற்ப விஷயத்துக்குங்கூட பெரிய ரகளை செய்யக் கூடியவர், தெரியுமா?"

"ஆனால் அது என்னைப் பற்றியதாக அல்லவா இருக்கும்? நீங்கள் எல்லாம் சம்பந்தப்பட வேண்டியதில்லையே. நான் இனி ஜெனரலின் குழுவினைச் சேர்ந்தவன் அல்லவே. (வேண்டுமென்றே நான் அசட்டுத்தனமாய்ப் பேச முயன்றேன்.) ஆனால் மத்மாசேல் பிளான்ஷ் ஜெனரலை மணந்து கொள்வது தீர்மானமாகிவிட்டதா? அப்படியானால் எதற்காகக் காத்திருக்கிறார்கள்? எதற்காக எங்களுக்குக் கூட ஜெனரலின் குழுவைச் சேர்ந்தோருக்குங்கூட தெரியாதபடி மறைக்கப்படுகிறது?"

"என்னால் சொல்ல முடியவில்லை... உண்மை என்னவென்றால் இன்னும் முடிவாய்த் தீர்மானமாகவில்லை. ருஷ்யாவிலிருந்து செய்திக்காகக் காத்திருக்கிறார்கள். ஜெனரல் தமது விவகாரங்களை ஒழுங்கு செய்துகொள்ள வேண்டியிருக்கிறது..."

"ஓ, பாட்டியைப் பற்றிய செய்திக்காகக் காத்திருக்கிறார்கள், இல்லையா?"

தெ கிரியே கண்களில் தீ பறக்க என்னை உற்றுநோக்கினார்.

"இதுதான் நிலைமை" என்று இடைமறித்தார் அவர். "உமக்குரிய பெருந்தன்மையையும், நல்லுணர்வையும், சாமர்த்தியத்தையும் நம்புகிறேன். இந்தக் குடும்பத்தார் உம்மைத் தங்களில் ஒருவராய் ஏற்று அன்பும் மரியாதையும் காட்டியவர்கள். இவர்களுக்கு நீர் இந்த உபகாரம் செய்வீர் என்று நம்புகிறேன்..."

"இப்பொழுது இவர்கள் என்னை வெளியே விரட்டிவிட்டார்கள் என்பதை மறக்க வேண்டாம். இது வெறும் வெளிவேஷத்துக்காகச் செய்யப்பட்டதாய்ச் சொல்வீர்கள். ஆயினும் 'உம்முடைய காதைத் திருக விரும்பவில்லை நான், இருந்தாலும் வெளிவேஷத்துக்காக உம் காதைத் திருக அனுமதியுங்கள்' என்று உங்களிடம் ஒருவர் சொன்னால் அதனால் பெரிய வித்தியாசம் ஏற்பட்டுவிடாது, இல்லையா? இதை நீங்கள் ஒத்துக்கொள்ள வேண்டும்."

"சரி, வேண்டுகோள்களை நீங்கள் மதிப்பவராய்த் தெரிய வில்லை" என்று கடுமையான குரலில் திமிராகப் பேசத் தொடங் கினார் முஸ்யே தெ கிரியே. "ஆகவே பிற நடவடிக்கைகள் மேற் கொள்ளப்படும் என்பதை உமக்கு நான் தெரிவிக்க விரும்புகிறேன்.

இங்கு அதிகாரிகள் இருக்கிறார்கள். இன்றே நீர் இங்கிருந்து வெளியேற்றப்பட்டுவிட்டீர்! நல்லா இருக்கே! கற்றுக்குட்டியான ஓர் ஆள் கோமகனைப் போன்ற ஒருவருக்குச் சவால் விடுவதாவது! உம்மை சும்மா விடுவார்கள் என்றா நினைக்கிறீர்? உம்மைப் பார்த்து யாரும் இங்கு பயப்படவில்லை! இங்கு உம்மை நான் அணுகிப் பேச வந்ததற்கு முக்கியமாய் நானேதான் காரணம். உம்மால் ஜெனரலுக்கு உபத்திரவம் ஏற்படுவதால் வந்தேன். கோமகன் தமது பணியாளிடம் சொல்லி உம்மைக் கழுத்தைப் பிடித்து வெளியே தள்ளச் சொல்லமாட்டார் என்றா நினைக்கிறீர்?"

"நான் நேரில் அவரிடம் போகப் போவதில்லை" என்று நான் மிகவும் அமைதியாய் அவருக்குப் பதிலளித்தேன். "முஸ்யே தெ கிரியே, விபரம் தெரியாதவராய்ப் பேசுகிறீர்கள்! நீங்கள் நினைப் பதைக் காட்டிலும் பன்மடங்கு திறம்பட இந்தக் காரியம் செய்யப் படும். இப்பொழுது நான் மிஸ்டர் அஸ்ட்லேயிடம் போகப் போகிறேன், அவரை நடுவராய் அதாவது எனது ஆதரவாளராய் – செயல்படும்படிக் கேட்டுக் கொள்வேன். அவருக்கு நான் பிடித்தமானவன். ஆகவே அவர் இதைச் செய்ய மறுக்க மாட்டார். அவர் கோமகனிடம் பேசுவார், கோமகன் அவருடன் பேச மறுக்க முடியாது. என்னை வேண்டுமானால் வெறும் ஆசிரியனாய், சிப்பந்தி போன்றவனாய்க் கொண்டு மதிக்காமல் இருக்கலாம், ஆனால் மிஸ்டர் அஸ்ட்லேயை அப்படிச் செய்ய முடியாது. அவர் ஒரு பிரபுவின், மெய்யான பிரபுவின் மருமகன்–பிபுரோக் பிரபுவை யாவரும் அறிவர், இந்தப் பிரபு இப்பொழுது இங்கு இருக்கிறார். ஆகவே கோமகன் மிகவும் மரியாதையாய் மிஸ்டர் அஸ்ட்லேயுடன் நடந்து கொள்வார். அவர் சொல்வதைக் காது கொடுத்துக் கேட்பார். கோமகன் அப்படிச் செய்யாவிடில் மிஸ்டர் அஸ்ட்லே அதைத் தமக்கு இழைக்கப்பட்ட அவமரியாதையாய்க் கருதி (ஆங்கிலேய யர்கள் பிடிவாதக்காரர்கள் என்பது உங்களுக்குத் தெரியும்), தமது நண்பர் ஒருவரைக் கோமகனிடம் அனுப்பி வைப்பார். மிஸ்டர் அஸ்ட்லேக்குப் பெரிய இடத்து நண்பர்கள் பலரும் இருக்கிறார்கள். இவற்றை எல்லாம் கருதுவீர்களானால், நீங்கள் நினைக்கிற மாதிரி இல்லாமல் காரியம் முற்றிலும் வேறுவிதமாய் நடந்தேறும் என்பது விளங்கும்."

பிரெஞ்சுக்காரர் மெய்யாகவே பயந்து போய்விட்டார். நான் கூறியவை உண்மையாய் இருக்கும் என்பதாகவும், மெய்யாகவே நான் பெரிய ரகளை உண்டாக்கிவிடுவேன் என்பதாகவும் நினைத் தார்.

"மன்றாடிக் கேட்டுக் கொள்கிறேன்" என்றார் அவர். இம்முறை ஒளிவுமறைவின்றி அவர் மன்றாடும் குரலில் பேசினார். "இந்த

விவகாரத்தை விட்டுவிடும்படிக் கேட்டுக்கொள்கிறேன்! சச்சரவைக் கண்டு நீங்கள் மகிழ்வதாய்த் தெரிகிறது. உமக்கு வேண்டியது ரகளையே அன்றி திருப்திகரமான பதில் அல்ல. ஏற்கனவே நான் சொன்னதுபோல இதெல்லாம் வேடிக்கையாய் இருக்கலாம், கெட்டிக்காரச் செயலாகவுங்கூட தோன்றலாம். நீர் விரும்புவது எல்லாம் அவ்வளவுதானா, என்னவோ? ஆனால் சுருக்கமாகவே கூறிவிடுகிறேன்..." நான் எழுந்து என்னுடைய தொப்பியைக் கையில் எடுத்துக் கொண்டதைக் கண்டதும் அவர் அவசரமாய்க் கூறிமுடித் தார்: "ஒருவரிடமிருந்து உமக்கு நான் ஒரு சிறுகடிதம் கொண்டு வந்திருக்கிறேன். படித்துப் பாரும். இதற்கு உம்மிடமிருந்து நான் பதில் பெற்றுச் சென்றாக வேண்டும்."

இதைச் சொல்லி அவர், இரண்டாய் மடித்து முத்திரையிட்டு மூடப்பட்ட ஒரு சிறு காகிதத்தை என்னிடம் கொடுத்தார்.

பலீனா எழுதியிருந்த அந்தக் குறிப்பு வருமாறு:

"இந்த விவகாரத்தை விடாது, தொடர்ந்து செயல்பட நீ உத்தேசிப்பதாய்த் தெரிகிறது. நீ கோபமடைந்திருக்கிறாய், பள்ளிக்கூடச் சிறுவனுக்குரிய சேஷ்டைகளில் இறங்கியிருக்கிறாய். ஆனால் இங்கே சில நிலைமைகளை நீ கருத்தில் கொள்ள வேண்டும், இவற்றைப் பிற்பாடு உனக்கு விளக்கிச் சொல்வேன். ஆகவே தயவு செய்து நிறுத்து இதை, உன்னை சாந்தப்படுத்திக் கொள். இதெல்லாம் அசட்டுத்தனமே ஆகும்! நீ எனக்குத் தேவைப்படுகிறாய். நான் சொல்வதைக் கேட்பதாய் நீ வாக்களித்திருக்கிறாய். ஷிலாங்கென்பர்க் நினைவில் இருக்கட்டும்! நான் சொல்வதைக் கேட்கும்படி வேண்டு கிறேன். தேவைப்படுமானால் அவ்விதம் உத்தரவும் இடுகிறேன். உந்தன், ப.

"குறிப்பு : நேற்று நடந்தது குறித்து என்மீது உனக்குக் கோபம் என்றால், என்னை மன்னிக்குமாறு வேண்டுகிறேன்."

இந்த வரிகளைப் படித்தபோது எனக்குத் தலைசுற்றுவது போலிருந்தது. என் உதடுகள் வெளிறிட்டுவிட்டன. உடம்பு நடுங் கிற்று. நாசமாய்ப் போன அந்தப் பிரெஞ்சுக்காரர் பரமசாதுவைப் போல் எங்கோ பார்த்துக் கொண்டிருந்தார். எனது குழப்பத்தைக் காண விரும்பாதது போல முகத்தைத் திருப்பிக் கொண்டு நின்றார். அவர் வாய்விட்டுச் சிரித்திருந்தால் கூட நான் அவ்வளவு வேதனையடைந்திருக்க மாட்டேன்.

"சரி, மத்மாசேல் கவலைப்பட வேண்டாமென்று சொல்லுங்கள்" என்று நான் பதிலளித்தேன். ஆனால் உங்களை நான் ஒன்று கேட்க விரும்புகிறேன்" என்று கடுமையான குரலில் கேட்டேன். "ஏன் இந்தக் குறிப்பை முன்பே என்னிடம் தரவில்லை? அற்ப விஷயங்

களைப் பற்றி எல்லாம் தொணதொணப்பதற்குப் பதில், இங்கு வந்ததுமே இதை என்னிடம் கொடுத்திருக்கலாமே இதைக் கொடுப்ப தற்காக நீங்கள் இங்கு அனுப்பப்பட்டது உண்மையானால்...”

“நான் விரும்பியது என்னவெனில்... இது மிகவும் விசித்திரமான ஒரு விவகாரமாய் இருப்பதால், வந்ததும் அவசரமாய்ப் பேசத் தொடங்கிவிட்டேன், மன்னிக்க வேண்டும். உம்முடைய உத்தேசம் என்னவென்பதை உடனே உம்மிடமிருந்து கேட்டுத் தெரிந்து கொள்வதில் நாட்டமாயிருந்துவிட்டேன். தவிரவும் இந்தக் குறிப்பின் உள்ளடக்கம் எனக்குத் தெரியாது, எப்பொழுது வேண்டுமானாலும் இதை உம்மிடம் தரலாம் என்று இருந்துவிட்டேன்.”

“புரிகிறது எனக்கு அவசியம் ஏற்பட்டால் இதை என்னிடம் கொடுக்க வேண்டும், வாய்ப் பேச்சு மூலம் என்னைச் சமாளிக்க முடியுமானால் இதைத் தரவேண்டாம் என்று நீங்கள் பணிக்கப் பட்டிருந்தீர்கள் அப்படித்தானே? முஸ்யே தெ கிரியே, உண்மையை மறைக்க வேண்டாம்.”

“அப்படியும் இருக்கலாம்” என்று அவர் அதிகம் பேச விரும்பாத வராய் ஒரு மாதிரி வினோதமாய் என்னை உற்றுப் பார்த்தார்.

எனது தொப்பியை எடுத்துக் கொண்டேன். உடனே அவர் தலையை அசைத்து விடை பெற்றுக்கொண்டு வெளியே சென்றார். அவர் உதடுகளில் ஏளனச் சிரிப்பு தவழ்ந்ததாய் நினைத்தேன். ஆம், சிரிக்காமல் வேறு என்ன செய்வார்?

“பிரெஞ்சுக்காரரே, நீரும் நானும் பிற்பாடு ஒருநாள் நமது பூசலைத் தீர்த்துக் கொள்வோம், அப்பொழுது தெரியும் யார் பலசாலி என்று!” வாய்க்குள் முனகியவாறு படிக்கட்டில் இறங் கினேன். இன்னும் என்னால் தெளிவாய்ச் சிந்திக்க முடியவில்லை, தலை கிறுகிறுத்தது, வெளியே காற்றில் ஓரளவு எனக்கு நிதானம் திரும்பிற்று.

இரண்டு நிமிடங்களுக்குப் பிற்பாடு நான் தெளிவாய்ச் சிந்திக்க முடிந்ததும் என் மனத்துள் இரண்டு எண்ணங்கள் மிகவும் எடுப்பாய் உருவாயின. ஒன்று: இத்தகைய அற்பக் காரியம், ஒரு சிறு ரகளை முந்திய நாளன்று வாய் போன போக்கில் கூறப்பட்ட நகைக்கத்தக்க, சிறுபிள்ளைத்தனமான அச்சுறுத்தல் இப்படி எல்லோரையுமே பீதியுறச் செய்துவிட்டதே என்ன அதிசயம்! இரண்டு: இந்தப் பிரெஞ்சுக்காரருக்கு எப்படி பலீனாமீது இப்படிப்பட்ட செல்வாக்கு செலுத்த முடிகிறது? அவர் ஒரு வார்த்தை சொன்னதும், உடனே அவர் விரும்புவதை அப்படியே செய்கிறாளே, எனக்கு ஒரு குறிப்பு எழுதி என்னைச் சகாயம் செய்யும்படி பணிவுடன் வேண்டுகிறாளே! ஆதியிலிருந்தே, இவர்களை நான் தெரிந்துகொண்ட நாளிலிருந்தே,

இவர்களது உறவு எனக்குப் புரியாத புதிராகவே இருந்துள்ளது. ஆனால் கடந்த சில நாட்களாய் நான் அவளிடம் இவர்மீது அரு வருப்பும், ஏன் அடங்காத வெறுப்பும் வெளிப்படக் கண்டுள்ளேன். அவர் அவளைக் கண்ணெடுத்தும் பார்ப்பதாய்த் தெரியவில்லை, சாதாரண அன்றாட பண்பாடும்கூட இல்லாத ஒரு முரட்டு முறையில் அவளுடன் பழகுகிறார். இதை நான் கவனித்தே வருகிறேன். அவர்மீது தனக்குள்ள வெறுப்பைப்பற்றி பலீனாவே என்னிடம் கூறியிருக்கிறாள். இதுபற்றி மிகவும் குறிப்பிடத்தக்க சில விவரங்களை அவள் தன்னையும் அறியாமல் ஒளிவுமறைவின்றி என்னிடம் சொல்லியிருக்கிறாள். எப்படியோ அவளை அவர் தமது அதிகாரத்திற்கு உட்படச் செய்து வைத்திருக்கிறார், தமது பிடிக்குள் இருத்தி வைத்திருக்கிறார் என்பதாய் அல்லவா தெரிகிறது.

## 8

இங்கு புரொமனேடு என்பதாய் அழைக்கிறார்களே, அதாவது செஸ்ட்நட் சாலை, அங்கே எனது ஆங்கிலேயரைச் சந்தித்தேன் நான்.

என்னைப் பார்த்ததும் அவர் "ஓகோ!" என்று கூவினார். "நான் உங்களிடம் போக, நீங்கள் என்னிடம் வருகிறீர்கள். ஜெனரலிடமிருந்து மெய்யாகவே பிரிந்து வந்துவிட்டீர்களா?"

"எப்படி அது உங்கள் எல்லோருக்கும் தெரியவந்தது? அதைச் சொல்லுங்கள் முதலில்" என்று நான் வியப்புடன் வினவினேன். "எல்லோருக்கும் தெரிந்துவிட்டதா, என்ன?"

"இல்லை, எல்லோருக்கும் எப்படித் தெரியும்? எல்லோரும் இதைத் தெரிந்து கொள்ளத் தேவையில்லையே. யாரும் இதுபற்றி பேசிக் கொண்டிருக்கவில்லை."

"பிறகு உங்களுக்கு எப்படித் தெரிய வந்தது?"

"எனக்குத் தெரியும், அதாவது சந்தர்ப்பவசமாய் இதைத் தெரிந்து கொண்டேன், எங்கே போகிறீர்கள்? உங்களை எனக்குப் பிடித்திருக்கிறது, அதனால் உங்களைப் பார்ப்பதற்காகப் புறப் பட்டேன்."

"மிஸ்டர் அஸ்ட்லே , நீங்கள் அருமையான ஆள்?" என்றேன். (எனக்கு ஆச்சரியமாகவே இருந்தது அவருக்கு எப்படித் தெரிய வந்தது?) "நான் இன்னும் காப்பி குடிக்கவில்லை, நீங்களும் அனேக மாய்க் குடித்திருக்க மாட்டீர்களென நினைக்கிறேன். ஆகவே காஸினோ காப்பிக்கூடத்துக்குப் போவோம். அங்கே புகை பிடிக்கலாம். அப்படியே யாவற்றையும் சொல்கிறேன்... பிறகு நீங்களும் யாவற்றையும் எனக்குச் சொல்லலாம்."

காப்பிக்கூடம் நூறு தப்படித் தூரத்தில்தான் இருந்தது. நாங்கள் போய் உட்கார்ந்ததும் காப்பி வந்தது. நான் சிகரெட்டைப் பற்ற வைத்துக் கொண்டேன். மிஸ்டர் அஸ்ட்லே புகை பிடிக்கவில்லை, நான் சொல்வதைக் கேட்பதற்காக என்னைப் பார்த்தபடி அமர்ந் திருந்தார்.

"நான் எங்கும் போகப் போவதில்லை, இங்குதான் இருக்கப் போகிறேன்" என்று ஆரம்பித்தேன்.

"இங்குதான் இருப்பீர்கள், அது எனக்குத் தெரியும்?" என்று உற்சாகமாய்க் கூறினார்.

மிஸ்டர் அஸ்ட்லேயைப் பார்க்கப் புறப்பட்ட நான் பலீனாமீது எனக்குள்ள காதலைப்பற்றி அவரிடம் சொல்ல வேண்டுமென்று நினைக்கவே இல்லை. அதைப் பற்றி அவரிடம் குறிப்பிடக் கூடாது என்று தீர்மானமும் செய்திருந்தேன். அதைப் பற்றி இத்தனை நாட்களாய் நான் அவரிடம் பேசியதே இல்லை. அதோடு அவர் மிகவும் கூச்சப்படுகிறவர். பலீனா அவரைப் பெரிதும் கவர்ந்து விட்டாள் என்பதை நான் எடுத்தயெடுப்பிலேயே கண்டு கொண்டு விட்டேன். ஆனால் என்னிடம் அவர் அவளுடைய பெயரைக்கூட குறிப்பிட்டதில்லை. ஆயினும் இப்பொழுது அவர் என் எதிரே உட்கார்ந்து அசையாத தமது பார்வையை என்மீது பதித்தபோது, ஏனோ அவரிடம் யாவற்றையும், அதாவது எனது காதலை அதன் எல்லாச் சாயல்களிலும் விவரித்துச் சொல்ல வேண்டுமென்று என்னுள் திடுமென ஓர் ஆசை எழுந்தது. தொடர்ச்சியாய் அரைமணி நேரம் பேசினேன்; எனக்கு இந்தப் பேச்சு மகிழ்ச்சி தருவதாய் இருந்தது; என் காதலைப் பற்றி நான் பேசியது இதுவே முதல் தடவை! என்னுடைய பேச்சின்போது மிகவும் உற்சாகமான சில கட்டங்களில் அவர் கூச்சமடைந்து குழம்புவது போலத் தெரிந்ததும், வேண்டுமென்றே நான் மேலும் உணர்ச்சிவயப்பட்டுப் பேசினேன். ஒரேயொரு விஷயம் குறித்துதான் எனக்கு வருத்தம்: அந்தப் பிரெஞ் சுக்காரரைப் பற்றி கொஞ்சம் அளவு மீறிச் சொல்லி விட்டேன்...

மிஸ்டர் அஸ்ட்லே என் எதிரே அசையாமல் உட்கார்ந்து வாய் திறந்து ஒரு வார்த்தை சொல்லாமல், எவ்விதமான சப்தமும் செய்யாமல், நேரே என் கண்களை உற்றுப் பார்த்தவாறு கேட்டுக் கொண்டிருந்தார். ஆனால் நான் அந்தப் பிரெஞ்சுக்காரரைக் குறிப்பிட்டதும் உடனே அவர் என்னை நிறுத்தச் சொல்லி, சம்பந்தம் இல்லாத ஒன்றைப் பற்றி எப்படி நான் குறிப்பிடலாம், அதற்கு என்ன உரிமை இருக்கிறது என்று நறுக்கெனக் கேட்டார். மிஸ்டர் அஸ்ட்லே எப்பொழுதுமே இப்படித்தான் விசித்திரமான கேள்விகள் கேட்பார்.

"குறிப்பிடக் கூடாதுதான்" என்றேன் நான்.

இந்த மார்க்விசையும் மிஸ் பலீனாவையும் பற்றி திட்டவட்டமாய் நீங்கள் எதுவும் சொல்லமுடியுமா – வெறும் ஊகங்களையன்றி வேறு எதுவும் கூற முடியுமா?"

மிஸ்டர் அஸ்ட்லேயைப் போன்ற கூச்சம் மிகுந்த ஒருவர் இப்படி நேர்முகமான ஒரு கேள்வியைக் கேட்கிறாரே என்று நான் திகைப்புற்றுப் போனேன்.

"திட்டவட்டமாய் ஒன்றும் சொல்ல முடியாதுதான்" என்றேன்.

"அப்படியானால் இதைப் பற்றி என்னிடம் சொல்வது மட்டுமின்றி நீங்கள் மனதுக்குள் நினைப்பதும்கூட தவறாகும்."

"சரி, அதை ஒத்துக்கொள்கிறேன்! ஆனால் நான் கூறவரும் விவகாரம் அதுவல்ல" என்று எனது திகைப்பை வெளிக்காட்டிக் கொள்ளாமல் அவரை இடைமறித்தேன். இதன்பின் நேற்றையச் சம்பவத்தை அதன் முழு விவரங்களுடன் அவரிடம் சொன்னேன். பலீனாவின் துடுக்குத்தனம், கோமகனைச் சந்தித்து நான் புரிந்த வினோதம், பிறகு நான் வேலையிலிருந்து நீக்கப்பட்டது, ஜெனரலின் புரிந்துகொள்ள முடியாத கலவரம் ஆகியவற்றை எல்லாம் சொல்லி, முடிவில் காலையில் தெ கிரியே என்னிடம் வந்து பேசியதன் முழு விவரங்களையும் விளக்கமாய்க் கூறினேன். தெ கிரியே எனக்குத் தந்த பலீனாவின் குறிப்பையும் அவரிடம் காட்டினேன்.

"இதெல்லாம் காட்டுவது என்ன? நீங்கள் என்ன நினைக்கிறீர்கள்?" என்று கேட்டேன். "உங்கள் அபிப்பிராயத்தைக் கேட்டுத் தெரிந்துகொள்ள வேண்டுமென்றுதான் புறப்பட்டு வந்தேன். என்னைப் பொறுத்தவரை, எனக்கு இந்தப் பிரெஞ்சுக்காரரைக் கொலை செய்துவிட வேண்டும் போலிருக்கிறது. என்றோ ஒரு நாள் அப்படியே செய்தாலும் செய்வேன்."

"எனக்கும் அப்படித்தான் இருக்கிறது" என்றார் மிஸ்டர் அஸ்ட்லே. "மிஸ் பலீனாவைப் பொறுத்தவரை, உங்களுக்கு இது தெரிந்து இருக்கும், நான் வெறுக்கின்றவர்களுடன்கூட சில நேரங்களில் வேறு வழியின்றி, அவசியத்தை முன்னிட்டு உறவு கொள்ள நேர்வதுண்டு. நீங்கள் அறியாத சில வெளி நிலைமைகளின் காரணமாய் ஒருவகை உறவு இருந்து வரலாம், ஆகவே நீங்கள் கவலைப்பட வேண்டாம். எப்படியும் அதிகக் கவலை கொள்ள காரணம் இல்லை என்றே நினைக்கிறேன். ஆனால் நேற்று அவள் செய்த காரியம் இருக்கிறதே அது விசித்திரமாய்த்தான் இருக்கிறது, சந்தேகமில்லை. உங்களைத் தொலைத்துக்கட்ட விரும்பினாள், அல்லது கோமகனுடைய கைத்தடியால் மொத்துப்படுவதற்காக அனுப்பி வைத்தாள் என்று நான் இப்படிச் சொல்லவில்லை (கைத்தடி கையிலிருந்தும் அவர் ஏன் அதை உபயோகிக்காமல் இருந்தாரோ, தெரியவில்லை).

இப்படிப்பட்ட துடுக்கான ஒரு காரியம் இவ்வளவு... இவ்வளவு உயர் பண்பும் சிறப்புமுடைத்த ஒரு நங்கைக்கு ஏற்றதல்ல என்பதால் தான் விசித்திரமாய் இருப்பதாய்ச் சொல்கிறேன். ஆனால் அவள் வேடிக்கையாய்ச் சொன்னதை நீங்கள் அப்படியே செய்வீர்கள் என்று அவள் எதிர்பார்த்திருக்க முடியாது என்பதையும்..."

"எனக்கு என்ன தோன்றுகிறது தெரியுமா?" என்று நான் மிஸ்டர் அஸ்ட்லேயை வெறிக்கப் பார்த்தவாறு இடைமறித்தேன். "இதைப் பற்றி முன்பே நீங்கள் யாரிடமிருந்தோ தெரிந்து கொண்டு விட்டதாய்த் தோன்றுகிறது! யாரிடமிருந்து என்று சொல்லட்டுமா? – மிஸ் பலீனாவிடமிருந்து!"

மிஸ்டர் அஸ்ட்லே வியப்பு மேலிட்டவராய் என்னை உற்று நோக்கினார்.

"உங்கள் கண்கள் மின்னுகின்றன, அவற்றில் சந்தேகம் பளிச்சிடக் காண்கிறேன்" என்று அவர் உடனே சுதாரித்துக் கொண்டு தமது வழக்கமான அமைதியோடு கூறினார். "ஆனால் சந்தேகப்படுவதற்கு உங்களுக்கு உரிமை இல்லை. நான் அந்த உரிமையை அங்கீகரிக்க வில்லை. உங்கள் கேள்விக்குப் பதிலளிக்கத் தீர்மானமாய் மறுக் கிறேன்."

"சரி. பதிலளிக்க வேண்டாம்!" என்று என்னுள் ஒரு வினோத வகை உணர்ச்சி கிளர்ந்தெழ நான் கூச்சலிட்டேன். இப்படி ஒரு எண்ணம் என் தலையில் எப்படி உதித்ததென்று வியந்து கொண்டேன். மிஸ்டர் அஸ்ட்லேயைப் பலீனா தனது அந்தரங்க நண்பராகவா தேர்ந்தெடுத்துக் கொண்டுவிட்டாள்? எப்பொழுது, எங்கே, எப்படி அது நடைபெற்றது? அண்மையில் நான் மிஸ்டர் அஸ்ட்லேயைக் கணக்கில் எடுக்காமலே அல்லவா இருந்துவிட்டேன். பலீனா எப்பொழுதுமே எனக்குப் புரியாப் புதிராய்த்தானே இருந்து வந்தாள். உதாரணமாய், இப்பொழுது நான் மிஸ்டர் அஸ்ட்லேயிடம் எனது காதலைப் பற்றி சொல்லிக் கொண்டிருந்தபோது, அவளுடன் எனக்குள்ள உறவுகளில் குறிப்பாகவோ, திட்டவட்டமாகவோ சுட்டிக் காட்டக் கூடியது எதுவும் இல்லையே என்று என் மனத்துள் ஓர் எண்ணம் திடுமென எழவே செய்தது. எனக்கும் அவளுக்கு மிடையே யாவும் தெளிவின்றி வினோதமாகவும் விபரீதமாகவும்தானே இருந்து வருகின்றன?

"சரி, நான் குழம்பித்தான் போய்விட்டேன்–பலவும் எனக்குத் தெளிவாய் விளங்கவில்லை" என்று மூச்சுத் திணறியவாறு கூறினேன். "ஆனால் நீங்கள் மிகவும் அருமையானவர், உங்களிடமிருந்து வேறொன்றைப் பற்றித் தெரிந்துகொள்ள விரும்புகிறேன். எனக்கு வேண்டியது உங்களுடைய ஆலோசனையல்ல, உங்கள் அபிப் பிராயம்தான் வேண்டும்..."

சற்று நேர மௌனத்துக்குப் பிற்பாடு தொடர்ந்து பேச முற்பட்டேன்.

“நீங்கள் என்ன நினைக்கிறீர்கள்–ஜெனரல் அப்படிப் பீதி யடையக் காரணம் என்ன? நான் செய்த அந்தச் சிறுபிள்ளைத் தனமான சேஷ்டையை ஏன் எல்லோரும் இப்படி ஒரு பெரிய காரியமாய்க் கருதிக் கலவரமடைகிறார்கள்? தெ கிரியேயுங்கூட இதில் தலையிட முற்படும் அளவுக்கு (மிகவும் முக்கிய சந்தர்ப்பங் களில் மட்டுமே தலையிடுகிற அவர் என்னிடம் ஓடோடி வரும் அளவுக்கு) பெரிது பண்ணுகிறார்களே, ஏன் இது? அவர் என்னிடம் ஓடி வந்து வேண்டினார், மன்றாடினார் – ஆம், தெ கிரியே என்னை மன்றாடிக் கேட்டுக் கொண்டார்! அது மட்டுமல்ல, இதையும் கவனியுங்கள், ஒன்பது மணிக்கு, ஒன்பது அடிப்பதற்கு முன்பே, அவர் என்னிடம் வந்தார். ஆயினும் பலீனா எழுதியிருந்த குறிப்பைக் கையில் வைத்திருந்தார். நான் கேட்கிறேன் அந்தக் குறிப்பு எப்பொழுது எழுதப்பட்டது? அதை எழுதுவதற்காக வேண்டி பலீனா அந்த நேரத்தில் எழுப்பப்பட்டிருக்க வேண்டும்! மிஸ் “அவர் சொன்னதை எல்லாம் செய்யும் அவருடைய அடிமையாய் இருக் கிறாள் என்பதை இதிலிருந்து தெளிவாய்க் காண்கிறேன். (ஏனெனில் மெய்யாகவே அவள் என்னிடம் மன்னிப்பு கேட்டுக் கொள்கிறாள்!) அது மட்டுமல்ல–இந்த விவகாரத்தில் அவளுக்கு என்ன அவ்வளவு கவலை? இதில் ஏன் அவள் அவ்வளவு அக்கறை எடுத்துக் கொள்ளணும்? யாரோ ஒரு கோமகனிடம் அவர்களுக்கு ஏன் இந்த பயம்? மத்மாசேல் பிளான்ஷ் தெ கமேன்ஷை ஜெனரல் மணம் புரிந்து கொள்வதற்கும் இதற்கும் என்ன சம்பந்தம்? மணம் புரிந்து கொள்ளப் போவதால் அவர்கள் மிகமிகக் கவனமாய் இருக்க வேண்டுமென்று கூறுகிறார்கள்–மெய்யாகவே இது மிதமிஞ்சிய கவனமாய் அல்லவா இருக்கிறது? நீங்கள் நினைப்பது என்ன? இந்த விவகாரத்திலுங்கூட என்னைவிட உங்களுக்கு அதிகம் தெரியும் என்பது நீங்கள் பார்க்கிற பார்வையிலிருந்தே தெரிகிறது!”

மிஸ்டர் அஸ்ட்லே மெல்லச் சிரித்தவாறு தலையை ஆட்டிக் கொண்டார்.

“மெய்யாகவே உங்களைக் காட்டிலும் எனக்கு இதைப் பற்றி அதிகம் தெரியும் என்றுதான் நினைக்கிறேன்” என்றார் அவர். “எல்லாமே இந்த மத்மாசேல் பிளான்ஷையே மையமாய்க் கொண்டு அமைந்திருக்கிறது. அதுதான் உண்மை, சந்தேகமில்லை.”

“சரி, யார் இந்த மத்மாசேல் பிளான்ஷ் என்று நான் பொறுமை யிழந்து கூச்சலிட்டேன். (மத்மாசேல் பலீனாவைப் பற்றி ஏதாவது உண்மை வெளிப்படும் என்று இப்பொழுது என் மனத்துள் திடுமென ஒரு நம்பிக்கை உதித்தது.)

"மத்மாசேல் பிளான்ஷ் தற்போது கோமகனையும் கோமகளையும் தான் சந்திக்க நேர்வதை, அதுவும் சங்கடமான சூழலிலோ, இன்னும் முக்கியமாய் ரகளை ஏற்படும் சூழலிலோ சந்திக்க நேர்வதை எப்படியேனும் தவிர்த்துக் கொள்ள விரும்புவதாய்த் தெரிகிறது."

"சரி, சொல்லுங்கள்!"

"சென்ற ஆண்டுக்கு முந்திய ஆண்டில் மத்மாசேல் பிளான்ஷ் இங்கே, ருலெட்டன்பர்க்கில் இருந்தாள். நானும் அப்பொழுது இங்கு இருந்தேன். மத்மாசேல் பிளான்ஷ் அப்பொழுது மத்மாசேல் தெ கமேன்ஷ் என்று அழைக்கப்படவில்லை; அவளுடைய தாய் மதாம் தெ கமேன்ஷ் அப்பொழுது இல்லவே இல்லை. எப்படியும் அவரைப்பற்றி அப்பொழுது யாரும் கேட்டதே இல்லை. தெ கிரியே என்பதாகவும் கூட அப்பொழுது யாரும் இல்லை. இவர்கள் உறவினர்கள் அல்ல என்பது மட்டுமின்றி, சிறிது காலத்துக்கு முன்புதான் ஒருவரையொருவர் தெரிந்து கொண்டவர்கள் என்று உறுதியாய்ச் சொல்வேன். தெ கிரியே இப்பொழுதுதான் சிறிது காலமாய் மார்க்விசாய் இருந்து வருகிறார். குறிப்பிட்ட ஒரு உண்மை இதை எனக்கு ஐயமறத் தெளிவுபடுத்துகிறது. அது மட்டுமல்ல, அவர் தெ கிரியே என்ற பெயரைப்பெற்று அதிக காலமாகவில்லை என்று நான் துணிந்து சொல்வேன். வேறொரு பெயரில் அவர் அழைக்கப்பட்டபோது அவரைச் சந்தித்தவர் ஒருவர் இங்கு இருக்கிறார், எனக்குத் தெரியும்."

"இருப்பினும் அவருக்குத் தெரிந்தவர்கள் மிகப் பலரும் இருப்பார்கள் போலிருக்கிறதே, இல்லையா?"

'ஓ, அது இருக்கலாம்தான். மத்மாசேல் பிளான்ஷுக்கும்கூட அப்படி பல பேரும் இருக்கலாம். கடந்த ஆண்டுக்கு முந்திய ஆண்டில் மத்மாசேல் பிளான்ஷுக்கு இதே கோமகள் செய்த புகாரின் பேரில், உள்ளூர் போலீசாரிடமிருந்து உடனே நகரைவிட்டு வெளியேறும்படி ஓர் அழைப்பு கிடைத்தது; உடனே அவள் அவ்விதமே வெளியேறிவிட்டாள்."

"அப்படி நடைபெறக் காரணம் என்ன?"

"முதன்முதல் அவள் இங்கு வந்திருந்தது ஒரு இத்தாலியருடன். பர்பெரீனியோ அல்லது அதையொத்த பிரபல பெயருடைய கோமகன் அவர். ஏகப்பட்ட மோதிரங்களும் வைரங்களும் – மெய்யான வைரங்கள்தான்– அணிந்திருந்தார். அற்புதமான கோச்சில் இருவரும் வந்துபோய்க் கொண்டிருந்தனர். தொடக்கத்தில் அவளுக்கு சிவப்புக் கறுப்புச் சீட்டாட்டத்தில் அதிர்ஷ்டம் அடித்தது. ஆனால் பிற்பாடு தலைகீழாய் மாறிவிட்டது, எனக்கு அப்படித்தான் ஞாபகம். ஒரு மாலை அவள் குறிப்பிடத்தக்கப் பெருந்தொகையை இழந்தது

எனக்கு நினைவிருக்கிறது. ஆனால் இதையெல்லாம்விட பெரிய மோசடி என்னவெனில் ஒருநாள் காலை அவளுடைய கோமகன் எங்கோ மறைந்துவிட்டார். குதிரைகள், அந்தக் கோச் யாவும் மாயமாய் மறைந்துவிட்டன. ஹோட்டலுக்குப் பிரம்மாண்டத் தொகை செலுத்தப்படாமல் பாக்கியிருந்தது. மத்மாசேல் ஸெல்மா (பர்பெரீனியாக இருந்தவள் திடுமென இப்பொழுது மத்மாசெல் ஸெல்மா ஆகிவிட்டாள்.) கதிகலங்கிப் போய்விட்டாள். அவள் போட்ட கூப்பாட்டிலும் கூச்சலிலும் ஹோட்டலே அதிர்ந்தது. வெறி பிடித்து ஆடினாள், ஆடைகளையுங்கூடக் கிழித்துக் கொண்டு விட்டாள். அப்பொழுது ஹோட்டலில் போலீஸ் கவுன்ட் ஒருவர் இருந்தார். (ஊர் ஊராய்ப் பயணம் போகும் போலீஸ்காரர்கள் எல்லோருமே கவுன்ட்கள்தான்.) மத்மாசேல் ஸெல்மா ஆடைகளைக் கிழித்துக் கொண்டும், சுகந்தம் வீசும் அழகான விரல் நகங்களால் முகத்தைப் பிராண்டிக் கொண்டும் நின்ற காட்சி அந்தக் கவுன்ட்டை ஓரளவுக்கு வயப்படச் செய்துவிட்டது. அவர்கள் ஓர் உடன்பாட்டுக்கு வந்தனர், சாப்பாட்டு வேளைக்குள் அவள் ஒருவாறு ஆறுதலடைந்து விட்டாள். இருவரும் அன்று மாலை கைகோர்த்துக் கொண்டு காஸீனோவுக்குள் வந்தனர். மத்மாசேல் ஸெல்மா வழக்கம்போல் பலமாய்ச் சிரித்தாள். முன்னிலும் கூடுதலான உற்சாகத்துடன் செயல்பட்டாள். உடனே ருலெட் ஆடும் அந்தச் சீமாட்டிகளின் கூட்டத்தில் சேர்ந்து கொண்டாள். நேரே ஆட்ட மேஜைக்குச் சென்று, ஆடிக் கொண்டிருப்பவரை இடித்துத் தள்ளிவிட்டு தமக்கு இடம் தேடிக் கொள்ளும் சீமாட்டிகள் இவர்கள். இது மிகவும் எடுப்பான நடத்தையாய் இவர்களிடையே கருதப்படும். இத்தகைய சீமாட்டிகளை நீங்கள் கவனித்திருப்பீர்களே.”

“ஆமாம், ஆமாம்.”

“கவனிக்கத்தக்கவர்களல்ல இவர்கள். கண்ணியமானவர்களுக்கு இடையூறாய் இத்தகையவர்கள் இங்கு மொய்த்துக் கொண்டிருக்கிறார்கள் – தினமும் மேஜையில் ஆயிரம் பிராங்க் நோட்டுகளை மாற்றுவோர் எவ்விதத் தடையுமின்றி உள்ளே அனுமதிக்கப்பட்டு விடுகிறார்கள். நோட்டு மாற்ற முடியாமற் போனதும் உடனே இவர்கள் வெளியே சென்றுவிடும்படி கேட்டுக் கொள்ளப்படுகிறார்கள். மத்மாசேல் ஸெல்மா தொடர்ந்து நோட்டுகளை மாற்றிக் கொண்டிருந்தாள். ஆனால் அவள் அதிர்ஷ்டம் மேலும் மேலும் கட்டையாகிச் சென்றது. இந்தச் சீமாட்டிகளுக்கு அடிக்கடி அதிர்ஷ்ட தசை அடிக்கும், தெரியுமா? அவர்களுடைய மன உறுதி வியக்கத்தக்கதாகவே இருக்கும். ஆனால் நான் சொல்லும் இந்தக் கதை இத்துடன் முடிவுறவில்லை. ஒருநாள் அந்தக் கவுன்ட்டும் முன்பு அந்தக் கோமகன் மறைந்தது போலவே, திடுமென மறைந்து விட்டார்.

அன்று மாலை மத்மாசேல் ஸெல்மா தன்னந்தனியே ஆட்ட மேஜைகள் எதிரே வந்து நின்றாள். இம்முறை கைகொடுத்து அவளை அழைத்துச் செல்ல யாரும் முன்வரவில்லை. இரண்டு நாட்களில் யாவற்றையும் தோற்றுவிட்டாள். தன் கையில் கடைசியாய் எஞ்சிய லூயிதோர் காசையும் வைத்து ஆடித் தோற்றதும் சுற்றிலும் பார்த்தாள், தன் பக்கத்தில் கோமகன் உர்மெர்கெல்ம் நிற்பதைக் கண்டாள். கவனமாகவும் மிகுந்த கடுப்போடும் அவளைப் பார்த்துக் கொண்டு நின்றிருந்தார் அவர். மத்மாசேல் ஸெல்மா அவருடைய கடுப்பைக் கவனியாது, பிரசித்தி பெற்ற தனது புன்சிரிப்பை முகத்திலே தவழச் செய்துகொண்டு அவர் பக்கம் திரும்பி தன் சார்பில் சிவப்பிலே பத்து லூயிதோரை வைக்குமாறு கேட்டுக் கொண்டாள். அதன்பிறகு கோமகள் புகார் செய்ததன் விளைவாய், இனிமேல் காஸீனோவுக்குள் வரக் கூடாதென்று அவளுக்கு உத்தரவு கிடைத்தது. இந்த அற்பமான, மிகவும் கேவலமான விவரங்கள் எனக்கு எப்படித் தெரிய வந்தன என்று நீங்கள் வியப்படையலாம். ருலெட்டன்பர்க்கிலிருந்து ஸ்பாவுக்கு அன்று மாலை தமது கோச்சில் மத்மாசேல் ஸெல்மாவை அழைத்துச் சென்ற என் உறவினரான மிஸ்டர் ஃபீடர் இவற்றை எனக்குத் தெரிவித்தார். இப்பொழுது நீங்கள் இதைப் புரிந்துகொள்ள வேண்டும்–மத்மாசேல் பிளான்ஷ் மதாம் ஜெனரலாக வேண்டுமென்று விரும்புகிறாள், கடந்த ஆண்டுக்கு முந்திய ஆண்டு காஸினோ போலீசாரிடமிருந்து கிடைத்தது போன்ற ஓர் உத்தரவு இனி வருங்காலத்தில் கிடைக்காத படி இவ்வழியில் தடுத்துக் கொள்ளலாமென்று நினைக்கிறாள். இப்பொதெல்லாம் அவள் ருலெட் ஆடுவதில்லை. காரணம், அவள் சேர்த்து வைத்திருப்பதிலிருந்து சூதாடிகளுக்குக் கடன் கொடுத்து வட்டி வசூலிக்கிறாள் என்று பல அறிகுறிகளிலிருந்தும் தெரிகிறது. நேரே ஆடுவதைக் காட்டிலும் இது அதிகம் லாபகரமானது. பாவம் ஜெனரலுங்கூட இவளுக்குக் கடன்பட்டுவிட்டார் என்று நான் நினைக்கிறேன். ஒருவேளை தெ கிரியேயுங்கூட கடன்பட்டிருக்கலாம். அல்லது அவர் இவளுடன் கூட்டுச் சேர்ந்து கொண்டும் இருக்கலாம். திருமணம் முடியும் வரையிலாவது அவள் எவ்விதத்திலும் கோமகன், கோமகளுடைய கவனம் தன் பக்கம் திரும்புவதை விரும்பமாட்டாள் என்பதை நீங்கள் ஒத்துக்கொள்வீர்கள். சுருங்கச் சொன்னால், அவளுடைய தற்போதைய நிலையில் எந்த ரகளையையும் அவள் விரும்பவே மாட்டாள். நீங்கள் இந்தக் குடும்பத்துடன் சம்பந்தப் பட்டவர், உங்களுடைய செயல் ரகளை உண்டாக்கக் கூடியதே. தினமும் அவள் ஜெனரலுடனோ, மிஸ் பலீனாவுடனோ கைகோர்த்துக் கொண்டு பகிரங்கமாய்ப் போய் வருவதால் அவளுக்கு அபாயம் இன்னும் அதிகரிக்கிறது. இப்பொழுது உங்களுக்குப் புரிகிறதா?"

“இல்லை, புரியவில்லை!” என்று கூவி நான் மேஜைமீது அப்படிப் பலமாய்த் தட்டினேன்—அந்த சப்தம் கேட்டு நடுங்கிப் போன, ‘செர்வர்’ ஒருவன் எங்களிடம் ஓடி வந்தான்.

“மிஸ்டர் அஸ்ட்லே, இதை எனக்குச் சொல்லுங்கள்” என்று ஆத்திரம் தொண்டையை அடைக்க அவரிடம் வினவினேன். “பூரா கதையும் முன்பே உங்களுக்குத் தெரிந்திருக்கையில், இந்த மத்மாசேல் பிளான்ஷ் தெ கமேன்ஷ் எப்படிப்பட்டவள் என்பது நன்றாகவே தெரிந்திருக்கையில், நீங்கள் ஏன் என்னையோ, நேரே ஜெனரலையோ, இன்னும் முக்கியமாய் மத்மாசேல் பிளான்ஷுடன் கைகோர்த்துக் கொண்டு எல்லோர் முன்னிலையிலும் காஸினோவுக்கு வரும் மிஸ் பலீனாவையோ எச்சரிக்கை செய்யவில்லை? இப்படிச் சும்மாயிருக்க எப்படி முடிந்தது உங்களால்?”

“உங்களை எச்சரிக்கை செய்து பயனில்லை, ஏனெனில் உங்களால் ஒன்றும் செய்திருக்க முடியாது” என்று அமைதியாய்ப் பதிலளித்தார் மிஸ்டர் அஸ்ட்லே. “நான் எதைப்பற்றி எச்சரிக்கை செய்வது? மத்மாசேல் பிளான்ஷைப் பற்றி என்னைக் காட்டிலும் ஜெனரலுக்கு அதிகமாகவே தெரிந்திருக்கும். இருந்தபோதிலும் எல்லோருக்கும் முன்னிலையில் அவர் மிஸ் பலீனாவையும் அழைத்துக்கொண்டு அவளுடன் செல்கிறார். ஜெனரலின் நிலை பரிதாபமானது. நேற்று நான் மத்மாசேல் பிளான்ஷ் ஒரு சிறந்த குதிரையில் பாய்ந்தோடக் கண்டேன், முஸ்யே தெ கிரியேயும் அந்த ருஷ்யக் குட்டி கோமகனும் உடன் சென்றனர். இவர்களுக்குப் பின்னால் செந்நிறக் குதிரையிலே போய்க் கொண்டிருந்தார் ஜெனரல். அன்று காலையில் அவர் தமக்குக் கால்கள் வலிப்பதாய்க் கூறினார்; ஆயினும் குதிரையிலே அவர் மிகவும் விறைப்பாய் அமர்ந்திருக்கக் கண்டேன். அவருக்கு வீடுமோட்சம் இல்லை என்பதாய்த் திடுமென எனக்குத் தோன்றிற்று. ஆனால் இதெல்லாம் என் காரியமல்ல, எனக்கு மிஸ் பலீனாவைத் தெரிந்துகொள்ளும் பாக்கியம் கிடைத்துச் சிறிது காலமே ஆகிறது. (மிஸ்டர் அஸ்ட்லே சட்டெனத் தம்மைக் கட்டுப்படுத்திக் கொண் டார்.) உங்கள்பால் எனக்கு உள்ளப்பூர்வமான அன்பு உண்டென் றாலும், சிலவகைக் கேள்விகளைக் கேட்க உங்களுக்கு உரிமை இல்லை என்று ஏற்கனவே கூறியிருக்கிறேன்.”

“போதும், இவ்வளவு போதும்!” என்று கூறி நான் எழுந்தேன். “மத்மாசேல் பிளான்ஷைப் பற்றி மிஸ் பலீனாவுக்கும் முழு விவரமும் தெரியும் என்று இப்பொழுது எனக்குத் தெளிவாய் விளங்குகிறது. ஆனால் அவளுடைய பிரெஞ்சுக்காரரை விட்டுப்பிரிய அவளுக்கு மனம் வரவில்லை, எனவேதான் சகித்துக்கொண்டு மத்மாசேல் பிளான்ஷுடன் கூட வெளியே உலாவச்செல்ல உடன்படுகிறாள், கோமகனைச் சும்மாவிடும்படி மன்றாடிக்கேட்டு எனக்குக் குறிப்பு

எழுதியனுப்புகிறாள். ஆம், இதுதான் அவளுக்கு ஏனைய யாவற்றையும்விட பிரதானமாய்த் தெரிகிறது. ஆயினும் அவள்தான் என்னைத் தூண்டிவிட்டு கோமகனிடம் போக வைத்தாள். நாசமாய்ப் போக, எதுவும் விளங்குவதாய் இல்லை!"

"முதலாவதாய் இந்த மத்மாசேல் தெ கமேன்ஷ், ஜெனரலை மணந்துகொள்ளப் போகிறவள் என்பதை நீங்கள் மறந்துவிடுகிறீர்கள். இரண்டாவதாக, ஜெனரலின் மாற்றான் மகளாகிய மிஸ் பலீனாவுக்குச் சிறு தம்பியும் தங்கையும் இருப்பதையும் மறந்து விடுகிறீர்கள். ஜெனரலின் சொந்தக் குழந்தைகளே ஆயினும் அந்தப் பைத்தியக்காரர் இவர்களைப் பற்றி கவலைப்படுவதாய்க் காணோம். அதோடு இவர்களுக்குரிய சொத்துக்களையும் சூறையாடி விரயமாக்கிவிட்டார் என்று நினைக்கிறேன்."

"ஆமாம், அதுதான் இங்குள்ள விஷயம்! குழந்தைகளை அவள் விட்டுச்செல்வதெனில் அவர்களை நிர்க்கதியாய்த் தெருவிலே நிற்கச் செய்வதாகிவிடும். அதற்குப் பதில் இங்கே இருந்தாளாயின் அவர் களுடைய நலன்களைக் கவனித்துக் கொள்வதோடு சொத்துக்களில் துளியளவையாவது அவர்களுக்குப் பாதுகாத்துத் தர முடிந்தாலும் முடியலாம். ஆம், அதெல்லாம் மெய்தான்! ஆயினும்! ஓ, இப்பொழுது புரிகிறது எனக்கு பாட்டியிடம் இவர்கள் எல்லோருக்கும் ஏன் இவ்வளவு அக்கறை என்று எனக்குப் புரிகிறது!"

"யாரிடம்?" என்று கேட்டார் மிஸ்டர் அஸ்ட்லே.

"மாஸ்கோவில் இருக்கிறாரே வயதான அந்தச் சூன்யக்காரியிடம்; இறந்துவிட்டதாகத் தந்தி வருமென்று இங்கே இவர்கள் தினமும் எதிர்பார்த்துக் காத்திருக்க, இறக்க மறுக்கும் அந்தப் பாட்டியிடம்."

"ஓ. ஆமாம், இப்பொழுது இவர்களுடைய சிந்தனைகள் யாவும் அந்தப் பாட்டியிடம்தான் லயித்திருக்கின்றன. யாவும் அவருடைய உயிலையே பொறுத்துள்ளது. ஜெனரல் வாரிசாகிவிட்டால் உடனே அவர் மணம் புரிந்துகொண்டு விடுவார். மிஸ் பலீனாவும் விடுபட்டு விடுவாள், தெ கிரியேயுக்கு."

"தெ கிரியேயுக்கு என்ன? சொல்லுங்கள்!"

"தெ கிரியேயுக்கு அவருடைய பணம் தரப்பட்டுவிடும். அதற்காகத்தானே அவர் காத்துக் கொண்டிருக்கிறார்."

"அப்படியா நினைக்கிறீர்கள்? அதற்காக மட்டும்தான் காத்துக் கொண்டிருக்கிறார் என்றா நினைக்கிறீர்கள்?"

"ஆம், அதற்குமேல் வேறு எதுவும் இருப்பதாய்த் தெரியாது எனக்கு."

"ஆனால் எனக்குத் தெரியும்! நன்றாய்த் தெரியும்!" என்று ஆத்திரம் பொங்க நான் கூறினேன். பாட்டியிடமிருந்து தனக்கும் சொத்து கிடைக்குமென்று அவர் எதிர்பார்க்கிறார். எப்படியென்றால்

பலீனாவுக்கு சீதனம் கிடைக்கப் போகிறது. பணம் கிடைத்ததும் உடனே அவள் இந்தப் பிரெஞ்சுக்காரரின் கழுத்தைக் கட்டிக் கொண்டுவிடுவாள். எல்லாப் பெண்களுமே இப்படித்தான்! மிகவும் கர்வம் பிடித்தவர்களுங்கூட உண்மையில் கேவலமான அடிமைகளாகி விடுகிறார்கள். பலீனா கண்ணை மூடிக் கொண்டு காதலுக்கு அடிமையாகிவிடுகிறவள், அதைத் தவிர வேறு எதற்கும் லாயக்கல்ல அவள். இதுதான் அவளைப் பற்றி எனக்குள்ள அபிப்பிராயம்! அவளைக் கவனித்துப் பாருங்கள், தனியே உட்கார்ந்து அவள் சிந்தனையில் ஆழ்ந்திருக்கையில் கவனித்துப் பாருங்கள். இதுதான் அவள் தலையெழுத்து. ஏற்கனவே இது நிர்ணயமாகிவிட்டது, அவள் சபிக்கப்பட்டுவிட்டாள் என்பது தெரியும்! எவ்வளவுதான் மடத்தனமாகவும் வெறித்தனமாகவும் இருக்கட்டுமே, எதையும் செய்யக்கூடியவள்! அவள்-அவள்-யார் அது என்னைக் கூப்பிடுவது?" என்று நான் திடீரெனக் கேட்டேன். "கூவுவது யார்? அலெக்சேய் இவானவிச் என்று ருஷ்யனில் கூவியழைத்தது காதில் விழுந்ததே! பெண்குரல் மாதிரி இருக்கிறதே இதோ கேளுங்கள்!"

அப்பொழுது நாங்கள் ஹோட்டலை நெருங்கிக் கொண்டிருந் தோம். காப்பிக்கூடத்தை விட்டு நீண்ட நேரத்துக்கு முன்பே விலகி வந்துவிட்டோம். எங்களை அறியாமலே நடந்து வந்துவிட்டோம்.

"ஒரு பெண் குரல் கூப்பிடுவது காதில் விழுந்தது. ஆனால் கூப்பிடப்பட்ட பெயர் தெளிவாய்க் கேட்கவில்லை. ருஷ்யப் பெயர் அது. இப்பொழுது தெரிகிறது, எங்கிருந்து அந்தக் குரல் வருகிறது என்பது தெரிகிறது" என்றார் மிஸ்டர் அஸ்ட்லே. "அதோ, அந்தப் பெரிய நாற்காலியில் அமர்ந்திருக்கும் அம்மாள்தான் கூப்பிடுகிறார், கூட்டமாய் ஏவலாளர்கள் இப்பொழுதுதான் அந்த நாற்காலியை முகப்பினுள் தூக்கிச்சென்று வைக்கிறார்கள். நாற்காலிக்குப் பின்னால் வரிசையாய்ப் பெட்டிகளைத் தூக்கி வருகிறார்கள்-ரயிலில் இப்பொழுதுதான் வந்து சேர்ந்திருக்க வேண்டும்."

"அவர் என்னை ஏன் கூப்பிட வேண்டும்! திரும்பவும் கூப்பிடு கிறாரே-அதோ பாருங்கள், கையை வீசி நம்மை அழைக்கிறார்."

"ஆம், நம்மைத்தான் கூப்பிடுகிறார்" என்றார் மிஸ்டர் அஸ்ட்லே.

"அலெக்சேய் இவானவிச்! அலெக்சேய் இவானவிச்! அடக் கடவுளே, எப்படிப்பட்ட ஆள்! முழு முட்டாளாய் இருக்கிறாரே!" - ஹோட்டல் வாயில் முகப்பிலிருந்து ஒலித்தது அந்தக் குரல்.

நடையும் ஓட்டமுமாய் நாங்கள் ஹோட்டல் முகப்பை வந்தடைந்தோம். அதன் முன்னால் இருந்த இடத்தில் அடியெடுத்து வைத்ததும் எனக்கு ஏற்பட்ட வியப்பில் என் கைகள் தளர்ந்து விலாப்புறங்களில் ஒண்டிக்கொண்டன. என் கால்கள் அசைவற்று நின்றுவிட்டன.

# 9

பணியாட்களும் பணிப்பெண்களும் ஹோட்டலின் பணிவுமிக்க ஏவலாளர்களும் மற்றும் ஹோட்டல் தலைமைச் சேவகரும் (சொந்த வேலையாட்களோடு ஏராளமான பெட்டிகளுடனும் பைகளுடனும் மிகுந்த இரைச்சலுக்கிடையே ஏக களேபரமாய் வந்து சேர்ந்த இந்த உயர்சிறப்பாளரை வரவேற்க அவரும் வெளியே ஓடி வந்துவிட்டார்.) கூட்டமாய்ப் புடைசூழ்ந்து வர, அப்படியே நாற்காலியில் படிகளில் தூக்கி வந்து வைக்கப்பட்டு ஹோட்டலின் அகன்ற முகப்பின் உச்சித் தளத்திலே வீற்றிருந்தார் பாட்டியார்! ஆம், அவரேதான்! செல்வச் சீமாட்டியும் நிலப்பிரபுத்துவப் பண்ணையாரும் காண்போர் பிரமிக்கத்தக்கவரும் எழுபத்தைந்து வயதான மாஸ்கோ மூதாட்டியுமான அன்தனீனா வசீலியெவ்னா தரசேவிச்சிவா அங்கே வீற்றிருந்தார்! தந்திகள் அனுப்பப்படுவதற்கும் பெறப்படுவதற்கும் காரணமாயிருந்தாரே, இறந்து கொண்டும் இறவாமலும் இருந்தாரே அதே பாட்டிதான்! விண்ணிலிருந்து விழும் இடி போல எதிர்பாராத வண்ணம் எங்கள் முன்னே திடுமெனத் தோன்றி நாற்காலியிலே வீற்றிருந்தார். எழுந்து நடக்க முடியாமல் கால்கள் சுவாதீனமற்றிருந்தவர் நாற்காலியிலே அப்டியே இங்கு தூக்கிவரப்பட்டு விட்டார். (கடந்த ஐந்து ஆண்டுகளாகவே இப்படித்தான் நாற்காலியில் எடுத்துச் செல்லப்பட்டு வந்தார்.) எப்பொழுதும் போல சுறுசுறுப்பாகவும் துடுக்காகவும் மனத்திருப்தி கொண்டவராகவும் இருந்தார். கூனாமல் குறுகாமல் நேரே நிமிர்ந்து உட்கார்ந்திருந்தார், பலத்த குரலில் அதட்டும் பாவனையில் இரைந்து பேசினார். தயங்காமல் எல்லோரையும் ஏசினார் ஜெனரலின் குடும்பத்தில் நான் ஆசிரியனாய் வேலை ஏற்றபின் இரண்டு, மூன்றுதரம் எனக்கு அவரைச் சந்திக்கும் சிறப்பு கிட்டியபோது எப்படி இருக்கக் கண்டிருந்தேனோ

சிறிதும் மாற்றமின்றி அதே போலவே இருந்தார். திகைத்துப் போய் அவர் எதிரே நான் கல்லாய்ச் சமைந்து நின்றதில் வியப்பு ஏதுமில்லை. தொலைவில் வரும்போதே அவருடைய கூர்மையான பார்வை என்னைக் கவனித்துவிட்டது. நாற்காலியில் தூக்கி வரப்பட்டபோதே என்னை அடையாளம் கண்டுகொண்டு உடனே என் பெயரையும் என் தந்தை பெயரையும் சொல்லி என்னை அழைத்தார்–ஒரு முறை கேட்ட எந்தப் பெயரும் நிரந்தரமாய் அவர் நினைவில் பதிந்துவிடும். "இப்படிப்பட்ட ஒருவர் சவப்பெட்டியில் அடங்கிவிடுவார் என்றும், சொத்துக்களை வாரிசுகளுக்கு விட்டு விட்டுப் புதையுண்டுவிடுவார் என்றும் எதிர்பார்த்தார்களே!" என நான் வியந்து கொண்டேன். "நாமும் இந்த ஹோட்டலிலுள்ள எல்லோரும் மறைந்த பிறகும் தொடர்ந்து வாழக் கூடியவர் ஆயிற்றே இவர்! அட ஆண்டவனே, இனி இந்தக் குடும்பத்தின் கதி என்ன ஆகும்? ஜெனரல் என்ன செய்வார்? பெருங்குழப்பத்தை உண்டு பண்ணிவிடுவாரே இந்தப் பாட்டி!"

"என்ன இது? எவ்வளவு நேரம்தான் என்னை வெறித்துப் பார்த்துக் கொண்டு அங்கே நிற்கப் போகிறாய்?" என்று என்னைப் பார்த்து பாட்டி பலத்த குரலில் கத்தினார். "வணக்கம் தெரிவிப் பதற்குக்கூட முடியவில்லையா உன்னால்? அல்லது அவ்வளவு பெரிய மனிதர் ஆகிவிட்டாயா! இல்லையேல் என்னை அடையாளம் தெரியவில்லையா? பத்தாப்பிச், பார்த்தாயா இதை?" என்று அவர் தமது தலைமை வேலையாளிடம் சொன்னார். நரைத்துப்போன அந்தக் கிழவன் நீள் கோட்டும் வெள்ளை கழுத்துக் குட்டையும் அணிந்திருந்தான். தலை வழுக்கை விழுந்து சிவந்து பளபளத்தது. பாட்டி பயணம் போகும்போது தம்முடன் பத்தாப்பிச்சை அழைத்துச் செல்வார். "இதைப் பார்த்தாயா இந்த ஆளுக்கு என்னை அடையாளம் தெரியவில்லையாம்! என்னை இவர்கள் அடக்கம் செய்துவிட்டார்கள்! இறந்துவிட்டாளா, இல்லையா என்று கேட்டுத் தந்திக்குமேல்தந்தி அல்லவா அனுப்பினார்கள். எல்லாம் தெரியும் எனக்கு! ஆனால் இதோ பார், உயிரோடுதான் இருக்கிறேன்."

"அன்தனீனா வசீலியெவ்னா, என்னை மன்னிக்க வேண்டும்" என்று நிதான நிலையை அடைந்த நான் உற்சாகமாய்க் கூறினேன். "உங்களுக்கு நான் கேடு நினைக்க எந்தக் காரணமும் இல்லையே. வியப்பால் அப்படித் திகைத்துப் போய்விட்டேன்... வியப்படையாமல் இருக்க முடியுமா? சிறிதும் எதிர்பார்க்கவே இல்லை..."

"இதில் வியப்படைவதற்கு என்ன இருக்கிறது? ரயிலில் ஏறினேன், வந்து சேர்ந்தேன். ரயில் வண்டி வசதியாகவே இருந்தது, குலுங்கவோ அதிரவோ இல்லை. உலாவிக் கொண்டா இருந்தாய்?"

"ஆம், காஸீனோவுக்குப் போய்விட்டு வருகிறேன்."

"இங்கே நன்றாய்த்தான் இருக்கிறது" என்று சுற்றிலும் பார்த்த படி கூறினார் பாட்டி. "வெது வெதுப்பாய் இருக்கிறது, மரங்கள் நிறைய இருக்கின்றன. எனக்கு ரொம்பப் பிடித்திருக்கிறது. நம்மவர்கள் அறையில்தான் இருக்கிறார்களா? ஜெனரல் உள்ளே இருக்கிறாரா?"

"இந்நேரத்தில் எல்லோரும் அறையிலேதான் இருப்பார்கள்."

"குறிப்பிட்ட நேரங்களில்தான் சந்திப்பார்களா? அமத்தலுக்கும் புது மோஸ்தர்களுக்கும் குறைவு இருக்காதே! ருஷ்யப் பெரிய மனிதர்களைப் போல் தனியே கோச் வண்டி வைத்திருப்பதாய்க் கேள்விப்பட்டேனே! எல்லாப் பணத்தையும் செலவழித்துவிட்டார், ஆகவே வெளிநாட்டுக்கு வர வேண்டியதாகிவிட்டது! பிரஸ்கோவியா அவருடன்தான் இருக்கிறாளா?"

"பலீனா அலெக்சாந்திரவ்னாவும் இங்குதான் இருக்கிறாள்."

"அந்தப் பிரெஞ்சுக்காரர்? சரி, நானே போய் நேரில் பார்த்துத் தெரிந்து கொள்கிறேன். எனக்கு வழியைக் காட்டு, நேரே ஜெனரல் இருக்கும் இடத்துக்கு அழைத்துச் செல். இங்கே இருக்கப் பிடித்திருக்கிறதா உனக்கு?"

"பரவாயில்லை."

"பத்தாப்பிச், அந்த அசட்டுத் தலைமைச் சேவகரிடம் போய்ச் சொல்லு; வசதியான ஒரு பகுதியை, அதிக உயரத்தில் இல்லாமல் கீழ்த்தளத்தில் எனக்கு ஒதுக்கும்படி சொல்லு. எல்லாச் சாமான் களையும் அங்கே கொண்டு போய் வைக்க ஏற்பாடு செய். இவர்கள் எல்லாம் ஏன் என்னுடைய நாற்காலியைச் சுற்றிலும் முட்டி மோதிக் கொண்டிருக்கிறார்கள்? என்ன ஆயிற்று இவர்களுக்கு? மடையர் களாய் இருக்கிறார்களே! உன்னுடன் இருப்பது யார் அது?" என்று மீண்டும் என்னைப் பார்த்து விசாரித்தார்.

"இது மிஸ்டர் அஸ்ட்லே."

"நான் கேள்விப்பட்டதில்லையே – யார் அவர்,"

"அவர் ஒரு சுற்றுப்பயணி, எனது நண்பர், ஜெனரலுக்கும் தெரிந்தவர்."

"ஆங்கிலேயர்தானே? அதனால்தான் வாயை இறுக மூடிக் கொண்டு என்னை உற்றுப்பார்த்தவாறு பேசாமல் நிற்கிறார். ஆங்கிலேயர்களை எனக்கு ரொம்பப் பிடிக்கும். சரி, மாடிக்கு நேரே அவர்களுடைய அறைகளுக்கு என்னைத் தூக்கிச் செல்லுங்கள். அவர்கள் எங்கே தங்கியிருக்கிறார்கள்?"

ஹோட்டலின் அகன்ற மாடிப் படிக்கட்டில் பாட்டியைத் தூக்கிச் சென்றனர். நான் முன்னால் சென்றேன். நாங்கள் சென்ற காட்சி காண்போர் மலைக்கத்தக்கதாய் இருந்தது. எங்கள் எதிரே

வந்தவர் ஒவ்வொருவரும் வைத்த கண் வாங்காது எங்களை உற்று நோக்கியவாறு திகைத்து நின்றுவிட்டனர். இப்பகுதியிலே எங்கள் ஹோட்டல் மிகச் சிறந்ததாகவும் ஆடம்பரமானதாகவும் பெரும் பணக்காரர்கள் வந்து தங்குவதற்குரிய உயர் அந்தஸ்துடையதாகவும் பெயர் பெற்றிருந்தது. இங்கே படிக்கட்டுகளிலும் நடைகளிலும் எந்நேரமும் உன்னதச் சீமாட்டிகளையும் ஆங்கிலேயச் செல்வச் சீமான்களையும் சந்திக்க முடியும். எங்களைப் பார்த்தவர்கள் பலரும் கீழே விரைந்து சென்று தலைமைச் சேவகரிடம் விசாரித்தார்கள். ஆனால் அவரும் இவர்களைப் போலவே திகைப்புற்றிருந்தார். விசாரித்தவர்கள் எல்லோருக்கும், வெளிநாட்டுச் சீமாட்டி, ருஷ்ய நாட்டுக் கவுன்ட்டஸ், பிரபலப் பெருமாட்டி என்று அவர் பதிலளித்தார். முந்திய வாரம் பெருங்கோமகள் தெ என் தங்கியிருந்த அதே அறைத் தொகுதியை இவர் எடுத்துக் கொண்டுவிட்டார் என்பதாய் அறிவித்தார். நாற்காலியில் சுமந்து செல்லப்பட்டபோது பாட்டி அமர்ந்திருந்த அந்த உன்னதக் காட்சி பிரமாதமாகவே இருந்தது. தம் எதிரே புதிதாய் வந்த ஒவ்வொருவரையும் ஏற இறங்கப் பார்த்துவிட்டு உச்சக் குரலில் அது யார் என்று என்னிடம் கேட்டுக் கொண்டிருந்தார்.

பாட்டி எவரையும் திகைக்கச் செய்யக்கூடிய பெரும் உருவுடையவர். நாற்காலியை விட்டு அவர் அகலுவதில்லை என்றாலும் அவரைக் காண்பவர் எவரும் இவர் நெட்டையான வாட்டசாட்டமான உருவமுடையவர் என்பதை உணர முடிந்தது. அவருடைய முதுகு சிறிதும் வளையாமல் நேராயிருந்தது, நாற்காலித் திண்டுகளில் சாயாமல் நிமிர்ந்து உட்கார்ந்திருந்தார். நரைத்த அவரது பெருந்தலை கரடுமுரடான எடுப்பான தோற்றமுள்ள அந்த முகத்துடன் கம்பீரமாய் உயர்ந்து நிமிர்ந்திருந்தது. அவர் பார்த்த பார்வை அமத்தலாகவும் சவால் விடுவது போலவும் இருந்தது. அவரது தோற்றமும் பாவனைகளும் முற்றிலும் அவருக்குரிய இயற்கையான சுபாவங்கள் என்பது தெளிவாய் விளங்கிற்று. எழுபத்தைந்து ஆண்டுகளாகியுங்கூட அவர் முகம் சிறிதும் வாட்டமின்றி தெளிவும் பொலிவுமுடைத்திருந்தது. இன்னமும் அவர் பற்களில் மிகப் பல கெட்டுவிடவில்லை. கரிய பட்டாடையும் வெள்ளைக் குல்லாயும் அணிந்திருந்தார்.

“ரொம்ப சுவாரஸ்யமானவராய் இருக்கிறாரே, என்னை வெகுவாய்க் கவர்ந்துவிட்டார்” என்று என்னுடன் படிக்கட்டில் ஏறி வந்த மிஸ்டர் அஸ்ட்லே என் காதுக்குள் கூறினார்.

“தந்திகளைப் பற்றி அவருக்குத் தெரிந்திருக்கிறது, தெ கிரியேயையுங்கூட தெரிந்து வைத்திருக்கிறார்” என்று என்னுள் நினைத்துக்கொண்டேன். “ஆனால் மத்மாசேல் பிளான்ஷைப் பற்றி

அதிகம் தெரியாது போலிருக்கிறது." உடனே எனது இந்தச் சிந்தனை களை மிஸ்டர் அஸ்ட்லேக்குத் தெரிவித்தேன்.

பாவ ஆத்மாவாகிய நான் தொடக்கத்தில் ஏற்பட்ட திகைப்பிலிருந்து விடுபட்டதும் ஜெனரலுக்கு இப்பொழுது எங்களால் எத்தகைய அதிர்ச்சியும் கதிகலக்கமும் ஏற்படப் போகிறதென்று நினைத்து ஆனந்தப்பட்டுக் கொண்டேன். எனக்கு உண்டான உற்சாகத்தில் தலை கிறங்க முன்னிலையில் நடைபோட்டு எல்லோரை யும் அழைத்துச் சென்றேன்.

நம்மவர்கள் மூன்றாவது மாடியில் தங்கியிருந்தனர். நான் எந்த அறிவிப்பும் செய்யவில்லை. தட்டக்கூட இல்லை. திடுதிப்பென கதவை விரியத் திறந்து வைத்தேன். உடனே வெற்றி வீராங்கனையாய்ப் பாட்டியை உள்ளே தூக்கிச் சென்றனர். யாவும் திட்டமிட்டு ஏற்பாடு செய்யப்பட்டது போல எல்லோரும் ஜெனரலுடைய அறையில் கூடியிருந்தனர். மணி பன்னிரண்டு இருக்கும், ஏதோ உல்லாசப் பயணம் போவதற்காகத் திட்டமிட்டுக் கொண்டிருந்தனர் என்பது தெரிந்தது. சிலர் கோச்சிலும் சிலர் குதிரையிலுமாய் யாரும் பாக்கி யில்லாமல் எல்லோரும் புறப்படத் தயாராயிருந்தனர். நம்மவர்கள் மட்டுமின்றி தெரிந்தவர்கள் சிலரும் அழைக்கப்பட்டிருந்தனர். ஜெனரலும் பலீனாவும் குழந்தைகளும் தாதிகளும் அன்னியில் அறையினுள் காணப்பட்ட ஏனையோர் வருமாறு: தெ கிரியே, குதிரைசவாரிக்குரிய உடுப்பணிந்திருந்த மத்மாசேல் பிளான்ஷ், அவளுடைய தாய் மதாம் தெ கமேன்ஷ், அந்த ருஷ்யக் கோமகன், இதன்முன் நான் பார்த்திராத ஜெர்மானியக் கல்விமானாகிய ஒருவர். பாட்டியை அப்படியே நாற்காலியுடன் தூக்கிச்சென்று இந்த அறையின் மையத்தில் ஜெனரலிடமிருந்து மூன்று தப்படித் தூரத்தில் இறக்கி வைத்தனர்! அந்தக் கணத்தை நான் எந்நாளும் மறக்கமுடியாது! நாங்கள் உள்ளே நுழையுமுன் ஜெனரல் ஏதோ சொல்ல, தெ கிரியே குறுக்கிட்டுத் திருத்தம் கூறிக்கொண்டிருந்தார். மத்மாசேல் பிளான்ஷும் தெ கிரியேயும் கடந்த இரண்டு மூன்று நாட்களாகவே, பாவம் ஜெனரலின் கண்ணெதிரே எக்காரணத்தாலோ அந்த ருஷ்யக் குட்டி கோமகனைத் தலைமேல் தூக்கி வைத்துக் கொண்டு ஆடினர் என்பதையும் இங்கு நான் குறிப்பிட வேண்டும். இப்பொழுது அறையினுள் நடைபெற்ற உரையாடல் ஓரளவுக்குக் கபட வேடமாய் இருந்ததென்றாலுங்கூட, மகிழ்ச்சியும் அன்னி யோன்யமும் மிக்கதாகவே தொனித்தது. திடுமெனப் பாட்டியைக் கண்ணுற்றதும் ஜெனரல் பாதி வாக்கியத்திலே பேச்சை நிறுத்தி, திறந்த வாய் மூடாமலே அப்படியே அசைவற்றுக் கல்லாய்ச் சமைந்தது போலாகிவிட்டார். மந்திரத்தால் கட்டுண்டது போல் சப்த நாடியும் அடங்கியவராய், பிதுங்கும் கண்களால் பாட்டியைப்

பார்த்தவாறு ஆடாமல் அசையாமல் அமர்ந்திருந்தார். பாட்டியும் ஆடாமல் அசையாமல் மௌனமாய் அவரை உற்றுப் பார்த்தார்– ஆனால் பாட்டியின் பார்வையில் வெற்றிக்களிப்பும் துடுக்கும் ஏளனமும் அல்லவா குதித்து ஆடின! இவ்விதம் பத்து வினாடிகள் வரை இருவரும் ஒருவரை ஒருவர் பார்த்த வண்ணமிருந்தனர். அப்பொழுது சுற்றிலும் அறையில் ஆழ்ந்த நிசப்தம் குடி கொண்டி ருந்தது. தெ கிரியே முதலில் திகைத்துக் குமைந்து போய்விட்டார். பிறகு கவலை தோய்ந்த ஓர் அதிசய பாவனை விரைவில் அவர் முகத்தில் தெரிந்தது. மத்மாசேல் பிளான்ஷ் புருவங்களை உயர்த்திக் கொண்டு பாட்டியை வெறிக்கப் பார்த்தாள். ருஷ்யக் குட்டிக் கோமகனும் ஜெர்மானியக் கல்விமானும் மலைத்துப்போய் இந்தக் காட்சியை உற்று நோக்கினர். பலீனாவின் பார்வையில் வியப்பையும் கலக்கத்தையும் காண முடிந்தது, ஆனால் திடுமென அவள் முகம் துணிபோல் வெள்ளையாய் வெளிறிட்டுவிட்டது; பிறகு ஒரு நிமிடத்துக்கெல்லாம் இரத்தம் வேகமாய் அவள் கன்னங்களுக்குப் பாய்ந்து, அவள் முகம் செக்கச் சிவந்துவிட்டது. ஆம், பாட்டியின் வருகை அவர்கள் ஒவ்வொருவருக்கும் பேரதிர்ச்சியை உண்டாக்கிற்று. என் கண்கள் பாட்டியிடமிருந்து ஆரம்பித்து எல்லோரையும் நோட்டமிட்டுவிட்டு மீண்டும் பாட்டியிடம் திரும்பி வர நான் அங்கே நின்றேன். மிஸ்டர் அஸ்ட்லே சற்று ஒதுங்கி வழக்கம் போல் அமைதியின் உருவாய், சிறிதும் முறை பிசகாது நின்றிருந்தார்.

“ஆமாம், நான்தான்! தந்திக்குப் பதிலாய் வந்திருக்கிறேன்!” என்று முடிவில் கூறிப் பாட்டி அந்த நிசப்தத்தைக் கலைத்தார். “நான் வருவேன் என்று எதிர்பார்க்கவில்லை, இல்லையா?”

“அன்தனீனா வசீலியெவ்னா... மாமி... ஆனால் எப்படி... எப்படி...” என்று முனகினார் பரிதாபத்துக்குரிய ஜெனரல். பாட்டி மட்டும் இன்னும் சில வினாடிகளுக்குப் பேசாமல் இருந்திருந்தால் ஜெனரல் மூர்ச்சித்துப் போயிருப்பார் என்று நினைக்கிறன்.

“எப்படியா? ரயிலில் ஏறினேன், வந்து சேர்ந்தேன். ரயில் வண்டி வருகிறதே அது எதற்காகவாம்? எல்லாவற்றையும் உங்களிடம் விட்டு வைத்துவிட்டு நான் போய்விட்டதாய் எல்லோரும் நினைத் திருந்தீர்கள்! இங்கிருந்து நீ தந்திகள் அனுப்பினாயே, அதெல்லாம் தெரியும் எனக்கு. நிறைய பணம் செலவிட்டிருப்பாய், அங்கே தந்தி அனுப்ப கணிசத் தொகை ஆகுமே. வரிந்து கட்டிக்கொண்டு கிளம்பினேன், இங்கே வந்து சேர்ந்துவிட்டேன். அந்தப் பிரெஞ் சுக்காரர் இவர்தானா? முஸ்யே தெ கிரியே இல்லையா?”

“ஆமாம், மதாம்!” என்றார் தெ கிரியே, பிரெஞ்சு மொழியில். “மெய்யாகவே நான் பெருமகிழ்ச்சி கொள்கிறேன்... தங்கள் உடல்நலம்

கண்டு உவகையடைகிறேன்... இது ஓர் அதிசயம்... தங்களை இங்கே காண நேர்ந்திருப்பது. எதிர்பாராத மகிழ்ச்சி...”

“ஆமாம், ஆமாம், மகிழ்ச்சிதான்! உம்மை எனக்குத் தெரியும், பொல்லாதவர்! உம்முடைய பேச்சை, இதோ பாரும் இவ்வளவுகூட நம்ப மாட்டேன்!” என்று ருஷ்யனில் சொல்லி பாட்டி தமது சுண்டுவிரலின் நுனியைக் கட்டினார். பிறகு மத்மாசேல் பிளான்ஷைச் சுட்டிக்காட்டி, “இது யார்?” என்று விசாரித்தார். கையில் ஒரு சவுக்குடன் குதிரை சவாரி உடுப்பிலிருந்த அந்தப் பிரெஞ்சுக்காரியின் எடுப்பான உருவம் பாட்டியின் கவனத்தைக் கவர்ந்திருக்க வேண்டும். “இந்த நாட்டைச் சேர்ந்தவளா நீ?”

“இது மத்மாசேல் பிளான்ஷ் தெ கமேன்ஷ், இது அவள் தாய் மதாம் தெ கமேன்ஷ். இருவரும் இந்த ஹோட்டலில்தான் தங்கியிருக்கிறார்கள்” என்று நான் பதிலளித்தேன்.

“மகளுக்கு மணமாகிவிட்டதா?” என்று வெடுக்கென பாட்டி என்னைக் கேட்டார்.

“மத்மாசேல் தெ கமேன்ஷுக்கு இன்னும் திருமணமாகவில்லை” என்று நான் தணிந்த குரலில் பவ்யமாய்ப் பதிலளித்தேன்.

“சுவாரஸ்யமானவளா?”

கேள்வி எனக்குப் புரியவில்லை.

“அசடு இல்லையே? ருஷ்யன் புரியுமா? இதோ தெ கிரியே இருக்கிறாரே, முன்பு மாஸ்கோ வந்திருந்தபோது நம்முடைய மொழியில் நாலு வார்த்தை பேசக் கற்றுக் கொண்டார்.”

மத்மாசேல் தெ கமேன்ஷ் ருஷ்யாவுக்குப் போனதில்லை என்று விளக்கிச் சொன்னேன்.

திடுமெனப் பாட்டி மத்மாசேல் பிளான்ஷிடம் திரும்பி,

“போன்ழூர் *!” என்றார்.

“போன்ழூர் மதாம்!” என்று கூறி மத்மாசேல் பிளான்ஷ் ஆடம்பரமாகவும் லாவகமாகவும் குனிந்தெழுந்தாள். மிதமிஞ்சிய நாணமும் மரியாதையும் தெரிவித்து அவற்றின் மறைவில் இத்தகைய விசித்திரமான கேள்விகளும் பேச்சு முறைகளும் தன்னை வியப்புறச் செய்வதாய் தன் முக பாவனையாலும் உடல் அசைவுகளாலும் காட்டிக்கொண்டாள்.

“ஓகோ! கண்களைக் கவிழ்த்துப் பாவனைகள் காட்டி ஆடம்பரம் பண்ணிக் கொள்கிறாளே! பார்த்தாலே தெரிகிறது – நாடகக்காரி என்று!” பிறகு திடுமென ஜெனரல் பக்கம் திரும்பி,

* வணக்கம் – பிரெஞ்சு – (மொழிபெயர்ப்பாளர்)

"கீழ்த்தளத்தில் நான் அறை எடுத்திருக்கிறேன். உன் பக்கத்தில் வசிக்கப் போகிறேன். உனக்கு சந்தோஷம்தானா?"

"எனது அருமை மாமி! உண்மையைச் சொல்கிறேன், நம்ப வேண்டும் உள்ளப்பூர்வமாய் மகிழ்ச்சியடைகிறேன்" என்று துள்ளி யடித்துக் கொண்டு கூறினார் ஜெனரல். தமக்கு ஏற்பட்ட அதிர்ச்சியை ஏற்கனவே ஓரளவு சமாளித்துக் கொண்டுவிட்டார். தேவையான போது சரளமாகவும் மதிப்புக்குரிய முறையிலும் பேசக் கூடியவரா தலால், இப்பொழுது அவர் பிரமாதமாய்ப் பேச முற்பட்டார். "உடல்நலமின்றி நீங்கள் படுத்துவிட்டீர்கள் என்று கேட்டு இங்கு நாங்கள் கவலைப்பட்டுக் கொண்டிருந்தோம், கலங்கிக் கொண்டிருந் தோம்... ஆம், அபாயகரமான நிலைமை என்பதாய் அங்கிருந்து எங்களுக்குத் தந்திகள் வந்து கொண்டிருந்தன. பிறகு திடுதிப்பென..."

"அதெல்லாம் பொய்! சுத்தப் பொய்!" என்று உடனே பாட்டி அவரை இடைமறித்தார்.

"இப்படி ஒரு பயணத்தை நீங்கள் மேற்கொண்டிருக்கலாமா? ஆபத்தானது அல்லவா?" என்று பாட்டியைப் பேசவிடாமல் குறுக்கிட்டு, அவர் கூறியது காதில் விழாதது போல ஜெனரல் தமது குரலை உயர்த்திக்கொண்டு பேசினார். "இந்தத் தள்ளாத வயதில், உங்கள் உடல் இருக்கும் நிலையில் இப்படி நீங்கள் புறப் பட்டிருக்கக் கூடாது... இப்படிச் செய்வீர்கள் என்று யாராவது கொஞ்சமாவது எதிர்பார்த்திருக்க முடியுமா! அதனால்தான் நாங்கள் அப்படித் திகைத்துப் போனோம். இதில் ஆச்சரியம் ஒன்றுமில்லை. ஆனால் நான் மட்டற்ற மகிழ்ச்சியடைகிறேன்... நாங்கள் எல்லோரும் தான்" (இங்கே இனிய முறையில் புன்முறுவலித்துக் கொண்டார்.) "இங்கு நீங்கள் தங்கியிருக்கும் நாட்களை இனிமை மிக்கவை ஆக்கு வதற்கு நாங்கள் எங்களால் இயன்றது அனைத்தையும் செய்வோம்."

"போதும்! வெற்றுப் பேச்சு! வழக்கம் போல் அளக்க ஆரம்பித்து விட்டாய். எனக்குத் தெரியும், நல்லபடியாய் நான் ஏற்பாடு செய்து கொள்வேன். ஆனால் உன்னுடைய சகவாசத்தை நான் வேண்டு மென்று நிராகரிக்கவில்லை. யார் மீதும் குரோதம் கொள்வது என் சுபாவமல்ல. எப்படி இந்தப் பயணத்தை மேற்கொண்டேன் என்றா கேட்கிறாய்? இப்படி வியப்படைய அதில் என்ன இருக்கிறது? அதைவிட எளிதானது ஒன்றும் இல்லை, ஏன் எல்லோரும் இப்படி ஆச்சரியப்படுகிறார்கள், தெரியவில்லையே – ஓ, பிரஸ்கோவியாவா? என்ன சேதி? இங்கே என்ன செய்து கொண்டிருக்கிறாய்?"

"வணக்கம், பாட்டி!" என்று சொல்லி பாட்டியிடம் சென்றாள் பலீனா. "ஊரிலிருந்து எப்பொழுது புறப்பட்டீர்கள்!"

“இதுவரையில் கேட்கப்பட்ட கேள்விகளில் இது ஒன்றுதான் புத்திசாலித்தனமான கேள்வி. ‘ஓ’, ‘ஆ’ என்ற இவர்களுடைய கூச்சல்களைக் கேட்டு எனக்குக் காது புளித்துப் போய்விட்டது! என்ன நடந்தது என்று சொல்கிறேன் கேள்: படுக்கைவிட்டு எழாமல் பல நாட்கள் படுத்திருந்தேன். டாக்டர்களும் ஓயாமல் வந்து பல நாட்கள் வைத்தியம் செய்தார்கள். முடிவில் டாக்டர்களை விரட்டி விட்டு நிக்கலாய் ஆலயத்திலிருந்து மணியக்காரனை வரவழைத்தேன். எனக்கிருந்த அதே சீக்கால் பீடிக்கப்பட்ட ஒரு பெண்ணுக்கு உலர்ந்த புல்லைப் பொடி செய்து கொடுத்து குணப்படுத்தியிருந்தான் அவன். எனக்கும் அது மிகவும் உதவியாய் இருந்தது. மூன்றாம் நாளன்று உடம்பு வியர்க்க ஆரம்பித்தது. நான் எழுந்துவிட்டேன். பிறகு எனது ஜெர்மன் டாக்டர்கள் திரும்பவும் என்னைச் சுற்றிலும் உட்கார்ந்து மூக்குக் கண்ணாடிகளைப் போட்டுக்கொண்டு முசுமுசுவென்று பேசினார்கள். இப்பொழுது வெளிநாடு சென்று தாது நீர் சிகிச்சை பெற்றீர்களானால் தொல்லை அறவே மறைந்து விடும் என்றார்கள். சரி, ஏன் போகக்கூடாது, போய்வருவோமே என்று நினைத்தேன். ‘வெளிநாடு போவதாவது’ தாங்காது உங்கள் உடம்பு!’ என்றனர் தூர்–ஸழீகின்கள். ஆனால் நான் கேட்கவில்லை. பெட்டிகளில் யாவற்றையும் எடுத்து வைக்க ஒரு நாளாயிற்று. சென்ற வெள்ளிக்கிழமையன்று ஒரு பெண்ணையும் பத்தாப்பிச்சையும் ஏவலாள் ஃபியோதரையும் அழைத்துக்கொண்டு புறப்பட்டேன். ஆனால் பெர்லின் வந்ததும் ஃபியோதரைத் திரும்பிப் போகச் சொல்லிவிட்டேன், ஏனென்றால் அவன் வேண்டியதே இல்லை என்பது தெரிந்தது. தனியாகவே இங்கு வந்து சேர்ந்திருப்பேன். எனக்கு ஒரு தனி ரயில் பெட்டி இருந்தது; எல்லா ரயில் நிலையங் களிலும் போர்ட்டர்கள் இருக்கிறார்கள்; இருபது கோப்பெக் கொடுத் தால் போதும், இவர்கள் யாரையும் எங்கு வேண்டுமானாலும் தூக்கிச் சென்றுவிடுவார்கள். இங்கு நீ எடுத்திருக்கும் அறைகள் பிரமாதமாய் அல்லவா இருக்கின்றன” என்று சுற்றிலும் பார்த்தபடி முடிவில் கூறினார். “இவ்வளவுக்கு உன்னிடம் பணம் ஏதப்பா? உன் சொத்துக்கள் யாவும் அடமானத்தில் இருக்கின்றன. இந்தப் பிரெஞ்சுக்காரர் ஒருவருக்கு மட்டுமே நீ ஏராளமான கடன்கள் அடைத்தாக வேண்டியிருக்குமே! நீயே பார், எனக்கு எல்லாம் தெரியும், பூரா விவரமும் தெரியும்!”

“மாமி... நான்...” என்று குழப்பத்துடன் ஜெனரல் பேச ஆரம்பித்தார். “மாமி, நீங்கள் பேசுவது என்னை வியப்புறச் செய்கிறது. என்னுடைய காரியங்களை நானே பார்த்துக் கொள்வேன், யாருடைய மேற்பார்வையும் வேண்டியதில்லை. மேலும் நான் ஒன்றும் வரவுக்கு மீறிய செலவு செய்துவிடவில்லை. நாங்கள்...”

"வரவுக்கு மீறிய செலவு செய்யவில்லையா? யாரிடம் சொல் கிறாய் இதெல்லாம்! உன் குழந்தைகளுக்குச் சல்லிக் காசுகூட விட்டு வைக்காமல் சொத்துக்களைச் சூறையாடி வருகிறாய்! அவர் களுடைய காப்பாளன் நீ!"

"இப்படிப் பேசினால், இம்மாதிரியான வார்த்தைகளைக் கேட்டபின்..." என்று கோபமாய் ஆரம்பித்தார் ஜெனரல். "எனக்குத் தெரியவில்லை, என்ன..."

"உனக்குத் தெரியாதுதான்! ருலெட் மேஜையில்தானே பொழுதைக் கழிக்கிறாய்? யாவற்றையும் சூதாடி ஒழித்துவிட்டாயா, பாக்கி ஏதாவது வைத்திருக்கிறாயா?"

ஜெனரலுக்கு வாயடைத்துப் போய்விட்டது, அப்படி அவருக்கு ஆத்திரம் பீறிட்டுக் கொண்டு வந்தது.

"ருலெட் மேஜையிலா? நானா? என் தகுதி என்ன, அந்தஸ்து என்ன, நான் ருலெட் ஆடுகிறேனா? மாமி, என்ன பேசுகிறோம் என்று உணராமலே பேசுகிறீர்கள், இன்னும் உடல் நலமற்றவராகவே இருக்கிறீர்களா, என்ன?"

"பொய், அவ்வளவும் பொய்! ஆட்ட மேஜையிலிருந்து யாரும் உன்னை விலக்கி இழுத்து வர முடியுமென நான் நினைக்கவில்லை. உன் பேச்சில் ஒரு வார்த்தையையும் நான் நம்பத் தயாராயில்லை. இன்றே போய் நான் அந்த ருலெட்டைப் பார்த்துவிட்டு வரப் போகிறேன். பிரஸ்கோவியா, இங்கு பார்க்க வேண்டிய காட்சிகள் என்ன, சொல்லு நீ அலெக்சேய் இவானவிச், நீ என்னை அழைத்துச் சென்று யாவற்றையும் காட்ட வேண்டும். பத்தாப்பிச், நாம் போய்ப் பார்க்க வேண்டிய இடங்களை எல்லாம் நீ எழுதி வைத்துக்கொள்." பிறகு மீண்டும் பலீனாவைப் பார்த்து "இங்குள்ள காட்சிகள் என்ன?" என்று கேட்டார் பாட்டி.

"பாழடைந்த கோட்டை ஒன்று இருக்கிறது, அருகாமையில். பிறகு ஷிலாங்கென்பர்க் இருக்கிறது."

"அது என்ன-ஷிலாங்கென்பர்க்? தோப்பா? என்ன அது?"

"தோப்பு இல்லை, அது ஒரு மலை. அதில் ஒரு கூர்முனை இருக்கிறது..."

"கூர்முனை என்றால் என்ன?"

"மலையில் மிகவும் உயரமான ஓர் இடம். அது கிராதித் தடுப் பிட்டு காபந்து செய்யப்பட்டிருக்கிறது. அங்கிருந்து பார்த்தால் நெடுந்தொலைவுக்கு யாவும் தெரியும்-அற்புதமான காட்சி கிடைக்கும்."

“என்னுடைய நாற்காலியை அந்த மலையின்மீது எடுத்துச் செல்ல முடியுமா? தூக்கிச் சென்று விடுவார்களா?”

“அதற்கு வேண்டிய ஆட்களைப் பிடிப்பது கடினமல்ல” என்றேன் நான்.

அப்பொழுது தாதி ஃபிதோசியா பாட்டிக்கு வணக்கம் கூறுவதற்காக வந்தாள். ஜெனரலின் குழந்தைகளையும் அழைத்து வந்தாள்.

“குழந்தைகளை முத்தமிட எனக்குப் பிடிக்காது, ஏனென்றால் எந்நேரமும் அவர்களுக்கு மூக்கு ஒழுகிக் கொண்டிருக்கும். ஃபிதோசியா, எப்படி இருக்கிறாய்? இந்த இடம் பிடித்திருக்கிறதா?”

“இந்த இடம் ரொம்ப நன்றாயிருக்கிறது, அன்தனீனா வசீலியெவ்னா” என்று பதிலளித்தாள் ஃபிதோசியா. “அம்மா, உங்களுக்கு உடம்பு நன்றாயில்லை என்றார்கள். நாங்கள் எல்லோரும் கவலைப்பட்டுக் கொண்டிருந்தோம்.”

“எனக்குத் தெரியும் – நீ ரொம்ப நல்லவள்.” பிறகு பாட்டி மீண்டும் பலீனா பக்கம் திரும்பி, “அவர்கள் எல்லோரும் யார்? எல்லோரும் விருந்தினர்களா? மூக்குக் கண்ணாடி அணிந்த அந்த வேடிக்கையான குட்டை ஆள் யார்?”

“அது கோமகன் நீல்ஸ்கி, பாட்டி” என்று பாட்டியின் காதுக்குள் பலீனா கூறினாள்.

“ஓ ருஷ்யரா அவர்? அவருக்கு நம் பேச்சு புரியாது என்றல்லவா நினைத்தேன். நான் சொன்னது அவர் காதில் விழுந்திருக்காது என்று நினைத்துக் கொள்வோம். மிஸ்டர் அஸ்ட்லேயை நான் ஏற்கனவே சந்தித்தேன். இதோ, இருக்கிறாரே அவர்!” என்றார் மிஸ்டர் அஸ்ட்லே அங்கு நிற்பதைக் கண்ட பாட்டி. உடனே அவரைப் பார்த்து “என்ன சேதி, வணக்கம்!” என்றார்.

மிஸ்டர் அஸ்ட்லே வாய் பேசாமல் குனிந்து அவருக்கு வணக்கம் தெரிவித்தார்.

“சரி, எனக்கு நீங்கள் சொல்ல விரும்புவது ஒன்றுமில்லையா? ஏதாவது சொல்லுங்கள். பலீனா, நான் சொன்னதை அவருக்கு மொழிபெயர்த்துச் சொல்லு.”

பலீனா மொழிபெயர்த்துச் சொன்னாள்.

“உங்களை நேரில் பார்க்க முடிந்தது குறித்து மிகவும் மகிழ்கிறேன், நீங்கள் உடல்நலமுடன் இருப்பதைக் கண்டு ஆனந்தப் படுகிறேன்” என்று ஆங்கிலத்தில் அமைதியாய், ஆனால் சிறிதும் தயங்காது பதிலளித்தார் மிஸ்டர் அஸ்ட்லே. அவர் சொன்னது

பாட்டிக்கு மொழிபெயர்த்துக் கூறப்பட்டது. அவர் கூறியது பாட்டிக்கு மிகவும் பிடித்திருந்தது.

"ஆங்கிலேயர்கள் எப்பொழுதுமே சிறந்த முறையில் பதிலளிக் கிறார்கள்" என்றார் பாட்டி. "அதனால்தான் எனக்கு ஆங்கிலேயர் களிடம் ஒரு பிரியம். பிரெஞ்சுக்காரர்களை அவர்களுடன் ஒப்பிடு வதற்கில்லை. நீங்கள் என்னை வந்து பார்க்க வேண்டும்" என்று மீண்டும் மிஸ்டர் அஸ்ட்லேயிடம் திரும்பியவாறு கூறினார். "உங்களுக்கு நான் தொல்லை கொடுக்காமல் இருக்க முயற்சி செய்வேன். நான் சொன்னதை அவரிடம் சொல்லு... கீழ்த்தளத்தில் இருக்கிறேன் என்று சொல்லு. ஆம், கீழ்த்தளம், புரிகிறதா?" என்று மிஸ்டர் அஸ்ட்லேயிடம் திரும்பிச் சொல்லி விரலால் கீழே தரையைச் சுட்டிக் காட்டினார்.

இந்த அழைப்பைக் குறித்து மிஸ்டர் அஸ்ட்லே மனம் மகிழ்ந்து கொண்டார்.

பிறகு பாட்டி மிகவும் கவனமாய் பலீனாவைத் தலையிலிருந்து பாதம்வரை உற்றுப் பார்த்துப் பரிசீலித்துவிட்டு திருப்திப்பட்டுக் கொண்டார்.

"பிரஸ்கோவியா, உன்னை எனக்கு ரொம்பப் பிடிக்கிறது" என்று திடுமெனக் கூறினார். "நீ அருமையான பெண், எல்லோரிலும் சிறந்தவள். ஆனால் பெரிய கோபக்காரி! இருக்கட்டுமே, நானும்கூட கோபக்காரிதான். "எங்கே திரும்பு பார்ப்போம் – உன் தலையி லிருப்பது பொய் முடியா?"

"இல்லை, பாட்டி! என்னுடைய சொந்த முடிதான்."

"அதுதான் நல்லது. இப்பொழுது வந்திருக்கிறதே அந்த அசட்டு மோஸ்தர், அது எனக்குப் பிடிக்கவே இல்லை. நீ நல்ல சௌந்தரிய வதியாய் இருக்கிறாய். நான் ஓர் இளைஞனாய் இருந்தால் நிச்சயம் உன்மேல் காதல் கொண்டுவிடுவேன். நீ ஏன் மணம் புரிந்து கொள்ளாமல் இருக்கிறாய்? சரி, நான் போக வேண்டும். ரயிலில் இத்தனை நாளாய் இருந்தபின், வெளியே காற்றாடப் போய் வர வேண்டும். சரி, நீ எப்படி இருக்கிறாய் – இன்னும் கோபம்தானா?" என்றார் ஜெனரலைப் பார்த்து.

"அது எப்படி மாமி, உங்கள்மீது கோபம் கொள்வது? என்ன கேள்வி! என்று மகிழ்ச்சியுற்ற ஜெனரல் அவசரமாய்ப் பதில் கூறினார். "எனக்குப் புரிகிறது. உங்களுடைய இந்த வயதில்..."

"இவ்வன்னை இரண்டாவது குழவிப் பருவத்தை வந்தடைந்து விட்டார்" என்று தெ கிரியே இரகசியமாய் என் காதுக்குள் பிரெஞ் சில் கூறினார்.

"பார்க்க வேண்டியவை யாவற்றையும் பார்க்க விரும்புகிறேன். அலெக்சேய் இவானவிச்சை நீ என்னிடம் விட்டு வைப்பாயா?" என்று கேட்டார் பாட்டி.

"அதற்கென்ன, வேண்டிய மட்டும் வைத்துக் கொள்ளுங்கள். ஆனால் நான் – பலீனா, முஸ்யே தெ கிரியே – நாங்கள் எல்லோரும் உங்களுடன் வர எந்நேரமும் தயாராய் மகிழ்ச்சியுடன் காத்திருக்கி றோம்."

"ஆமாம், மதாம், அதை எங்களுக்குக் கிடைக்கும் இன்பமாய்க் கருதுவோம்..." என்று இனிமையாய்ச் சிரித்தவாறு பிரெஞ்சில் கூறினார் தெ கிரியே.

"நீரும் உமது இன்பமும்! எனக்குச் சிரிப்புதான் வருகிறது!" பிறகு பாட்டி திடீரென ஜெனரல் பக்கம் திரும்பி, "உனக்கு நான் ஒன்றும் பணம் தரமாட்டேன்" என்றார். "சரி, நான் என் அறைகளுக்குப் போக வேண்டும். அவற்றைப் பார்த்துவிட்டு, பிறகு வெளியே போய்ச் சுற்றிப் பார்ப்போம். வந்து என் நாற்காலியைத் தூக்குங்கள்!"

மீண்டும் பாட்டியைத் தூக்கிச்சென்றனர். நாற்காலியைப் பின்தொடர்ந்து எல்லோரும் படிக்கட்டில் இறங்க முற்பட்டனர். தடியால் தலையில் அடிபட்டு பிரம்மித்துவிட்ட மாதிரி ஜெனரல் நடந்து சென்றார். தெ கிரியே சிந்தனையில் ஆழ்ந்திருந்தார். மத்மாசேல் பிளான்ஷ் பின்னால் தங்கி விடலாமென்று நினைத்து நின்றாள், பிறகு அது சரியல்லவென்று பின்தொடர்ந்து வந்தாள். அவளுக்குப் பின்னால் அந்த ருஷ்யக் கோமகனும் வந்தார். ஜெனரலுடைய அறைகளில் அந்த ஜெர்மானியரும் மதாம் தெ கமேன்ஷும்தான் எஞ்சியிருந்தனர்.

# 10

ஆரோக்கிய இடங்களிலும், ஏன் ஐரோப்பா எங்கணுமே, ஹோட்டல் நிர்வாகிகளும் தலைமைச் சேவகர்களும் ஹோட்டலுக்கு அவர்களைப் பற்றிய தமது சொந்த மதிப்பீட்டுக்கு ஏற்பவே அறைகள் ஒதுக்குகிறார்களே அன்றி, அவ்வளவாய் அவர்களுடைய தேவை களுக்கும் விருப்பங்களுக்கும் ஏற்ப அல்ல. வருவோரை மதிப்பீடு செய்வதில் ஹோட்டல் நிர்வாகிகளும் தலைமைச் சேவகர்களும் தவறிழைக்கக் காண்பது அரிது, இதை ஒத்துக்கொள்ள வேண்டும். ஆனால் எதனாலோ தெரியவில்லை, பாட்டிக்கு அவர்கள் மிகவும் தடபுடலான முதல்தர அறைத் தொகுதியை ஒதுக்கியிருந்தனர் – பாட்டியை மதிப்பீடு செய்வதில் அவர்கள் மிஞ்சிவிட்டதாகவே தோன்றியது. ஏராளமான ஆடம்பரச் சாமான்களுடன் அமைந்த பிரமாதமான நான்கு அறைகள், குளிப்பறை, பணியாட்களுக்கான தனி இடம், பாட்டியின் சேடிக்குத் தனியே ஓர் அறை, இப்படியாகப் பல சிறப்புகளையும் கொண்ட மிகச்சிறந்த அறைத் தொகுப்பாய் இருந்தது அது. ஒரு வாரத்துக்கு முன்பு இந்த அறைகளில் ஒரு பெருங்கோமகள் தங்கியிருந்தது உண்மையே; கட்டணத்தை உயர்த்துவதற்காக, புதிதாய் வந்தவர்களுக்கு இவ்விவரம் தவறாமல் தெரிவிக்கப்பட்டது. இந்த அறைகளினுள் பாட்டி தூக்கிச் செல்லப் பட்டார் – இல்லை, அவர் அமர்ந்திருந்த சக்கர நாற்காலி தள்ளிச் செல்லப்பட்டது. கூர்மையான விமர்சனக் கண் கொண்டு யாவற்றையும் உற்று நோக்கிச் சென்று மேற்பார்வையிட்டார். பாட்டி வழுக்கை விழத் தொடங்கிவிட்ட வயதான தலைமைச் சேவகர் பாட்டியினுடைய இந்தத் துவக்கப் பரிசோதனையின்போது பணிவுடன் அவருடைய நாற்காலிக்குப் பக்கத்தில் நடந்து வந்தார்.

பாட்டியை யார் என்று நினைத்தார்களோ தெரியாது, ஆனால் மிகப் பெரிய முக்கியஸ்தராகவும், இன்னும் குறிப்பாய் மிகப் பெரிய செல்வந்தராகவும் அவர்கள் அவரைக் கருதினர் என்பது தெரிந்தது. பாட்டிக்குக் கோமகள் பட்டம் இருக்கவில்லை என்றபோதிலும் ஹோட்டல் பதிவேட்டில் அவரை "ஜெனரல் மனைவியான கோமகள் தரசேவிச்சிவா" என்பதாகவே குறித்துக்கொண்டனர். சொந்த சிப்பந்திகளை அழைத்துக்கொண்டு தனி ரயில் பெட்டியில் பயணம் செய்தார். ஏராளமான பைகளும் பெட்டிகளும் எடுத்து வந்திருந்தார் என்பதுதான் பாட்டி இப்படி அவர்கள் ஒரு பட்டத்தைச் சூட்டக் காரணமாய் இருந்திருக்க வேண்டும். அவர் அமர்ந்திருந்த பெரிய சக்கர நாற்காலியும், கடுமையாய் ஒலித்த அவருடைய பலத்த குரலும், எதிர்ப்புக்குச் சிறிதும் இடம் தராதவரெனத் தோன்றும்படி கொஞ்சமும் தயங்காது அவர் கேட்டுக் கொண்டிருந்த விசித்திரமான கேள்விகளும், சுருக்கமாய்ச் சொன்னால் அவருடைய தோற்றமும் நடத்தையும் – கோணாமல் குனியாமல் நேராய் நிமிர்ந்து உட்கார்ந்திருந்த முறையும், அதிகார தோரணையும், கண்டிப்பும் – அவர்பால் எல்லோருக்கும் ஏற்பட்ட திகைப்பை மேலும் அதிகரிக்கச் செய்தன. அறைகளைச் சுற்றிப் பார்த்துக் கொண்டு பவனி வந்தபோது இடையில் திடுமெனத் தமது நாற்காலியை நிறுத்தும்படி உத்தரவிட்டு, அறையில் இருந்தவற்றில் ஏதாவது ஒன்றைச் சுட்டிக்காட்டுவார்; ஏற்கனவே ஓரளவு கலக்கமுற்ற நிலையில் பணிவோடும் சிரித்த முகத்தோடும் கூட வந்துகொண்டிருந்த தலைமைச் சேவகரைப் பார்த்து மிகவும் சங்கடமான கேள்விகளைக் கேட்பார். பாட்டி இந்தக் கேள்விகளை பிரெஞ்சு மொழியில்தான் கேட்டார். ஆனால் அவருடைய பிரெஞ்சு அப்படி மோசமாயிருந்ததால் நான் மொழிபெயர்ப்பாளனாகச் செயல்பட வேண்டியிருந்தது. தலைமைச் சேவகரின் பதில்களில் பெரும்பாலானவை பாட்டிக்குத் திருப்தியளிக்கவில்லை. அவர் கடிந்து கொண்டார். பாட்டியின் கேள்விகள் பலவும் எங்களுடைய உடனடியான காரியத்துடன் எவ்வகையிலும் சம்பந்தப்பட்டவை அல்ல. உதாரணமாய், ஒரு படத்தின் முன்னால் வந்ததும் நாற்காலியை நிறுத்தச் சொன்னார் பாட்டி. புராணக்கதை பற்றிய பெயர்பெற்ற ஓர் ஓவியத்தின் மட்டரகமான பிரதி அந்தப் படம்.

"யாருடைய உருவப்படம் இது?"

யாராவது ஒரு கோமகளுடையதாகவே இருக்கும் என்று பதிலளித்தார் தலைமைச் சேவகர்.

"இன்னாருடைய உருவப் படம் என்று உனக்குத் தெரியாதா என்ன? இங்கே வசித்து வருகிறாய் தெரியாது என்கிறாயே! இந்தப்

 நற்றிணை பதிப்பகம் ● 101

படம் ஏன் இங்கு இருக்கிறது? ஏன் இவள் கடைக் கண்களால் பார்க்கிறாள்?"

இந்தக் கேள்விகளுக்குத் தலைமைச் சேவகர் ஒழுங்காய் பதிலளிக்க முடியாமல் திண்டாடினார்.

"மர மண்டையாய் இருக்கிறானே!" என்று ருஷ்யனில் கடிந்து கொண்டார் பாட்டி.

நாற்காலியை மேலும் தள்ளிச் சென்றார்கள். சாக்சனிப் பதுமை ஒன்றின்முன் சென்றதும் திரும்பவும் இதே கதைதான். நெடுநேரம் அதை உற்றுப்பார்த்த பாட்டி என்ன காரணமோ தெரியவில்லை, அதை அங்கிருந்து அகற்றி விடும்படி கூறினார். முடிவில் படுக்கை அறையில் விரிக்கப்பட்டிருந்த கம்பளங்களின் விலை என்ன, எங்கே தயாரிக்கப்பட்டவை என்று தலைமைச் சேவகரைக் கேட்டார். தலைமைச் சேவகர் விசாரித்துச் சொல்வதாய் வாக்களித்தார்.

"உதவாக்கரை ஆட்கள்!" என்று அலுத்துக்கொண்டு பிறகு படுக்கையைப் பரிசீலிக்க முற்பட்டார் பாட்டி.

"மேற்கவிகை கண்ணைப் பறிக்கும்படி இருக்கிறதே! திரையை விலக்குங்கள்!"

திரையை இழுத்து விலக்கினர்.

"இன்னும், இன்னும்! பூராவும் விலக்குங்கள்! தலையணைகள் எடுங்கள், உறைகளைக் கழற்றுங்கள், மெத்தையை மேலே தூக்குங்கள்."

யாவும் எடுத்துப் புரட்டிப் போடப்பட்டன. மெத்தையை உன்னிப்பாய்ப் பரிசீலித்தார் பாட்டி.

"ரொம்ப சந்தோஷம், மூட்டைப் பூச்சிகள் இல்லை. எல்லா விரிப்புகளையும் நீக்கிவிட்டு என்னுடைய விரிப்புகளை விரியுங்கள், என்னுடைய தலையணைகளைக் கொண்டுவந்து போடுங்கள். எல்லாம் பிரமாதமாய் இருக்கிறது. என்னைப் போன்ற ஒரு கிழவிக்கு இவ்வளவு ஆடம்பரமான அறைகள் எதற்காக? இவ்வளவு பெரிய இடத்தில் தனியே இருக்க எனக்கு வேதனையாய் இருக்கும். அலெக்சேய் இவானவிச், குழந்தைகளுக்குப் பாடம் சொல்லிக் கொடுத்தபின் நீ அடிக்கடி இங்கு வந்து என்னைப் பார்க்கவேண்டும்."

"நேற்று முதலாய் நான் ஜெனரலிடம் வேலை செய்யவில்லை. ஹோட்டலில் என் சொந்தச் செலவில் இருந்து வருகிறேன்" என்று நான் பதிலளித்தேன்.

"ஏன் அப்படி? என்ன ஆயிற்று?"

"பிரபல ஜெர்மன் கோமகன் ஒருவர் அவருடைய மனைவியான கோமகளுடன் சில நாட்களுக்கு முன்பு பெர்லினிலிருந்து இங்கு

வந்தார். நேற்று நான் உலாவச் சென்றிருந்தபோது ஜெர்மனில் அவர்களுடன் பேச நேர்ந்தது. ஆனால் என்னுடைய உச்சரிப்பு பெர்லின் முறையில் இல்லை."

"சரி, அதெற்கென்னவாம்?"

"அவர் அதைத் துடுக்குத்தனமெனக் கருதி ஜெனரலிடம் புகார் செய்தார். நேற்று ஜெனரல் என்னை வேலையிலிருந்து விலக்கிவிட்டார்."

"ஏன்? அந்தக் கோமகனுடன் மரியாதைக் குறைவாய் நடந்து கொண்டாயா? (அப்படியே நடந்து கொண்டுவிட்டாலும் ஒன்றும் கெட்டுவிடாதே!)"

"இல்லை, இல்லை! கோமகன்தான் என்னைப் பார்த்துக் கைத்தடியை ஆட்டி மிரட்டினார்."

பாட்டி உடனே ஜெனரலைப் பார்த்து இரைந்தார்: "உன்னு டைய ஆசிரியரை ஒருத்தர் கேலவப்படுத்துவதை நீ பார்த்துக் கொண்டு சும்மாவா இருந்தாய்? சப்பாணி! ஆசிரியரை வேலையி லிருந்து வேறு அகற்றினாயாக்கும்! புத்தி வேண்டாம்? எல்லாம் அசடுகள்!"

"மாமி, வீணில் நீங்கள் கவலைப்படாதீர்கள்" என்று பெரிய மனிதப் பாணியில் பதிலளித்தார் ஜெனரல். "என்னுடைய விவகாரங் களை நானே பார்த்துக் கொள்வேன். அலெக்சேய் இவானவிச் நடந்ததை நடந்தபடி சொல்லவில்லை."

"நீ அதைச் சகித்துக் கொண்டு சும்மாவே இருந்துவிட்டாயா?" என்று என்னைக் கேட்டார் பாட்டி.

"சமாதானம் செய்யும்படிக் கோரி கோமகனைச் சண்டைக்கு அழைக்க விரும்பினேன்" என்று நான் பணிவுமிக்க இதமான குரலில் சொன்னேன். "ஆனால் ஜெனரல் அதெல்லாம் செய்யக்கூடாதென்று தடுத்துவிட்டார்."

"நீ ஏன் தடுத்தாய்?" என்று பாட்டி மீண்டும் ஜெனரலைப் பார்த்துக் கேட்டார். ("நீ போகலாம்" என்று திடுமெனத் தலைமைச் சேவகர் பக்கம் திரும்பி அவரிடம் சொன்னார். "கூப்பிட்டபோது வரலாம். வாயைப் பிளந்து கொண்டு இங்கே நிற்க வேண்டியதில்லை. அந்த நூரென்பர்க் முகவிலாசத்தை என்னால் சகிக்க முடியவில்லை!") பாட்டியின் பாராட்டைப் புரிந்துகொள்ளாமலே தலைமைச் சேவகர் குனிந்து வணங்கிவிட்டு வெளியே சென்றார்.

"மாமி, இம்மாதிரியான சவால் சண்டையை நாம் அனுமதிக் கலாமா?" என்று முகத்தைச் சுளித்துக்கொண்டு ஜெனரல் பதிலளித் தார்.

 நற்றிணை பதிப்பகம் ● 103

"ஏன் கூடாது? ஆடவர்கள் எல்லோரும் சண்டைச் சேவல்கள் தானே. அவர்கள் சண்டை போட்டிருந்தால் என்னவாம்? நீங்கள் எல்லோரும் சப்பாணிகள் – நான் அப்படித்தான் சொல்வேன். சொந்த நாட்டவரை ஆதரித்து நிற்கத் திராணியில்லாதவர்கள் நீங்கள்... சரி, என்னைத் தூக்குங்கள்! பத்தாப்பிச், எப்பொழுதும் தயாராய் இரண்டு போர்ட்டர்கள் இருக்கும்படி ஏற்பாடு செய்து கொள். சத்தம் எவ்வளவு என்று பேசி முடிவு செய்து வைத்துக்கொள். இரண்டு பேர் போதும். படிகளில்தான் அவர்கள் என்னைத் தூக்க வேண்டும், தட்டைப் பரப்புகளிலும் தெருக்களிலும் நாற்காலியை அவர்கள் தள்ளிக்கொண்டு செல்லலாம். அவர்களிடம் இதைச் சொல்லி வை. முன்கூட்டியே சத்தம் கொடுத்துவிடு. அப்பொழுது அவர்கள் மேலும் மரியாதையாய் நடந்துகொள்வார்கள். எந்நேரமும் நீ என் பக்கத்தில் இருக்க வேண்டும். அலெக்சேய் இவானவிச், நாம் வெளியே போய் வரும்போது உன்னுடைய அந்தக் கோமகனை எனக்குக் காட்டு. அந்த அதிசயக் கோமகனை நான் கொஞ்சம் பார்த்து வைத்துக்கொள்ள விரும்புகிறேன். ருலெட் ஆடப்படும் இடம் எங்கே இருக்கிறது?"

ருலெட் மேஜைகள் எல்லாம் காஸினோவில் இருக்கின்றன என்று நான் விளக்கிச் சொன்னேன். உடனே வரிசையாய்ப் பல கேள்விகளைக் கேட்டார் பாட்டி: அங்கே எத்தனை மேஜைகள் இருக்கும்? அதிகம் பேர் அவற்றில் ஆடுவார்களா? நாள் முழுதுமா ஆடுகிறார்கள்? எல்லாம் எப்படி ஏற்பாடு செய்யப்பட்டிருக்கிறது? அங்கே போய் நேரில் யாவற்றையும் பார்ப்பதுதான் நல்லது, ஏனென்றால் இவற்றை வாயால் விவரித்துச் சொல்வது கடினம் என்று நான் முடிவில் கூறினேன்.

"அப்ப சரி – நேரே என்னை அங்கே அழைத்துச் செல். அலெக்சேய் இவானவிச், நீ முன்னால் போ."

"என்ன மாமி? ரயில் பயணத்துக்குப் பிற்பாடு ஓய்வு எடுத்துக் கொள்ளாமலே வெளியே கிளம்புகிறீர்களே, ஏன் இந்த அவசரம்?" என்று பரிவுடன் கேட்டார் ஜெனரல். அவர் சங்கடப்படுவதுபோல் காணப்பட்டார். எல்லோருமே கலக்கமுற்றவர்களாய் ஒருவரை யொருவர் ஜாடையாய்ப் பார்த்துக் கொண்டனர். பாட்டியுடன் ஒரே ஆட்ட மேஜைகளுக்குச் செல்வது அவர்களுக்கு இக்கட்டாகவே இருந்தது, கொஞ்சம் வெட்கமாய்க்கூட இருந்தது. காஸினோவில் எல்லோருக்கும் எதிரே பாட்டி தொடர்ந்து இதேபோல விசித்திர முறையில்தான் நடந்து கொள்வார், மிகவும் சங்கடமாகவே இருக்கும் என்று பயந்தனர். ஆயினும் பாட்டியுடன்கூட வருவதாய்த் தாமாகவே முன்வந்து ஒத்துக் கொண்டவர்கள் அவர்கள்.

"எதற்காக நான் ஓய்வு எடுத்துக்கொள்ள வேண்டும்? எனக்கு ஒன்றும் களைப்பாய் இல்லை. ஐந்து நாட்களாய் ரயில் பெட்டியினுள் உட்கார்ந்து இருந்தேன். ஊற்றுகள், தாதுநீர் முதலானவற்றைப் பிற்பாடு போய்ப் பார்க்கலாம். பிறகு அந்த – பிரஸ்கோவியா, அதை என்னவென்று சொன்னாய், முகடோ, வேறு என்னமோ சொன்னாயே?"

"கூர்முனை."

"சரி – கூர்முனை. இங்கே பார்க்க வேண்டியது வேறு என்ன?"

"மிகப் பலவும் இருக்கின்றன" என்று தயங்கும் குரலில் சொன்னாள் பலீனா.

"பார்த்தாயா, உனக்கே சரியாய்த் தெரியவில்லை! மார்ஃபா, நீயும் என்னுடன் வா" என்று தமது சேடியிடம் கூறினார் பாட்டி.

"அவள் எதற்காக, மாமி?" என்று குறுக்கிட்டார் ஜெனரல். "அவள் வேண்டாம்! எல்லை மீறிச் செல்வதாகிவிடும்! பத்தாப் பிச்சைக்கூட காஸினோவுக்குள் அனுமதிப்பார்களோ, என்னவோ."

"நீ சும்மாயிரு! வேலைக்காரி என்பதால் அழைத்துச் செல்லாமல் இங்கேயே விட்டு விட்டுப் போவார்களா? அவளும் மனிதப் பிறவிதான். ஒரு வாரமாய் ரயிலில் அடைபட்டுக் கிடந்தோம். வெளியே போய் சுற்றிப் பார்க்க அவளுக்கும்தான் ஆசையாய் இருக்கும். என்னுடன் போகாமல் வேறு யாருடன் போவாள்? தனியே வெளியே தலைகாட்ட அவளுக்குப் பயமாயிருக்கும்."

'மாமி, இதைக் கேளுங்கள்...'

"ஏன், என்னுடன் வெளியே செல்ல வெட்கமாய் இருக்கிறதா உனக்கு? அப்படீன்னா, இங்கேயே இரு! யாரும் உன்னை வரச் சொல்லிக் கூப்பிடவில்லை. பெரிய ஜெனரல் இவர்! அன்று என் கணவரும் ஒரு ஜெனரல்தான்! ஆமாம், எதற்காக நீங்கள் எல்லோரும் கூட்டமாய் என் பின்னால் வரவேண்டும்? அலெக்சேய் இவான விச்சை அழைத்துச் சென்று நான் யாவற்றையும் பார்த்து விட்டு வருகிறேன்."

ஆனால் எல்லோரும் பாட்டியுடன் போய்வர வேண்டும் என்று தெ கிரியே தீர்மானமாய்க் கூறினார். பாட்டியுடன் சென்று அவருக்கு உதவ எல்லோரும் தயாராய் இருப்பதாகவும், இது இனிமையான ஒரு கடமை என்றும் தேனொழுகப் பேசினார். எல்லோரும் புறப்பட்டோம்.

"பச்சைக் குழந்தை மாதிரி இருப்பவரைத் தனியே விட்டால் மடத்தனமாய் ஏதாவது செய்துவிடுவார்" என்று தனியே ஜெனரலிடம் பிரெஞ்சில் சொன்னார் தெ கிரியே. அவர் மேலும்

நற்றிணை பதிப்பகம் ● 105

கூறியது என் காதில் விழவில்லை. ஆனால் அவரிடம் ஏதோ திட்டம் இருந்ததாகவும், அவருடைய நம்பிக்கைகளுங்கூட ஓரளவு புத்துயிர் பெற்றுவிட்டதாகவும் எனக்குத் தோன்றிற்று.

காஸினோ சுமார் அரைமைல் தொலைவில் இருந்தது. செஸ்ட்நட் சாலையில் நடந்து காஸினோவுக்கு எதிரே இருந்த சதுக்கத்தின் வழியே நாங்கள் போக வேண்டியிருந்தது. ஜெனரல் ஓரளவு மனதைத் தேற்றிக் கொண்டு அமைதியடையலானார். ஏனெனில் எங்களுடைய ஊர்வலம் வினோதமானதுதான் என்றாலும் அது ஆடம்பரமாகவும் மரியாதைக்குரியதாகவுமே இருந்தது. உடல் நலமின்றி பலவீனமாய் இருக்கும் ஒருவர், நடக்க முடியாத நிலையில் இருக்கும் ஒருவர், தாதுநீர் சிகிச்சை பெறுவதற்காக வந்திருந்ததில் ஆச்சரியப்படுவதற்கு ஒன்றும் இல்லையே. ஆனால் காஸினோவுக்குப் போவது குறித்து ஜெனரலுக்கு அச்சமாகவே இருந்தது; இயலாத நிலையில் இருப்பவர், நடக்க முடியாதவர், இன்னும் முக்கியமாய் வயோதிக அன்னையான ஒருவர் ருலெட் ஆட்டக்கூடத்துக்கு ஏன் போகவேண்டும்? தள்ளிச் செல்லப்பட்ட நாற்காலியின் இரு மருங்கிலும் பலீனாவும் மத்மாசேல் பிளான்ஷும் நடந்தனர். மத்மாசேல் பிளான்ஷ் புன்னகை புரிந்தாள், களிப்பூட்டும் இனிய முறையில் நடந்து கொண்டாள், மிகவும் மரியாதையாய் இடை யிடையே பாட்டியுடன் வேடிக்கையாய்ப் பேசினாள். இவ்விதம் விரைவில் அவள் பாட்டியின் பாராட்டையுங்கூட பெறலானாள். ஆனால் இன்னொரு பக்கத்தில் வந்து கொண்டிருந்த பலீனா சரமாரியாகப் பாட்டி கேட்ட கேள்விகளுக்குப் பதிலளிக்க வேண்டி யிருந்தது. “இப்பொழுது போனாரே யார் அவர்? கோச்சிலே போகிற அந்தச் சீமாட்டி யார்? இந்த ஊர் பெரியதுதானா? பூங்கா பெரியதா? என்ன மரங்கள் அவை? அந்த மலையின் பெயர் என்ன அங்கே கழுகுகள் உண்டா ? அந்தக் கூரை அப்படி விசித்திரமாய் இருக்கிறதே, என்ன கட்டிடம் அது?” மிஸ்டர் அஸ்ட்லே என் அருகே வந்து, இன்று காலையின் விளைவாய்ப் பலவும் நடை பெறுமென என் காதுக்குள் கூறினார். நாற்காலிக்குப் பின்னால் பத்தாப்பிச்சும் மார்ஃபாவும் நடந்து வந்தனர். பத்தாப்பிச் தனது நீள்கோட்டுடனும் வெள்ளைக் கழுத்துக் குட்டையுடனும் இப்பொழுது குல்லாய் ஒன்றும் போட்டிருந்தான்; செந்நிறக் கன்னங் களையுடையவளாயினும் தலை நரைக்கத் தொடங்கிவிட்ட நாற்பது வயதுக் கன்னியான மார்ஃபா பருத்தி ஆடை அணிந்து தலையில் குல்லாயும் கால்களில் கிரீச்சிடும் பூட்சும் போட்டிருந்தாள். பாட்டி அடிக்கடி பின்பக்கம் திரும்பி இவர்களுடன் பேசினார். தெ கிரியேயும் ஜெனரலும் சற்றுப் பின்தங்கித் தம்மிடையே காரசாரமாய் விவாதித்தவாறு நடந்து வந்தனர். ஜெனரல் சோர்ந்து போயிந்தார்.

ஆனால் தெ கிரியே உறுதி தொனிக்கும் குரலில் பேசினார். ஜெனரலுக்கு அவர் நம்பிக்கை அளித்து ஏதோ ஆலோசனை கூறிக் கொண்டிருந்தார் என்பது தெரிந்தது. சிறிது நேரத்துக்கு முன்புதான் பாட்டி “உனக்கு நான் பணம் தரப் போவதில்லை” என்று அந்தப் பயங்கரமான வாக்கியத்தைக் கூறியிருந்தார். இந்த அறிவிப்பை தெ கிரியே நம்ப முடியாத ஒன்றாய்க் கருதினார். ஆனால் ஜெனரலுக்குத் தமது மாமியை நன்றாய்த் தெரியும். தெ கிரியேயும் மத்மாசேல் பிளான்ஷும் ஒருவரையொருவர் பார்த்துக் கண் சிமிட்டிக் கொள்வதை நான் கவனித்தேன். அந்த ருஷ்யக் குட்டி கோமகனையும் ஜெர்மன் கல்விமானையும் சாலையின் எதிர்முனையில் கண்டேன். எங்களுக்கு எதிர்த் திசையில் நடக்க முற்பட்டனர்.

வெகு ஆடம்பரமாய் நாங்கள் காஸினோவை வந்தடைந்தோம். வாயில் காவலனும் பணியாட்களும் ஹோட்டல் ஆட்கள் நடந்து கொண்டது போலவே மிகவும் மரியாதையுடன் நடந்து கொண்டனர். ஆயினும் ஏதோ அதிசயத்தைக் காண்பதுபோல்தான் எங்களை அவர்கள் உற்றுநோக்கினர். பாட்டி எல்லாக் கூடங்களினுள்ளும் தமது நாற்காலியைத் தள்ளிச் செல்லும்படிக் கூறி, யாவற்றையும் பார்வையிட்டார். சிலவற்றைப் போற்றிப் புகழ்ந்தார். ஏனைய பலவற்றை அதிக நாட்டமின்றிப் பார்த்துச் சென்றார். ஆனால் யாவும்குறித்து கேள்விகள் கேட்கத் தவறவில்லை. முடிவில் நாங்கள் ஆட்டக் கூடங்களுக்கு வந்தோம். மூடிய கதவுகளின் முன்னால் காவல் புரிந்து நின்ற ஏவலாள் துணுக்குற்றுப் பிரமித்துப் போய்க் கதவுகளை உடனே விரியத் திறந்தான்.

ருலெட் ஆட்டக் கூடத்தினுள் பாட்டி வந்து சேர்ந்த காட்சி அங்கு கூடியிருந்தோரிடையே பரபரப்பை ஏற்படுத்திற்று. ருலெட் மேஜையைச் சுற்றிலும், கூடத்தின் எதிர்முனையில் சிவப்புக் கறுப்புச் சீட்டாட்ட மேஜை இருந்த இடத்திலும் நூற்றைம்பது அல்லது இருநூறு ஆட்டக்காரர்கள்வரை பல வரிசைகளாய்க் கூடி நின்றிருந் தனர். இடித்து மோதிக்கொண்டு நேரே ஆட்டமேஜைக்குப் போய்ச் சேர்ந்தவர்கள் தாம் பிடித்துக்கொண்ட இடத்தை விட்டுக் கொடுக் காமல் நிலையாய் அங்கே நின்றனர். தமது பணயங்களை எல்லாம் இழக்கும் வரை அவர்கள் அங்கே நிற்க முடியும். ஆடாமல் அந்த இடத்தில் வேடிக்கை பார்த்துக் கொண்டு நிற்க யாரும் அனுமதிக்கப் படவில்லை. மேஜையைச் சுற்றிலும் நாற்காலிகள் போடப்பட்டி ருந்தன. ஆனால் மிகச் சிலரே இவற்றில் அமர்ந்திருந்தனர். முக்கிய மாய்க் கூட்டம் அதிகமாய் இருந்தபோது மிகப் பெரும் பகுதியோர் நின்றுகொண்டுதான் ஆடினர், ஏனெனில் நெருக்கிக்கொண்டு நிற்கையில் மேலும் அதிகமானோர் மேஜை முன்னால் இடம் பெற முடிந்தது என்பதுடன், எளிதில் பணயம் வைப்பதற்கும் வசதி

யாயிருந்தது. இரண்டாவது, மூன்றாவது வரிசைகளில் நின்றவர்கள் முதல் வரிசையில் இடம் பிடித்துக் கொள்வதற்காக, முதல் வரிசைக் காரர்களை இடித்துக் கொண்டு ஆவலுடன் காத்திருந்தனர். பொறுத் திருக்க முடியாதவர்கள் சிலர் முதல் வரிசைக்காரர்களுக்கு இடையே கையை நுழைத்து தமது பணயங்களை வைக்க முற்பட்டனர். மூன்றாவது வரிசையில் நின்றோருங்கூட சிலசமயம் இப்படிச் செய்துவந்தனர். இதனால் மேஜையிலே வைக்கப்பட்ட பணயங்கள் யாருடையவை என்று ஒவ்வொரு பத்து நிமிடத்துக்கும், ஏன் ஐந்து நிமிடத்துக்கும்கூட சச்சரவு எழுந்துவிடும். ஆனால் காஸினோ போலீசார் மிகவும் திறம்பட வேலை செய்துவந்தனர். ஆட்டக் கூடத்தில் கூட்டம் கூடுவதைத் தடுப்பதற்கில்லை; உண்மையில் நெரிசலான கூட்டம் விரும்பத்தக்கதே ஆகும் – ஏனெனில் இது லாபகரமாயிருந்தது. மேஜையைச் சுற்றிலும் அமர்ந்திருந்த எட்டு ஆட்ட நிர்வாகிகளும் கண்ணும் கருத்துமாய்ப் பணயங்களைக் கவனித்து வந்தனர். வெற்றியாளர்களுக்கு அவர்கள்தான் பணத்தைப் பட்டுவாடா செய்தார்கள். சர்ச்சைகள் எழுந்தபோது அவர்கள்தான் தீர்த்து வைத்தனர். சச்சரவு மிகவும் கடுமையாகி விடும் சந்தர்ப்பங் களில் போலீசார் அழைக்கப்பட்டனர். பிறகு ஒரு நிமிடத்தில் விவகாரம் முடிவுற்றுவிடும். போலீசார் சாதாரண உடைகளில் கூட்டத்தினரிடையே கலந்துகொண்டு அடையாளம் தெரியாதபடி அங்குமிங்கும் நின்றிருந்தனர். திருடர்களையும் களவாடிகளையும் கையும் மெய்யுமாய்ப் பிடிப்பதற்காக விழிப்புடன் பார்த்துக் கொண்டிருந்தனர். திருடர்களும் களவாடிகளும் ருலெட் மேஜை களைச் சுற்றிலும் எப்பொழுதுமே நிறையக் காணப்படுவார்கள். ஏனெனில் அவர்கள் “தொழில்” நடத்த இவ்விடங்கள் மிகவும் வசதி யானவை. பிற இடங்களில் ஜேப்படி செய்தும் பூட்டுகளை உடைத்தும் திருடியாக வேண்டும், தோல்வி ஏற்படின் பெருந் தொல்லையாகிவிடும். ஆனால் இங்கே நேரே ருலெட் மேஜைக்குச் சென்று ஆடத்தொடங்கி, வேறொருவர் ஜெயிக்கும் தொகையை ஒளிவுமறைவின்றிப் பகிரங்கமாகவே திடுமென எடுத்துப் பைக்குள் போட்டுக் கொண்டுவிடலாம். வாக்குவாதம் எழுமாயின், களவாடியவர் உச்சக்குரலில் அது தான் வைத்த பணயம்தான் என்று கூச்சலிடு கிறார். இதை அவர் சாமர்த்தியமாய்ச் செய்வாராயின், சாட்சிகளும் கொஞ்சம் தயங்குவார்களானால், தொகை பெரியதாய் இல்லாத போது பல சந்தர்ப்பங்களில் வெற்றிகரமாகவே பணத்தைத் தட்டிக் கொண்டுவிடுகிறார். பெருந்தொகையாய் இருக்கும்போது ஆட்ட நிர்வாகிகளும் ஆட்டக்காரர்களில் சிலருங்கூட நிச்சயம் விழிப்புடன் கவனமாய் இருப்பதால், கள வாடுவது எளிதல்ல. தொகை அவ்வளவு பெரிதாய் இல்லாதபோது அதற்கு உரியவர் இந்த ரகளையில் கலந்துகொள்ள மனமில்லாமல் சில சமயம் தகராறு வேண்டாமென

ஒதுங்கிச் சென்றுவிடுவது உண்டு. திருட்டு அம்பலமாகிப் பிடிபட்டு விடும் திருடர் உடனே வெளியே தள்ளப்பட்டுவிடுவார்.

தொலைவிலிருந்தபடி பாட்டி இவற்றை எல்லாம் அளவிலா ஆவலோடு கவனித்துக் கொண்டிருந்தார். ஒரு திருடன் பிடிபட்டு வெளியே தள்ளப்பட்டபோது மட்டற்ற மகிழ்ச்சியடைந்தார். சிவப்புக் கறுப்புச் சீட்டாட்டம் அவருக்கு அதிகம் பிடிக்கவில்லை; ருலெட் ஆட்டத்தில்தான் அவர் கவனம் செலுத்த முற்பட்டார். உருண்டோடி வரும் குண்டைப் பார்ப்பதற்கு அவருக்கு மிகவும் வேடிக்கையாய் இருந்தது. சிறிது நேரம் கழிந்ததும் அவர் ருலெட் மேஜையருகே சென்று இந்த ஆட்டத்தைப் பார்க்க வேண்டுமென்று விரும்பினார். அது எப்படி நடந்ததோ, தெரியவில்லை – ஆனால் சில ஏவலாட்களும் இம்மாதிரி வேலைகளைச் செய்ய தயாராய்க் காத்திருந்த வேறு சிலரும் (முக்கியமாய்க் கைப் பணத்தை இழந்து விட்டு, வெற்றி பெற்று வந்த ஆட்டக்காரர்களுக்கும் பொதுவாய் எல்லா அந்நியர்களுக்கும் உதவத் துடித்துக்கொண்டு நின்ற சில போலீஸ்காரர்கள்.) உடனே பாட்டிக்குத் தக்கதோர் இடம் பிடித்துத் தந்தனர். நெரிசலையும் மீறி எப்படியோ இவர்கள் மேஜையின் மையத்துக்கு அருகே ஆட்டத் தலைமை நிர்வாகியின் பக்கத்தில் இடம்பிடித்து அங்கே பாட்டியின் நாற்காலியைத் தள்ளிச் சென்று விட்டனர். ஆடாமல் வேடிக்கைப் பார்த்துக் கொண்டிருந்தவர்கள் சிலர் (முக்கியமாய்ச் சில ஆங்கிலேயர்களும் அவர்களது குடும்பத் தாரும்) உடனே பாட்டியைப் பார்ப்பதற்காக மேஜைக்கு அருகே நெரிசலுக்கிடையே சென்று ஆட்டக்காரர்களுக்குப் பின்னாலிருந்து அவரை ஆவலுடன் உற்று நோக்கினர். ஒப்பெரா தொலைக்காட்சிக் கண்ணாடிகள் பலவும் அவர் பக்கம் திருப்பப்பட்டன. ஆட்ட நிர்வாகிகளுக்குப் புது ஊக்கம் பிறந்தது இந்த அதிவினோதப் புதிய ஆட்டக்காரர் ஏதாவது விந்தை புரிந்து காட்டுவாரென அவர்கள் கருதினர். நடக்க முடியாமல் சக்கர நாற்காலியில் வந்த எழுபத்தைந்து வயதான ஓர் அம்மையார் சூதாட விரும்புவது தினசரி காணக்கூடிய காட்சி அல்லவே. நானும் முண்டியடித்து மேஜை அருகே சென்று பாட்டியின் பக்கத்தில் இடம் பிடித்துக் கொண்டு நின்றேன். பத்தாப்பிச்சும் மார்ஃபாவும் தொலைவிலே கூட்டத்தினரிடையே நின்றனர். ஜெனரலும் பலீனாவும் தெ கிரியேயும் மத்மாசேல் வான்ஷூம் வேடிக்கை பார்த்தவர்களிடை யேதான் நின்று கொண்டிருந்தனர்.

ஆரம்பத்தில் பாட்டி ஆட்டக்காரர்களைப் பார்ப்பதுடன் திருப்தியடைபவராய்த்தான் அமர்ந்திருந்தார். அரைத் தொண்டை யில் இடையிடையே திடுதிப்பென என்னைக் கேள்விகள் கேட்டுக் கொண்டிருந்தார்: “யார் அந்த ஆள்? அதோ அவள் யார்?”

மேஜையின் முனையில் பெருந் தொகைகளை, ஆயிரக் கணக்கில் அள்ளியள்ளி வைத்து ஆடிய ஓர் இளைஞன் அவருடைய கவனத்தை வெகுவாய்க் கவர்ந்து வந்தான். ஏற்கனவே அவன் நாற்பதாயிரம் பிராங்க் வரை வென்றுவிட்டதாய்ச் சுற்றிலும் இருந்தோர் முணுமுணுக்கும் குரலில் பேசிக் கொண்டனர். இந்தப் பணம் தங்க நாணயங்களாகவும் நோட்டுகளாகவும் அவன் எதிரே குவிந்து கிடந்தன. அவனுடைய முகம் வெளிறிட்டிருந்தது, கண்கள் மின்னின, கைகள் நடுங்கின. அவன் கண்ணை மூடிக்கொண்டு வெறித்தனமாய் ஆட முற்பட்டுவிட்டான். வாரி அள்ளிப் பணயம் வைத்து ஆடி ஆடி வெற்றிமேல் வெற்றி பெற்றுப் பணத்தைத் திரட்டிக் குவித்துக் கொண்டிருந்தான். ஏவலாட்கள் அவனைச் சுற்றிலும் நின்று பரபரப் பாய் வேலை செய்தனர். அவனுக்குப் பின்னால் நாற்காலியை இழுத்துப் போட்டனர். அவனுக்கு நிறைய இடம் கிடைக்கும் பொருட்டும் யாரும் அவனை இடித்துத் தொல்லை செய்யாதிருக்கும் பொருட்டும் அவனைச் சுற்றிலும் கூட்டத்தை விலக்கிக் காலியிடம் அமைத்துக் கொடுத்தனர். கைநிறைய சன்மானம் கிடைக்கும் என்ற நம்பிக்கையில் இவ்வளவும் செய்தனர். வெற்றி பெறும் ஆட்டக்காரர் தமக்கு ஏற்படும் மகிழ்ச்சியில் சில சமயம் பணத்தை எண்ணிப் பார்க்காமலே பைக்குள் கையைவிட்டு அள்ளி அள்ளி சன்மானங்கள் தருவார். ஒரு போலீஸ்காரன் ஏற்கனவே அந்த இளைஞன் பக்கத்தில் நின்று மிகவும் மரியாதையாய், ஓயாமல் அவன் காதுக்குள் ஏதோ கூறிக்கொண்டிருந்தான்; கிடைக்கப் போகும் வெகுமதிகளை எண்ணி அங்கே பணயங்களை வைக்க வேண்டுமென்று கூறி ஆலோசனை அளித்தும், ஆட்டத்தை மேற்பார்வை இட்டும் வந்தான். ஆனால் இளைஞன் அந்தப் போலீஸ்காரனைத் திரும்பிக்கூட பார்க்காமல் ஆடிக் கொண்டிருந்தான். வெறித்தனமாய் அள்ளி வைத்து ஒவ்வொரு முறையும் வெற்றி பெற்றுப் பணத்தைத் திரட்டிக் குவித்துச் சென்றான். அவன் பித்துக் கொண்டுவிட்டான் என்பது தெளிவாய்த் தெரிந்தது.

தொடர்ந்து சில நிமிடங்களுக்கு அவனையே பார்த்துக் கொண்டிருந்தார் பாட்டி

“ஆடியது போதும் என்று அவனிடம் சொல்லு என்று முழங் கையால் என்னைத் தட்டியவாறு என்னிடம் கூறினார். “பணத்தை அள்ளிக் கொண்டு உடனே வெளியே போகச் சொல்லு! இனி இழந்துவிடுவான்?” பரபரப்பினால் பாட்டிக்கு மூச்சு வாங்கிற்று. “பத்தாப்பிச் எங்கே? பத்தாப்பிச்சை அவனிடம் அனுப்பி வையும். அவனிடம் சொல்லும், சீக்கிரம் சொல்லும்!” மீண்டும் முழங்கையால் என் விலாவில் குத்தினார். “எங்கே பத்தாப்பிச்?” பிறகு நேரே அந்த இளைஞனைப் பார்த்து, “வெளியே போய்விடு! வெளியே

போய்விடு!" என்று பிரெஞ்சில் கூவினார். இங்கே சப்தம் போடக் கூடாது என்று நான் குனிந்து அவர் காதுக்குள் கூறினேன். கொஞ்சம் பலமாய்ப் பேசுவதற்குக்கூட அனுமதிக்க மாட்டார்கள், ஏனெனில் ஆட்டக்காரர்கள் கணக்கிடுவதற்கு அது இடையூறாகி விடும், உடனே நம்மை வெளியே போகச் சொல்வார்கள் என்றேன்.

"அட எழவே! அந்த ஆள் உருப்பட மாட்டான்! தன் பணம் பூராவையும் இழக்கவே போகிறான்! அவனை என்னால் பார்க்க முடியவில்லை, எனக்குச் சகிக்கவில்லை! அடி முட்டாள்...!" – பாட்டி வெடுக்கெனத் தலையைத் திருப்பிக் கொண்டார்.

இடது புறத்தில், மேஜையின் இன்னொரு பாதியில் ஓர் இளம் பெண்ணும் ஒரு குறளியும் எடுப்பாய்த் தோன்றினர். யார் அந்தக் குறளியோ – உறவுதானோ, காண்போரது கவனத்தைக் கவர்வதற்காக அழைத்து வரப்பட்ட ஆளோ எனக்குத் தெரியாது. இந்தப் பெண்ணை ஏற்கனவே இங்கு நான் கண்டிருந்தேன். தினமும் அவள் ஒரு மணிக்கு ஆட்ட மேஜையிடம் வருவாள், சரியாய் இரண்டு மணிக்குப் போய் விடுவாள். தினசரி இவ்வாறு ஒரு மணி நேரம் ஆடிவிட்டுச் சென்றாள். காஸினோ ஊழியர்கள் எல்லோருக்கும் அவளைத் தெரியும், வந்ததும் உடனே அவளுக்கு நாற்காலி கிடைத்து விடும். அவள் சில தங்கக் காசுகளையும் ஆயிரம் பிராங்க் நோட்டு களையும் தன் பைக்குள்ளிருந்து எடுத்து பரபரப்பின்றி அமைதியாய் ஆடத் தொடங்குவாள். ஒரு காகிதத்தில் பென்சிலால் இலக்கங்களைக் குறித்து அந்தத் தருணத்தில் வாய்ப்புக் கூறுகள் இணைந்திருக்கும் முறையை ஊகிக்க முயலுவாள். அதிக அளவில்தான் பணயம் வைப்பாள். தினமும் இரண்டு அல்லது அதிகம் போனால் மூன்று ஆயிரம் பிராங்குகள் வரை வெற்றி பெறுவாள். இதை வென்று கொண்டதும் உடனே புறப்பட்டுச் சென்றுவிடுவாள். பாட்டி அவளை நெடுநேரம் கவனித்துக் கொண்டிருந்தார்.

"அவள் பணத்தை இழக்கிறவள் அல்ல! இழக்க மாட்டாள்! யார் அவள்? உனக்குத் தெரியாதா? யார் அவள்?"

"அவள் பிரெஞ்சுக்காரி, ஒரு மாதிரியானவளாய்த் தோன்றுகிறது எனக்கு" என்று நான் இரகசியமாய்ச் சொன்னேன்.

"ஆமாம் – எப்படிப்பட்டவள் என்பது நன்றாகவே தெரிகிறதே! பொல்லாதவளாய்த்தான் இருப்பாள், சந்தேகமில்லை, இந்த ஆட்டத்தின் பூரா விவரங்களையும் இப்பொழுது எனக்கு விளக்கிச் சொல். எப்படிப் பணயம் வைப்பதென்று கூறு."

என்னால் முடிந்த அளவுக்குப் பல இணைவுகளை விளக்கிக் கூறினேன்: சிவப்பு – கறுப்பு, ஒற்றை – இரட்டை, 'குறைபாடு' – 'மிகைப்பாடு' போன்றவற்றை விவரித்துச் சொன்னேன். முடிவில்

எண்மானங்களுக்குள்ள பல்வேறு மதிப்புகளையும் எடுத்துரைத்தேன். பாட்டி யாவற்றையும் கவனமாய்க் கேட்டு மனதுக்குள் குறித்துக் கொண்டார்; சில விளக்கங்களைத் திருப்பிச் சொல்லச் சொன்னார்: புதிய கேள்விகள் கேட்டு புரியாதவற்றைத் தெளிவுபடுத்திக் கொண்டார்; யாவற்றையும் நினைவில் இருத்திக் கொண்டார். பல்வேறு பணய வைப்பு முறைகளுக்கும் உடனடியாய்க் கண்ணெதிரே உதாரணம் காண முடிந்ததால் இவற்றை விரைவாகவும் சுலபமாகவும் தெரிந்து கொள்ளவும் மனனம் செய்து கொள்ளவும் முடிந்தது. பாட்டி ஆனந்தப்பட்டுக் கொண்டார்.

“பூஜ்யம் என்று எதைச் சொல்கிறார்கள்? அந்த ஆட்ட நிர்வாகி – சுருட்டை முடிகளையுடைய அந்தத் தலைமை நிர்வாகி இப்பொழுது பூஜ்யம் என்று கத்திவிட்டு, மேஜையில் இருந்த அனைத்தையும் வாரி அள்ளி வைத்துக் கொண்டுவிட்டாரே, ஏன் அது? எவ்வளவு பணம் இருந்தது! அத்தனையும் எடுத்து வைத்துக்கொண்டாரே! இதற்கு என்ன அர்த்தம்?”

“பூஜ்யம் என்றதும் ஆட்ட பாங்கி யாவற்றையும் எடுத்துக் கொண்டுவிடும். குண்டு பூஜ்யத்தில் வந்து நிற்குமாயின், மேஜையில் இருப்பது அனைத்தும் பாங்கிக்கு உரியதாகிவிடும். வெற்றி தோல்வி இல்லாத நிலையை நீங்கள் பெறுகிறீர்களா என்று பார்ப்பதற்காக உங்களுக்கு இன்னொரு வாய்ப்பு அளிக்கப்பட்ட போதிலும், எப்படியும் பாங்கி தன் பணத்திலிருந்து உங்களுக்கு எந்தத் தொகையும் தராது.”

“அப்படியா? எனக்கு ஒன்றுமே கிடைக்காதா?”

“அப்படியல்ல பாட்டி பூஜ்யத்தில் நீங்கள் பணயம் வைத்து, குண்டும் பூஜ்யத்தில் வந்து நிற்குமானால், நீங்கள் வைத்ததைப் போல் முப்பத்தைந்து மடங்கான தொகை உங்களுக்குக் கிடைக்கும்!”

“முப்பத்தைந்து மடங்கா! பூஜ்யம்தான் அடிக்கடி வருகிறதே, ஏன் இவர்கள் பூஜ்யத்தில் பணயம் வைக்காமல் இருக்கிறார்கள், முட்டாள்கள்!”

“பூஜ்யம் எளிதில் வரக்கூடியதல்ல, அது வராமலிருக்க முப்பத் தாறு வாய்ப்புகள் இருக்கின்றன.”

“அபத்தம்! பத்தாப்பிச்! பத்தாப்பிச்...! இதோ இருக்கிறது, என்னிடம் கொஞ்சம் பணம் இருக்கிறது” என்று சொல்லி தமது பையிலிருந்து தடித்த பர்ஸ் ஒன்றை எடுத்தார். அதன் ஆழத்திலிருந்து ஒரு பத்து கூல்டின் நாணயத்தை எடுத்தார். “இதோ இருக்கிறது உடனே இதை பூஜ்யத்தில் வையும்.”

“வேண்டாம், பாட்டி! பூஜ்யம் இப்பொழுதுதான் வந்து சென்றது என்று அவரிடம் கூறினேன் நான். “நெடுநேரத்துக்கு

பூஜ்யம் திரும்பவும் வராது. பணத்தை நீங்கள் இழக்கும்படி ஆகிவிடும். கொஞ்ச நேரம் காத்திருங்கள்."

"அதெல்லாம் வேண்டாம் – பூஜ்யத்தில் வை!"

"நீங்கள் சொல்வதால் வைக்கிறேன். மாலைக்கு முன்னதாய் பூஜ்யம் மறுமுறை வரப்போவதில்லை! ஆயிரம் தடவை வைத்தாலும் காசை இழக்கவே செய்வீர்கள். இம்மாதிரி இழப்புகள் அடிக்கடி ஏற்பட்டிருக்கின்றன."

"சும்மா இரு! ஓநாய்க்குப் பயந்தவன் காட்டுக்குள் நுழையக் கூடாது! என்ன? இழந்துவிட்டோமா? இன்னொரு தரம் வை!"

இரண்டாவது பத்து கூல்டின் காசையும் இழந்துவிட்டோம். மூன்றாவது ஒன்றை வைத்தோம். பாட்டியால் நாற்காலியில் உட்கார்ந்திருக்க முடியவில்லை. மின்னிப் பளிச்சிட்ட அவர் கண்கள், சுழலும் சக்கரத்தின் குழிகளில் குதித்தாடிய குண்டைவிட்டு அசையவே இல்லை. மூன்றாவதையும் இழந்தோம். பாட்டி இருப்புக் கொள்ளாமல் தவித்துக்கொண்டிருந்தார். நாங்கள் ஏங்கிய பூஜ்யத் துக்குப் பதில் ஆட்ட நிர்வாகி "முப்பத்தாறு" என்று அறிவித்ததும், பாட்டி கையை ஓங்கி மேஜைமீது படீரெனத் தட்டினார்.

"நாசமாய்ப் போக!" என்று ஆத்திரமாய்க் கத்தினார். "இந்தப் பாழாய்ப் போன பூஜ்யம் வரவே வராதா? நான் சும்மா விடப் போவதில்லை, இறுதி மூச்சு உள்ளளவும் காத்திருக்கத் தயார்! அந்தச் சுருட்டைத் தலை ஆள்தான், அந்தச் சனியன் பிடித்த ஆட்ட நிர்வாகிதான் காரணம். அதிர்ஷ்டம் இல்லாதபடிச் செய்வது இந்த ஆள்தான்! அலெக்சேய் இவானவிச், உடனே. இரண்டு பொற் காசுகளை வை! பூஜ்யம் வரவில்லை என்று நாம் அதில் வைக்காமல் விட்டோமானால் நமக்கு எதுவும் கிடைக்க வழி இல்லாமற் போய்விடும்."

"பாட்டி!"

"நான் சொல்கிறபடி வை! உன்னுடைய பணம் அல்ல."

இரண்டு பத்து கூல்டின் காசுகளை எடுத்து வைத்தேன். குண்டு நெடுநேரம் உருண்டபின் குழிகளில் துள்ளிக் குதித்து ஓடிற்று. பாட்டி மூச்சைப் பிடித்துக் கொண்டு அதை உற்று நோக்கியவாறு என் கையைப் பிடித்துப் பலமாய் அழுத்தினார். திடுமெனக் குண்டு வந்து நின்றது!

"பூஜ்யம்!" என்று கத்தினார் ஆட்ட நிர்வாகி.

"பார்த்தாயா, பார்த்தாயா!" என்று உடனே என் பக்கம் திரும்பிக் களி பேருவகை கொண்டு முகம் பளிச்சிட்டுப் பிரகாசிக்கக் கூவினார் பாட்டி. "நான்தான் சொன்னேனே! இரண்டு காசை

வைக்க வேண்டுமென்ற எண்ணத்தை ஆண்டவன்தான் என் தலையில் உதிக்கச் செய்திருக்க வேண்டும்! சரி, இப்பொழுது எனக்கு வர வேண்டிய தொகை எவ்வளவு? அதை ஏன் அவர்கள் கொடுக்காமல் இருக்கிறார்கள்? பத்தாப்பிச்! மார்ஃபா! எங்கே அவர்கள்? நம்மவர்கள் வெளியே போய்விட்டார்களா, என்ன? பத்தாப்பிச், பத்தாப்பிச்!"

"பாட்டி இப்பொழுது கூப்பிட வேண்டாம்!" என்று நான் அவர் காதுக்குள் கூறினேன். "பத்தாப்பிச் கதவருகே நிற்கிறான், இங்கே வர அவனுக்கு வழி விடமாட்டார்கள். இதோ பாருங்கள், உங்கள் பணத்தைத் தருகிறார்கள், வாங்கிக் கொள்ளுங்கள்!" ஐம்பது பத்து கூல்டின் காசுகள் அடங்கிய கனமான நீல நிறக் காகிதப் பொட்டலத்தை அவர்கள் பாட்டியிடம் தள்ளினர். பிறகு இருபது பத்து கூல்டின் காசுகளை எண்ணி மேஜைமீது வைத்தனர். யாவற்றையும் நான் வாரியெடுத்து பாட்டியிடம் கொடுத்தேன்.

"கனவான்களே, பணயங்களை வையுங்கள்! கனவான்களே, பணயங்களை வையுங்கள்! இன்னும் வைப்பவர்கள் யாரும் இல்லையா?" என்று பிரெஞ்சில் கூச்சலிட்டு ஆட்டக்காரர்களைப் பணம் வைக்குமாறு அழைத்த ஆட்ட நிர்வாகி, சக்கரத்தைச் சுழற்றிவிடத் தயாரானார்.

"அடடா, ஆண்டவனே! நேரம் கடத்திவிட்டேனே! அடுத்த சுற்று ஆரம்பிக்கப் போகிறதே! உனக்குப் புண்ணியம் உண்டு, ஏதாவது எடுத்து வை!" என்று கத்தினார் பாட்டி. "சீக்கிரம்!" என்று மிகவும் பரபரப்படைந்து கூவி பலமாய் என் விலாவில் குத்தினார்.

"பாட்டி, எதில் வைக்க வேண்டும்?"

"பூஜ்யத்தில், பூஜ்யத்தில்! எப்பொழுதும் பூஜ்யத்தில்தான்! எவ்வளவு முடியுமோ அவ்வளவையும் வையும்! நம்மிடம் மொத்தம் எவ்வளவு இருக்கிறது? எழுபது பத்து கூல்டின்களா? தயங்க வேண்டாம், இருபது காசுகளை உடனே எடுத்து வை!"

"பாட்டி, ஆலோசியாது இப்படிச் சொல்லாதீர்கள்! இன்னும் இருநூறு சுற்றுக்களுக்குப் பூஜ்யம் வரவே வராது. பணத்தை எல்லாம் இழக்கத்தான் போகிறீர்கள்!"

"அதெல்லாம் இல்லை! எடுத்து வை! வாயை வைத்துக்கொண்டு சும்மாயிருக்க மாட்டாயா நீ? எனக்குத் தெரியும் எல்லாம், எடுத்து வை!" என்று பரபரப்பிலே உடல் அதிர்ந்தாடக் கூறினார் பாட்டி.

"விதிகளின்படி பூஜ்யத்தில் பன்னிரண்டு பத்து கூல்டினுக்குமேல் பணயம் வைக்கக் கூடாது. ஆகவே இதோ இந்தப் பன்னிரண்டையும் வைக்கிறேன்.

“ஏன் வைக்கக் கூடாது? உன்னுடைய பேச்சை நான் நம்ப வில்லை! முஸ்யே முஸ்யே” என்று தமது இடதுபுறத்தில் இருந்த ஆட்ட நிர்வாகியைக் கூப்பிட்டு, “பூஜ்யத்தில் எவ்வளவு வைக்கலாம். பன்னிரண்டுதானா?” என்று புரியாத பிரெஞ்சில் கேட்டார்.

உடனே நான் பாட்டியின் கேள்வியைப் புரியும்படி பிரெஞ் சில் அவர்களிடம் கூறினேன்.

“ஆமாம், அம்மணி” என்று அந்த ஆட்ட நிர்வாகி பணிவுடன் கூற நான் சொன்னதை உறுதிப்படுத்தினார். “விதிகளின்படி எந்த ஒரு தனிப்பட்ட பணயமும் நாலாயிரம் ஃபிளோரினுக்குமேல் சென்றுவிடக் கூடாது” என்று மேலும் விளக்கமாய்ச் சொன்னார்.

“சரி வேறு வழியில்லை – பன்னிரண்டு காசுகளை வை.”

“பணயங்களை வைத்துவிட்டனர்!” என்றார் ஆட்ட நிர்வாகி. சக்கரம் சுழன்றது. பதின்மூன்றில் வந்து நின்றது. நாங்கள் தோற்று விட்டோம்.

“மீண்டும் வை! வை!” என்று கத்தினார் பாட்டி.

அவரை எதிர்க்க முயன்று பயனில்லை என்று தோளை உலுக்கியவாறு நான் இன்னொரு பன்னிரண்டு பத்து கூல்டின்களை எடுத்து வைத்தேன். சக்கரம் நெடுநேரம் சுற்றியது. அதன் சுழற்சியைப் பார்த்துக் கொண்டிருந்த பாட்டிக்கு உடம்பு நடுங்கிற்று. “திரும்பவும் பூஜ்யம் வருமென்றா எதிர்பார்க்கிறார்” என நினைத்தவாறு வியப்புடன் அவரை உற்று நோக்கினேன். நிச்சயம் தமக்கு வெற்றி கிடைக்கும், விரைவில் ‘பூஜ்யம்’ என்று ஆட்ட நிர்வாகி கத்தப் போகிறார் என்னும் அசைக்க முடியாத நம்பிக்கை அவருடைய முகத்தில் பிரகாசித்தது.

“பூஜ்யம்” என்று கத்தினார் ஆட்ட நிர்வாகி.

“ஹ–ஹா!” என்று கூவிக்கொண்டு வெற்றிக்களிப்புடன் என்னைப் பார்த்தார் பாட்டி

நானும் ஒரு சூதாடிதான், இதை நான் அந்த நேரத்தில் உணர லானேன். என் கைகள் ஆடின. முழங்கால்கள் தளதளத்து மோதிக் கொண்டன, தலை சுற்றியது. பத்துச் சுற்றுக்களில் மும்முறை பூஜ்யம் வருவது அரிதிலும் அரிதாயிற்றே! என்றாலும் அதில் அப்படி ஒன்றும் ஆச்சரியப்படுவதற்கில்லை. நேற்று முன் தினம் தொடர்ச்சி யாய் மூன்று தரம் பூஜ்யம் வரக் கண்டேன். கண்ணும் கருத்துமாய் ஒரு காகிதத்தில் விவரங்களைக் குறித்துக் கொண்டிருந்த ஆட்டக் காரர் ஒருவர், அதற்கு முன்தினம் ஒரேயொரு தரம்தான் பூஜ்யம் வந்ததென்று உரக்கக் கூவினார்.

பெரிய அளவில் வெற்றி பெற்றவருக்குக் காட்ட வேண்டிய பணிவுடனும் மரியாதையுடனும் பாட்டிக்குப் பணத்தை எண்ணிக் கொடுத்தனர். மொத்தம் அவருக்கு நானூற்று இருபது பத்து கூல்டின்கள் – அதாவது நாலாயிரம் ஃபிளோரின்களும் இருபது பத்து கூல்டின்ளும் – கிடைத்தன. இருபது பத்து கூல்டின்கள் பொற்காசுகளாகவும், நாலாயிரம் ஃபிளோரின்கள் நோட்டுகளாகவும் தரப்பட்டன.

இம்முறை பாட்டி பத்தாப்பிச்சைக் கூப்பிடவில்லை. அவருக்கு வேறு வேலை இருந்தது. அவர் என்னை விலாவில் குத்தவுமில்லை, நடுங்கவும் இல்லை (எப்படியும் வெளியே தெரியும்படி நடுங்க வில்லை.) உள்ளூர நடுங்கினார் என்று சொல்லலாம். ஆட்டத்தில் அறவே ஒன்றிவிட்டது போலக் காணப்பட்டார், உள்ளமும் உடலும் விறுவிறுப்புற்று இருந்தன.

"அலெக்சேய் இவானவிச்! ஒரே சமயத்தில் நாலாயிரம் ஃபிளோரின்களுக்குமேல் பணயம் வைக்கக்கூடாது என்று அவர் கூறினார் அல்லவா? இப்பொழுது இந்த நாலாயிரத்தையும் எடுத்துச் சிவப்பில் வை" என்றார் பாட்டி.

அவருடன் பேசிப் பயனில்லை. ஆகவே அப்படியே வைத்தேன். சக்கரம் சுழன்றது.

"சிவப்பு" என்று அறிவித்தார் ஆட்ட நிர்வாகி.

மேலும் ஒரு நாலாயிரம் ஃபிளோரின் கிடைத்தது – மொத்தம் எட்டாயிரம் ஃபிளோரின் கிடைத்தாகிவிட்டது.

"நான்காயிரத்தை என்னிடம் கொடு. இன்னொரு நான் காயிரத்தை மீண்டும் சிவப்பில் வை" என்று உத்தரவிட்டார் பாட்டி.

நாலாயிரத்தை மீண்டும் நான் சிவப்பில் வைத்தேன்.

"சிவப்பு" என்று மீண்டும் அறிவித்தார் ஆட்ட நிர்வாகி.

"இத்துடன் மொத்தம் பன்னிரண்டு ஆயிரம் கிடைத்திருக்கிறது. அதை இங்கே கொடு! பொற்காசுகளைப் பர்சில் வை, நோட்டுகளைத் தனியே எடுத்து வை. போதும்! அறைக்குத் திரும்புவோம்! நாற் காலியைத் தள்ளிச் செல்லுங்கள்!"

# 11

கூடத்தின் எதிர்முனையில் அமைந்த வாயிலுக்கு நாற்காலி தள்ளிச் செல்லப்பட்டது. பாட்டி ஆனந்தப் புன்னகை புரிந்தவாறு வீற்றிருந்தார். நம்மவர்கள் எல்லோரும் உடனே ஓடி வந்து அவரைச் சூழ்ந்து நின்று வாழ்த்துரைத்தனர். பாட்டி விபரீதமாகவே நடந்து கொண்டார் என்றாலும் அவர் பெற்ற வெற்றி மிகப் பலவற்றையும் மூடி மறைத்துவிட்டது. ஆகவே ஜெனரல் எல்லோருக்கும் முன்னிலையில் தம்மை இத்தகைய விசித்திர அன்னையின் உறவினராய்க் காட்டிக் கொள்வது தமக்குக் கௌரவக் குறைவாயிருக்குமோ என்று அச்சப்படவில்லை. சிறு குழந்தையிடம் இதமாய்ப் பேசி அதை மகிழச் செய்வது போல, பெரிய மனிதத் தோரணையில் இனிய புன்னகை புரிந்து பாட்டியை அவர் பாராட்டினார். ஆயினும் பாட்டியின் வெற்றி குறித்து ஏனைய எல்லோரையும் போல் அவரும் திகைப்புற்றவராகவே தோன்றினார். பலரும் ஆங்காங்கிருந்து பாட்டியைச் சுட்டிக்காட்டி அவரைப் பற்றி பேசிக் கொண்டிருந்தனர். அருகாமையில் வந்து பார்க்க விரும்பிப் பலரும் பாட்டியின் நாற்காலியிடம் நெருங்கி வந்து நடந்துவிட்டுச் சென்றனர். மிஸ்டர் அஸ்ட்லே சற்று ஒதுங்கி நின்று தமது ஆங்கிலேய நண்பர்கள் இருவருடன் பாட்டியைப் பற்றி ஏதோ பேசிக் கொண்டிருந்தார். உயர்குலச் சீமாட்டிகள் சிலர் காணாத விந்தையைக் காண்பது போல ஆச்சரியமாய்ப் பாட்டியைப் பார்த்துக் கொண்டு நின்றனர். தெ கிரியே புன்சிரிப்பும் பாராட்டும் வாழ்த்தும் பொழிந்தார்.

"பிரமாதமான வெற்றி? என்று வியந்து கொண்டார் அவர்.

"மதாம், எவ்வளவு போற்றினாலும் தகும்!" என்று இனிமையாய்ச் சிரித்து மகிழ்ந்து கொண்டாள் மத்மாசேல் பிளான்ஷ்.

“ஆம் பன்னிரண்டு ஆயிரம் ஃபிளோரின் வென்று கொண்டு விட்டேன்” என்றார் பாட்டி “பன்னிரண்டு ஆயிரம் என்றா சொன்னேன் – இத்துடன் பொற் காசுகளையும் வேறு சேர்த்துக் கொள்ள வேண்டும். அவற்றையும் சேர்த்தால் ஏறத்தாழ பதின்மூன்று ஆயிரமாகிவிடும். நம்முடைய பணத்தில் சுமார் ஆறு ஆயிரம் இருக்கும். இல்லையா?”

ஏழு ஆயிரத்துக்கு மேல் இருக்கும். தற்போதுள்ள பரிவர்த்தனை விகிதப்படி கணக்கிட்டால் கிட்டத்தட்ட எட்டாயிரம் ரூபிளாகிவிடும் என்று நான் பாட்டியிடம் சொன்னேன்.

“வேடிக்கை அல்ல. எட்டாயிரம் ரூபிள்! நீங்கள் எல்லாம் அசடர்களாய் இங்கு உட்கார்ந்து கொண்டு வீண்பொழுது போக்கு கிறீர்கள்! பத்தாப்பிச், மார்ஃபா – நான் என்ன செய்துவிட்டு வந்திருக்கிறேன் தெரிகிறதா?”

“எப்படி அம்மா செய்தீர்கள் இதை? எட்டாயிரம் ரூபிளாச்சே!” என்று ஆனந்தம் தாங்காமல் துவண்டு வளைந்தவாறு கூவினாள் மார்ஃபா.

“இந்தா... இருவரும் இதை வாங்கிக் கொள்ளுங்கள்! தலைக்கு ஐம்பது கூல்டின் பொற்காசுகள் தருகிறேன்!”

பத்தாப்பிச்சும் மார்ஃபாவும் ஓடிவந்து பாட்டியின் கைகளைப் பிடித்து முத்தமிட்டனர்.

“போர்ட்டர்களுக்குத் தலைக்கு ஒரு பத்து கூல்டின் காசு தருகிறேன். அலெக்சேய் இவானவிச், ஆளுக்கு ஒரு பொற்காசு கொடு. அதோ ஓர் ஏவலாள் தலை வணங்குகிறானே, யார் அவன்? அதோ இன்னொருவன்! எனக்கு வாழ்த்தா தெரிவிக்கின்றனர்? ஆளுக்கு ஒரு பொற்காசு கொடுத்தனுப்பு.”

“கோமகளே... நான் நாடு கடந்து வந்துள்ளவன், ஏழை... என் இன்னல்களுக்கு முடிவே இல்லை... தயாள குணமிக்க ருஷ்ய நாட்டுக் கோமகளே...” என்று வேண்டினான். கிழிந்த நீள்கோட்டும் பல்வண்ண மார்புக் கோட்டும் அணிந்து தொப்பியை உயர்த்தியவாறு இளித்துக் கொண்டு சிறிது நேரமாய்ப் பாட்டியின் நாற்காலிக்கு அருகே நின்றிருந்த மீசையுடைய ஓர் ஆள்.

“அவனுக்கும் ஒரு பொற்காசு கொடு. இல்லை, இரண்டு கொடு! இவ்வளவு போதும், இல்லையேல் இதற்கு ஒரு முடிவு இருக்காது. என்னைத் தூக்கிச் செல்லுங்கள்! பிரஸ்கோவியா!” என்று அழைத்து பலீனா அலெக்சாந்திரவ்னாவின் பக்கம் திரும்பினார். “நாளைக்கு உனக்கு ஓர் ஆடை நீளத்துக்குத் துணி வாங்கித் தரப் போகிறேன். மத்மாசேலுக்கும்தான்–அவள் பெயர் என்ன, மத்மாசேல் பிளான்ஷ்

இல்லையா? அவளுக்கும் வாங்கித் தரப் போகிறேன். பிரஸ்கோவியா, அவளிடம் சொல்லு!"

"நன்றி மதாம்!" என்று அடக்கவொடுக்கமாய்க் குனிந்துகொண்டு பிரெஞ்சில் கூறினாள் மத்மாசேல் பிளான்ஷ். அதேபோதில் உதடுகளை நெளித்துக் கிண்டலாய்ச் சிரித்தவாறு தெ கிரியேயையும் ஜெனரலையும் பார்த்துக் கொண்டாள். இதுகாறும் கொஞ்சம் குழப்பமுற்றவராய்க் காணப்பட்ட ஜெனரல், இப்பொழுது நாங்கள் செஸ்ட்நட் சாலையினுள் நுழைந்ததும் மகிழ்ச்சி மிக்கவராய்த் தோன்றினார்.

"ஃபிதோசியாவும் எப்படி வியப்புறுவாள்!" என்றார், ஜெனரலுடைய தாதியை நினைத்துக்கொண்ட பாட்டி அவளுக்கும் ஆடை நீளத்துக்குத் துணி வாங்கித் தரப் போகிறேன். அலெக்சேய் இவானவிச், அலெக்சேய் இவானவிச்! அந்தப் பிச்சைக்காரனுக்குக் காசு கொடு!"

கந்தல் அணிந்து கூனிக்கொண்டு சென்ற ஒருவன் எங்கள் பக்கம் திரும்பி உற்றுப் பார்த்தான்.

"அவன் பிச்சைக்காரனாய்த் தெரியவில்லை, குடிகாரனாய் இருப்பான் போலிருக்கிறது."

"இருக்கட்டும் கொடு! ஒரு கூல்டின் கொடு!"

நான் அவனிடம் சென்று காசைக் கொடுத்தேன். ஆச்சரியத்தால் திகைத்துப் போய் என்னை வெறிக்கப் பார்த்தவாறு, கூல்டினைப் பெற்றுக் கொண்டான். சாராயத்தின் வீச்சம் அவனிடமிருந்து குப்பென்று வீசிற்று.

"அலெக்சேய் இவானவிச் உன்னுடைய அதிர்ஷ்டம் எப்படி? ஆடிப் பார்த்தாயா நீ?"

"இல்லையே, பாட்டி"

"உன் கண்கள் மின்னியதைக் கவனித்தேனே நான்."

"ஒருநாள் நான் ஆடிப் பார்க்கவே போகிறேன். ஆமாம், பாட்டி! பிற்பாடு ஆடிப் பார்ப்பேன்."

"நேராய்ப் போய் பூஜ்யத்திலே வை பணத்தை, அதிர்ஷ்டம் அடிக்கும் பார்! உன்னிடம் பணம் எவ்வளவு இருக்கிறது?"

"பாட்டி, என்னிடம் இருப்பது பன்னிரண்டு பத்து கூல்டின்கள் தான்."

"அது போதாது, வேண்டுமானால் நான் ஐம்பது பத்து கூல்டின் கடனாய்த்தான் தருகிறேன். இந்தப் பொட்டலத்தைத் தருவேன்." பிறகு திடுமென ஜெனரல் பக்கம் திரும்பி, "உனக்கு நான் எதுவும் தரப் போவதாய் நினைக்க வேண்டாம்" என்றார் பாட்டி.

ஜெனரலுக்குப் “பகீ”ரென்றது, அவர் ஒன்றும் சொல்லவில்லை. தெ கிரியே முகத்தைச் சுளித்துக் கொண்டார்.

“நாசமாய்ப் போக! பொல்லாத கிழவியாய் இருப்பாள் போலிருக்கே?” என்று அவர் பல்லைக் கடித்துக்கொண்டு ஜெனரலின் காதுக்குள் கூறினார்.

“பிச்சைக்காரன், இதோ இன்னொரு பிச்சைக்காரன்!” என்று கூச்சலிட்டார் பாட்டி. “அலெக்சேய் இவானவிச், இவனுக்கும் ஒரு கூல்டின் கொடு.”

இம்முறை நாங்கள் சந்தித்தது மரக்காலை ஊன்றி நடந்து வந்த தலை நரைத்த ஒரு கிழவர். நீல நிற நீள்கோட்டு அணிந்த அவர் கையில் நீண்ட கம்பு வைத்திருந்தார். வயது முதிர்ந்த படையாளாய் இருப்பார் என்று நினைத்தேன். அவரிடம் நான் கூல்டினை நீட்டியதும் ஓரடி பின்னால் சென்று என்னை அச்சுறுத்துவது போல முறைத்துப் பார்த்தார்.

“தலையிலே இடிவிழ! என்னை என்னான்னு நினைச்சே நீ?” என்று அவர் ஜெர்மனில் உறுமிவிட்டுச் சரமாரியாய் என்னைச் சபிக்க முற்பட்டார்.

“புத்தி இல்லாத ஆள்!” என்று கையை உதறியவாறு பாட்டி வியந்து கொண்டார். “சரி, வேகமாய்ப் போய்ச் சேர்வோம், எனக்குப் பசிக்கிறது! போய்ச் சாப்பிடுவோம், பிறகு நான் சிறிது நேரம் படுத்திருப்பேன். அதன்பின் திரும்பவும் அங்கே போகலாம்.”

“மறுபடியும் போய் ஆடவா போறீங்க பாட்டி?” என்று நான் கூவினேன்.

“வேறு என்ன செய்வதாம்? நீங்கள் எல்லாம் அசடுகளாய் அழுது கொண்டு உட்கார்ந்திருந்தால், நானும் உங்களை வேடிக்கைப் பார்த்துக் கொண்டு உட்கார்ந்திருக்கவா வேண்டும்?”

“மதாம், எப்பொழுதும் அதிர்ஷ்ட திசையாகவே இருக்காது, திசை மாறிப் போய் யாவற்றையும் நீங்கள் இழக்க நேர்ந்தாலும் நேரும்... நீங்கள் வைக்கும் பணயங்கள் அதோகதியாவிட்டால்... அது பெருத்த ஆபத்தாகிவிடுமே!” என்று தெ கிரியே பிரெஞ்சில் பேசி அவருக்குப் புத்திமதி கூறினார்.

“நிச்சயம் யாவற்றையும் இழக்கத்தான் போகிறீர்கள்” என்றாள் மத்மாசேல் பிளான்ஷ்.

“அதனால் உங்களுக்கு எல்லாம் என்னவாம்? நான் இழக்கப் போவது என்னுடைய பணம்தானே, உங்களுடையது அல்லவே! மிஸ்டர் அஸ்ட்லே எங்கே காணோம்?” என்று என்னிடம் கேட்டார் பாட்டி.

“அவர் காஸினோவிலேயே தங்கிவிட்டார்.”

“அடடா! ஆள் என்றால் அவர் மாதிரி அல்லவா இருக்க வேண்டும், அருமையான ஆள்!”

நாங்கள் ஹோட்டலுக்குத் திரும்பியதும் படிக்கட்டில் தலைமைச் சேவகரைச் சந்தித்த பாட்டி, அவரைக் கூப்பிட்டு தாம் வென்ற தொகைகளைச் சொல்லிப் பெருமைப்பட்டுக் கொண்டார். பிறகு ஃபிதோசியாவை அழைத்து அவளுக்கு மூன்று பத்து கூல்டின் காசுகளைத் தந்தார். சாப்பாட்டை எடுத்து வைக்கும்படி அவளுக்கு உத்தரவிட்டார். பாட்டி சாப்பிட்டபோது ஃபிதோசியாவும் மார்ஃபாவும் ஓயாமல் மகிழ்ந்து பேசினர்.

“அம்மா, உங்களைப் பார்த்துக்கொண்டு நான் அங்கே நின்றிருந்தபோது பத்தாப்பிச்சிடம் கேட்டேன்” என்று மார்ஃபா பொறிந்து தள்ளினாள். “அம்மா அங்கே போய் என்ன செய்யப் போகிறார்?” என்று கேட்டேன். மேஜையில் எவ்வளவு பணம் குவிந் திருந்தது! அடேயப்பா, அவ்வளவு பணம் என் வாழ்நாளில் நான் பார்த்திருக்க மாட்டேன். எத்தனை சீமாட்டிகளும் கனவான்களும் இருந்தனர். சீமாட்டிகளையும் கனவான்களையும் தவிர அங்கே வேறு யாரும் அமர்ந்திருக்கவில்லையே. இவ்வளவு பேரும் எங்கிருந்து வந்திருப்பார்கள் என்று பத்தாப்பிச்சைக் கேட்டேன். கன்னிமேரி நம்ம அம்மாவுக்கு உதவி செய்யணும் என்று வேண்டிக்கிட்டேன்! ஆமாம் அம்மா, உங்களுக்காக நான் பிரார்த்தனை செய்து கொண்டி ருந்தேன். இருதயம் எனக்குத் ‘திக்–திக்குன்னுதான் அடிச்சிக்கிட்டு இருந்தது. உடம்பு எல்லாம் நடுங்கிற்று. ஆண்டவனே, அதிர்ஷ்டம் கிடைக்கச் செய் என்று வேண்டிக்கிட்டே இருந்தேன்! ஆண்டவன் அப்படியே அதிர்ஷ்டம் வர வைச்சுட்டார். இன்னும் எனக்கு உடம்பு நடுங்கிக்கிட்டுதான் இருக்கு அம்மா!”

“அலெக்சேய் இவானவிச்! சாப்பிட்ட பிறகு என்னுடன் வரத் தயாராய் இரு – நான்கு மணிக்குப் புறப்பட்டுப் போவோம். சரி, தற்போதைக்கு நீ போய் வரலாம். ஒரு டாக்டரைப் பிடித்து என்னிடம் அனுப்பி வைக்க மறந்துவிடாதே. ஆமாம், நான் மறக் காமல் தாதுநீர் சிகிச்சை பெறத் தொடங்கியாக வேண்டும்.”

பாட்டியை விட்டு வரும்போது எனக்குத் தலை கிறுகிறுத்தது. இனி நம்மவர்களின் கதி என்ன, விவகாரங்களில் எப்படிப்பட்ட திருப்பம் ஏற்படும் என்று கற்பனை செய்துபார்க்க முயன்றேன். இன்னும் அவர்களுக்கு நிதானம் திரும்பவில்லை, அதிர்ச்சியால் இன்னும் பாதி அளவுக்குக் கிறங்கிய நிலையிலேதான் இருந்தனர் – முக்கியமாய் ஜெனரல் இப்படித்தான் இருந்தார் – என்பதை நான் தெளிவாய்க் கண்ணுற்றேன். பாட்டியின் மரணத்தையும் (அதன் விளைவாய்ச் சொத்துக்கள் தமக்குக் கிடைப்பதையும்)

அறிவிக்கும் தந்தி வருமென மணிதோறும் அவர்கள் எதிர்பார்த்துக் காத்திருந்த ஒரு நேரத்தில் பாட்டியே நேரில் வந்து சேர்ந்ததானது, அவர்களுடைய எண்ணங்களையும் திட்டங்களையும் அடியோடு குலைத்துவிட்டது. அவர்கள் கதிகலங்கிய நிலையிலேதான் ருலெட் ஆட்டமேஜையில் பாட்டி மேற்கொண்டு புரியவிருந்த அற்புதங்களை எதிர்பார்த்து நடுங்கிக் கொண்டிருந்தனர். இந்த இரண்டாவது விவரம் முதலாவதையும்விட முக்கியமானதாகவே அவர்களுக்குத் தோன்றியிருக்க வேண்டும். ஏனெனில், ஜெனரலுக்குத் தாம் பணம் தரப்போவதில்லை என்று பாட்டி இருமுறை பறை சாற்றியிருந்த போதிலும், திடமாய்ச் சொல்லிவிட முடியாதே; நம்பிக்கையை இழந்துவிடக் கூடாது. ஜெனரலின் விவகாரங்களில் கழுத்தளவுக்கு மூழ்கிக்கிடந்த தெ கிரியே இன்னும் நம்பிக்கை இழந்துவிடவில்லை. அதேபோல மூழ்கிக்கிடந்த மத்மாசேல் பிளான்ஷும் (அவள் ஜெனரலின் மனைவியாகிக் கணிச அளவு சொத்துக்கு உரியவளாகப் போகிறவள் ஆயிற்றே!) நம்பிக்கையைக் கைவிட்டுவிட மாட்டாள், தனது வசிய முறைகளை எல்லாம் பாட்டியிடம் கையாண்டு பார்க்காமல் விடமாட்டாள், அதில் அவள் பலீனாவைப் போலல்லாது நேர் முரணாகவே செயல்படுவாள் என்பதில் எனக்குத் துளியும் சந்தேகமில்லை. பலீனா கர்வமிக்கவள், பிடிவாதமானவள், யாருக்கும் தன்னை உகந்தவளாக்கிக் கொள்ளத் தெரியாதவள். ஆனால் இப்பொழுது பாட்டி ருலெட் மேஜையிலே அற்புதங்கள் நிகழ்த்த முற்பட்டுவிட்டாலும், பாட்டியின் குணாதிசயங்கள் (எல்லோரையும் அடக்கியாளும் அதிகார வீம்பு கொண்ட கிழவி, இரண்டாவது குழவிப் பருவத்தவள் என்ற இந்தக் குணாதிசயங்கள்) தெளிவாகவும் கூர்மையாகவும் எல்லோருடைய மனதிலும் பதிந்துவிட்டதாலும், இனி எல்லாத் திட்டங்களும் பாழாகிவிடுமோ என்ற அச்சம்தான் மேலோங்கி வருகிறது. சிறு பிள்ளையைப் போல ஆடி மகிழ்ந்து அவளுக்கு ஏற்படும் உற்சாகத்தில் சொத்து அனைத்தையும் இழந்துவிடுவாளே! 'அட ஆண்டவனே' என்றல்லவா நினைத்தேன், (கடவுள் என்னை மன்னிப்பாராக, கெட்ட எண்ணம் கொண்ட புன்னகை புரிந்தல்லவா நினைத்தேன்), 'இன்று மாலை பாட்டி பணயமாய் வைத்த ஒவ்வொரு பத்து கூல்டின் காசும் ஜெனரலின் இதயத்தில் ஈட்டிமுனை போல் பாய்ந்திருக்குமே, தெ கிரியேயை ஆத்திரங் கொண்டு ஆடச் செய்திருக்குமே, தனது ஆசைத் திட்டங்கள் தவிடு பொடியாவதைக் கண்ட மத்மாசேல் பிளான்ஷை வெறி பிடித்தவளாய்க் குதிக்கச் செய்திருக்குமே! இதன்றி இன்னொரு விவரமும் அல்லவா இருக்கிறது: பாட்டி வெற்றி பெற்றுப் பெருமகிழ்ச்சி கொண்டு தெருவிலே செல்வோர் ஒவ்வொருவரையும் பிச்சைக்காரனாய் நினைத்துக் காசை வாரி வழங்கிச் சென்ற போதுங்கூட மகிழ்ச்சிமிக்க அந்நேரத்திலுங்கூட, ஜெனரலைப்

பார்த்து "உனக்கு நான் எதுவும் தரப் போவதாய் நினைக்க வேண்டாம்" என்று அல்லவா எச்சரிக்கை செய்தாள்! அப்படி யென்றால், முடிவான தீர்மானத்துக்கு வந்துவிட்டாள், அதிலிருந்து மாற மாட்டாள், சபதம் செய்து கொண்டுவிட்டாள் என்பதாய்த் தெரிகிறதே! இது பயங்கரமானதாயிற்றே, மிகமிக பயங்கரமான தாயிற்றே!

பாட்டியின் அறைகளை விட்டு வெளியே வந்து உச்சி மாடி யிலிருந்த எனது சிறு அறைக்குப் போவதற்காக முன் படிக்கட்டில் நான் ஏறிச் சென்ற அந்த நேரத்தில் என் மனத்துள் இந்த எண்ணங் கள் எல்லாம் அலைமோதின. இந்தப் பிரச்சினை வெகுவாய் என் சிந்தையைக் கவர்ந்துவிட்டது. என் கண்ணெதிரே அரங்கில் ஆடிய நடிகை நடிகர்களை இயக்கிய மிக முக்கிய, மிகவும் வலிமை வாய்ந்த கயிறுகளை நான் முன்பே கண்டுகொண்டுவிட்டேன் என்றாலும், அவர்களுடைய ஆட்டத்தின் எல்லா உபாயங்களையும் அந்தரங் கங்களையும் இன்னும் நான் சரிவரத் தெரிந்து கொண்டாகவில்லை. பலீனா ஒருபோதும் தன் உள்ளத்தில் இருந்ததை ஒளிவு மறைவின்றி எனக்குத் தெரியப்படுத்தியதில்லை. சில சமயங்களில் தன்னையும் மீறி அவள் தனது இரகசியங்களில் சிலவற்றை என்னிடம் கூறியது மெய்தான். ஆனால் அடிக்கடி, ஏன் அனேகமாய் எல்லாச் சந்தர்ப் பங்களிலுமே இவ்விதம் தெரிவித்தபின் தான் கூறியது அனைத்தையும் வேடிக்கையாய் மாற்ற முயன்றாள், அல்லது அவற்றைப் பொய்யாய்த் தோன்றும்படி வேண்டுமென்றே குழப்படி செய்துவிடுவாள் ஆம், என்னிடமிருந்து அவள் மிகப் பலவற்றையும் மறைத்தே வந்தாள்! இந்த இக்கட்டான, விபரீதமான சூழ்நிலை இறுதி முடிவை நெருங்கி வந்தது என்பதை எப்படியும் நான் உணர முடிந்தது. இன்னும் ஒரேயொரு அடி, யாவும் பகிரங்கமாகிவிடும்! நானும் இவற்றில் சம்பந்தப்பட்டவன்தான் என்றாலும், என்னுடைய கதியைப் பற்றி நான் அதிகம் கவலைப்பட்டுக் கொள்ளவில்லை. என்னுடைய மனநிலை வினோதமானதாகவே இருந்தது. என் பையிலிருந்தது இருபது பத்து கூல்டின்கள்தான். தொலைவில் எங்கோ ஓர் அந்நிய நாட்டில் நான் வேலையின்றி, வாழ வழியின்றி, எவ்விதமான நம்பிக்கைக்கும் ஆதாரமின்றி, வருங்காலத் திட்டம் எதுவுமின்றி இருந்தேன். ஆயினும் இவை எல்லாம் எனக்குச் சிறிதும் கவலை அளிப்பதாய்க் காணோம்! பலீனாவைப் பற்றி மட்டும் என்னால் சிந்திக்காமல் இருக்க முடிந்திருந்தால், நாடகத்தின் நெருங்கி வந்துவிட்ட இறுதிக் கட்டத்தில் பொதிந்திருந்த கிண்டலையும் கேலியையும் சுவைத்து நான் வயிறு குலுங்கச் சிரித்திருப்பேன். ஆனால் பலீனாவைப் பற்றிய நினைப்பு என்னை வாட்டி வதைத்தது. நான் நீண்ட நாளாய் எதிர்பார்த்தது போல அவளுடைய தலைவிதி முடிவு செய்யப்பட்டு வந்தது. ஆனால் என்னை வதைத்துக்

குழப்பியது உண்மையில் அவளுடைய இந்தத் தலைவிதியல்ல. அவளுடைய அந்தரங்கத்துக்குள் ஊடுருவி அவளுடைய இரகசியங் களை அறியவே நான் விரும்பினேன். அவள் என்னிடம் வந்து “உன்னை நான் காதலிக்கிறேன்!” என்று சொல்ல வேண்டுமென விரும்பினேன். அவள் அப்படிச் செய்ய மாட்டாள் என்றால், அல்லது அது நினைக்கவே முடியாத பைத்தியக்காரத்தனம் என்றால், பிறகு.. பிறகு நான் விரும்புவதுதான் என்ன? நான் விரும்புவது என்னவென்று எனக்கே புரியவில்லையே! கண்ணைக் கட்டிக் காட்டில் விட்டாற்போல் திண்டாடுகிறேனே! அவள் அருகே இருக்க வேண்டும். அவளது ஒளி விட்டத்தினுள் ஜொலிப்பினுள் இன்றும் என்றுமாய் என் வாழ்நாள் முழுதுமே இருக்க வேண்டும் என்பது ஒன்றுதானே என் விருப்பம். இதன்றி வேறு ஏதும் அறியேன். என்னால் அவளை விட்டுப் பிரியவும் முடியுமோ!

அவர்கள் தங்கியிருந்த மூன்றாவது மாடியில் ஏதோ ஒன்று என்மீது இடித்தது போல் இருந்தது. இருபது தப்படி அல்லது இன்னும் கொஞ்சம் அதிகம் சென்றதும் திரும்பிப் பார்த்தேன் பலீனா ஓர் அறையிலிருந்து வெளியே வரக் கண்டேன். நான் வருவேன் என்று எதிர்பார்த்து அவள் காத்திருக்க வேண்டும். ஏனெனில் என்னைப் பார்த்ததும் தன்னிடம் வரும்படி ஜாடை காட்டி அழைத்தாள்.

“பலீனா அலெக்சாந்திரவ்னா.’’

“உஸ்! மெதுவாய்!” என்று அவள் எச்சரித்தாள்.

“அதிசயமாய் அல்லவா இருக்கிறது!” என்று நான் சப்தமின்றி மெதுவாய் அவளிடம் சொன்னேன். “ஏதோ என்மீது இடித்தது போலிருந்தது. திரும்பிப் பார்த்தால் இங்கே நீ நிற்கிறாய். உன்னிட மிருந்து ஒருவகை மின்சாரம் பாய்வது போல் அல்லவா இருக்கிறது!”

“இந்தக் கடிதத்தைக் கொண்டு போய்க் கொடு!” என்றாள் பலீனா, எதைப் பற்றியோ சிந்தித்து அவள் முகம் சுளித்துக் கொண்டாள். “இதே நிமிடம் சென்று நேரே மிஸ்டர் அஸ்ட்லேயிடம் கொடு. தயவு செய்து சீக்கிரமாய்ப் போ, பதில் வாங்கிவர வேண்டிய தில்லை. அவர்...”

வாக்கியத்தை அவள் முடிக்கவில்லை.

“மிஸ்டர் அஸ்ட்லேயிடமா?” என்று திருப்பிக் கேட்டேன், வியப்புற்றுவிட்ட நான்.

அதற்குள் பலீனா அறைக்குள்ளே சென்று கதவை மூடிக் கொண்டுவிட்டாள்.

“ஓகோ, இருவரும் எழுதிக்கொள்கிறார்களா? மிஸ்டர் அஸ்ட்லேயைத் தேடிக்கொண்டு உடனே புறப்பட்டேன். முதலில்

அவருடைய ஹோட்டலுக்குச் சென்றேன், அங்கே இல்லை அவர். பிறகு காஸினோவுக்குச் சென்று எல்லாக் கூடங்களிலும் பார்த்தேன். முடிவில் அறவே நம்பிக்கை இழந்து எரிச்சலுடன் திரும்பி வரும் போது தற்செயலாய் அவரைச் சந்தித்தேன். கூட்டமாய்க் குதிரை களில் சென்று கொண்டிருந்த ஆங்கிலேயச் சீமாட்டிகள், கனவான் களிடையே அவரும் போய்க் கொண்டிருந்தார். கையைக் காட்டி நிற்கச் சொல்லிக் கடிதத்தை அவரிடம் கொடுத்தேன். சரியாய் ஒருவரையொருவர் பார்த்துக் கொள்வதற்குக்கூட நேரமில்லை. வேண்டுமென்றே அவசரப்பட்டுக் கொண்டு மிஸ்டர் அஸ்ட்லே குதிரையைத் தட்டிவிட்டாரோ என்று எனக்குச் சந்தேகமாயிற்று.

பொறாமையால் அலைக்கழிக்கப்பட்டேனா? நிச்சயமாய்ச் சொல்வதற்கில்லை, ஆனால் நான் வெகுவாய்ச் சோர்வடைந்து விட்டேன். எதைப்பற்றி இருவரும் எழுதிக்கொள்கிறார்கள் என்று தெரிந்து கொள்ளக்கூட நான் விரும்பவில்லை. அப்படியா, அவளுடைய அந்தரங்க ஆலோசகராகிவிட்டாரா அவர்! நிச்சயம் அவர் அவளுடைய நண்பனாயிருக்க வேண்டும். அது தெளிவு என்று என்னுள் கூறிக் கொண்டேன். (இவ்வளவு சீக்கிரமாய் எப்படி அவர் அவளுடைய நண்பனாக முடிந்தது?) காதலும் இருக்குமா? இருக்க முடியாது என்று என் அறிவு என் காதுக்குள் கூறிற்று. ஆனால் இம்மாதிரியான விவகாரங்களில் அறிவை அதிகம் நம்பக் கூடாது. எப்படியும் இதைப் பற்றியும் தெளிவுபெற்றாக வேண்டும். விரும்பத்தகாத முறையில் விவகாரங்கள் சிக்கலாகிச் செல்கின்றன.

ஹோட்டலுக்குள் நான் அடியெடுத்து வைத்ததும் வாயில் காப்போரும், இதற்கென தமது அறையிலிருந்து வெளியே வந்த தலைமைச் சேவகரும் என்னைத் தேடிக் கொண்டிருக்கிறார்கள், நான் எங்கே என்று மும்முறை கேட்டு அனுப்பிவிட்டனர் என்று சொன்னார்கள். உடனே நான் ஜெனரலின் அறைக்கு வரும்படி அழைக்கப்பட்டதாய்க் கூறினர். எனது மனநிலை சரியாயில்லை. நான் சோர்வுற்றிருந்தேன். ஜெனரலுடைய வரவேற்பு அறையில் ஜெனரலுடன் கூட தெ கிரியேயும் மத்மாசேல் பிளான்ஷும் இருக்கக் கண்டேன். மத்மாசேல் பிளான்ஷ் தாயின்றி தனியேதான் இருந்தாள். தாய் பெயரளவுக்கு மட்டுமே தாயாய் இருந்து வந்தாள், விசேஷ சந்தர்ப்பங்களின்போது வெளித் தோற்றத்துக்காக மட்டுமே தேவைப் பட்டாள். முக்கிய விவகாரங்கள் வந்ததும் மத்மாசேல் பிளான்ஷ் தானே நேரில் யாவற்றையும் நிர்வகித்துக் கொண்டாள். மகள் என்பதாய்ச் சொல்லப்பட்டவளின் விவகாரங்கள் குறித்து அந்தத் தாய் அதிகம் தெரியாதவளாகவே இருந்திருப்பாள்.

மூவரும் ஏதோ முக்கிய விஷயம் குறித்து விவாதித்துக் கொண்டிருந்தனர். என்றும் இல்லாதபடி வரவேற்பு அறையின்

கதவு தாளிடப்பட்டிருந்தது. நான் அந்த அறையை நெருங்கியபோது, பலத்த குரல்கள் ஒலிக்கக் கேட்டேன். தெ கிரியே துடுக்காகவும் கேட்போர் மனம் புண்படும் முறையிலும் பேசினார்; ஆத்திரமாகவும் ஆவேசமாகவும் இரைந்து கொண்டிருந்தாள் பிளான்ஷ்; ஜெனரலின் பரிதாபமான குரல் எதற்காகவோ அவர் சமாதானம் கூற முயற்சி செய்து கொண்டிருந்தார் என்பதைப் புலப்படுத்திற்று. என்னைப் பார்த்ததும் எல்லோரும் உடனே தம்மைக் கட்டுப்படுத்திக் கொண்டு வழக்கம்போல் ஏதோ பேசுவதாய்ப் பாவனை செய்தனர். தெ கிரியே தமது தலைமுடிகளைச் சரி செய்து, சிடுசிடுப்பான முகத்தைப் புன்னகை தவழும் முகமாக மாற்றிக் கொண்டார். முறைப்படி அமைந்த, என்னால் சகிக்க முடியாத பிரெஞ்சுப் புன்னகை அது. குழம்பிப் போய்த் தலை குனிந்திருந்த ஜெனரல் மாண்புடன் தோன்ற யாந்திரகமாய் முயற்சி செய்தார். மத்மாசேல் பிளான்ஷ் மட்டும்தான் சீற்றங் கொண்ட முகபாவனையை மாற்றிக் கொள்ள முயலவில்லை. பேச்சை மட்டும் நிறுத்திக் கொண்டு எதையோ எதிர்பார்த்துப் பொறுமையிழந்து துடிப்பது போல என்னை உற்றுப் பார்த்தாள். இதுகாறும் அவள் என்பால் அளவுகடந்த அலட்சிய மனோபாவமே காட்டி வந்தாள்; நான் தலை குனிந்து தெரிவித்த வணக்கத்தைக்கூட கவனியாது என்னை உதாசீனம் செய்து வந்தாள் என்பதை இச்சந்தர்ப்பத்தில் குறிப்பிட விரும்புகிறேன்.

"அலெக்சேய் இவானவிச்" என்று அருமையாய் என்னை அழைத்துக் குறைப்பட்டுக் கொள்ளும் குரலில் ஜெனரல் பேச முற்பட்டார். "நீர் என்னை வியப்புறச் செய்துவிட்டீர், பெரிதும் வியப்புறச் செய்துவிட்டீர். என்பாலும், என் குடும்பத்தினர் பாலும் நீர் நடந்து கொள்ளும் முறை... சுருங்கச் சொன்னால் நன்றாயில்லை... கொஞ்சங்கூட நன்றாயில்லை...

"இல்லை, சொல்ல வேண்டியது இல்லை..." என்று பிரெஞ்சில் கோபமாகவும் அலட்சியமாகவும் ஜெனரலை இடைமறித்தார் தெ கிரியே. (யாவற்றுக்கும் இவர்தான் சூத்திரதாரி என்பது தெளிவாய் தெரிந்தது!) "அன்புடையீர், நமது அருமை ஜெனரல் தவறிழைக்கிறார் இம்மாதிரி அவர் பேசுவது தவறே ஆகும்" என்றார். (அவர் பிரெஞ்சில் கூறியதை நான் மொழிபெயர்த்துச் சொல்கிறேன்.) "ஜெனரல் உம்மிடம் கூற விரும்புவது என்னவெனில்... அதாவது அவர் உம்மை எச்சரிக்க விரும்புகிறார்... தம்மை ஓட்டாண்டி ஆக்க வேண்டாமென்று ஆம் அப்படித்தான், தம்மை ஓட்டாண்டி ஆக்க வேண்டாமென்று உம்மைக் கேட்டுக் கொள்கிறார்! வேண்டுமென்றேதான் நான் இத்தொடரை உபயோகிக்கிறேன்..."

அது எப்படி? எப்படி அது?" என்று நான் இடைமறித்தேன்.

“நீர் பொறுப்பு ஏற்றிருக்கிறீர். இவருக்கு இந்த வயதான அன்னைக்கு பரிதாபத்துக்குரிய இந்தப் பொல்லாத கிழவிக்கு (எப்படிச் சொல்வது?) வழித்துணையாய் இருக்கும் பொறுப்பை ஏற்றிருக்கிறீர்” என்று தடுமாறினார். ஆனால் இவ்வன்னை இழக்கவே போகிறார். சல்லிக் காசு பாக்கியில்லாமல் சொத்துக்களைச் சூதாடித் தொலைக்கப் போகிறார்! வெறித்தனமாய் சூதாடுகிறார் என்பதை நீர் பார்த்துக் கொண்டுதான் இருந்தீர். தோற்க ஆரம்பித்தாரானால், ஆட்ட மேஜைவிட்டு எழவே மாட்டார்; முரட்டுப்பிடிவாதம் பிடித்து, ஆவேசம் கொண்டு தொடர்ந்து ஆடிக் கொண்டே இருப்பார். இப்படிப்பட்டவர்கள் இழக்கும் பணத்தை ஒருபோதும் திரும்பவும் பெற முடியாது. பிறகு... பிறகு...”

“பிறகு உம்மால் எங்கள் குடும்பத்தினர் ஓட்டாண்டிகள் ஆகி விடுவார்கள்” என்று ஜெனரல் ஒத்து ஊதினார். “என் குடும்பத் தினரும் நானும்தான் இவ்வன்னையின் வாரிசுகள், எங்களைத் தவிர இவருக்கு நெருங்கிய உறவினர்கள் இல்லை. ஒளிவு மறைவின்றியே உம்மிடம் சொல்கிறேன்  என்னுடைய நிலைமை சீர்கேடுற்று இருக்கிறது, மிகவும் சீர்கேடுற்று இருக்கிறது. இது உமக்கும் ஓரளவு தெரிந்ததே...” இந்த நிலைமையில் இவர் ஒரு பெருந்தொகையை இழந்தால், அல்லது – இதுவும் நடக்கக் கூடியதே – சொத்து பூராவையும் இழந்துவிட்டால், எங்கள் கதி என்ன ஆவது? என் குழந்தைகளின் கதி (சட்டென ஜெனரல் தெ கிரியேயைப் பார்த்துக் கொண்டார்), என்னுடைய கதிதான் (இப்பொழுது அவர் மத்மாசேல் பிளான்ஷைப் பார்த்துக் கொண்டார். ஆனால் அவள் வெறுப்புடன் தலையைத் திருப்பிக் கொண்டாள்) என்ன ஆவது? அலெக்சேய் இவானவிச், எங்களை நீர் காப்பாற்ற வேண்டும், ஆம் காப்பாற்ற வேண்டும்...!”

“ஜெனரல்! நான் என்ன செய்ய முடியும்? நீங்களே சொல்லுங் கள், நான் என்ன செய்ய முடியும்? இந்த விவகாரத்தில் எனக்குள்ள பாத்திரம் என்ன?”

“நீர் அவருடன் போகாமல் இருக்கலாம். அவரைத் தனியே விட்டுவிடும்!”

“நான் போகவில்லை என்றால், எனக்குப் பதில் வேறொருவரை அழைத்துச் செல்வார்!” என்றேன்.

“அப்படிச் செய்யாதீர்!” என்று திரும்பவும் குறுக்கிட்டுக் கூறினார் தெ கிரியே. “நீர் அவரை விட்டுவிடக் கூடாது. அவருடன் இருந்து ஆலோசனை சொல்லும், அவர் கவனத்தை வேறு திசையில் திருப்பிவிடும். அதிக தொகையை அவர் இழக்கும்படி விடாதீர், வேறு எதிலாவது அவரை நாட்டம் கொள்ளும்படிச் செய்யும்.”

“நான் எப்படி அதைச் செய்யமுடியும்? முஸ்யே தெ கிரியே, நீங்கள்தான் அதைச் செய்யவேண்டும்” என்று நான் ஏதும் அறியாதவனைப் போலக் கூறினேன் நான் இதைச் சொன்னதும் மத்மாசேல் பிளான்ஷ் வினவும் முறையில் வெடுக்கெனத் திரும்பி அனல் பறக்க தெ கிரியேயைப் பார்த்ததைக் கண்ணுற்றேன். தெ கிரியேயின் முகத்தில் அவரால் அடக்க முடியாத அர்த்த புஷ்டி வாய்ந்த ஒரு பாவனை பளிச்சிட்டுச் சென்றதையும் கண்ணுற்றேன்.

“அது சரிதான், ஆனால் தற்போது இவ்வன்னை என்னைத் தமது துணையாய் ஏற்க மாட்டாரே!” என்று கூறி கையை ஆட்டிக் காட்டினார். “என்னால் முடியுமானால் சும்மா இருப்பேனா...”

குறிப்பு உணர்த்தும் முறையில் மத்மாசேல் பிளான்ஷை ஒருமுறை பார்த்துக் கொண்டார் அவர்.

“எனது அருமை முஸ்யே அலெக்சேய், நீர் தயவு பண்ண வேண்டும்!” என்று கூறி, இனிய முறையில் சிரித்துக்கொண்டு மத்மாசேல் பிளான்ஷ் என்னிடம் வந்து எனது இரு கைகளையும் ஆர்வமாய்ப் பிடித்து அழுத்தினாள். ஜாலவித்தைக்காரி! நொடிப் பொழுதில் தன் முகபாவத்தை மாற்றிக் கொண்டுவிடும் தந்திரக்காரி! அத்தருணத்தில் அவளுடைய முகம் என்னைப் பார்த்துக் கரைந் துருகுவது போல் தோன்றியது. அதில் தவழ்ந்த புன்னகை எவ்வளவு இனிமையாய், கள்ளங்கபடமற்றதாய், கொஞ்சி விளையாடுவதாய் இருந்தது தெரியுமா? யாருக்கும் தெரியாமல் முடிவில் அவள் என்னைப் பார்த்துக் குறும்பாய் கண்ணடித்தாள். ஒரு பார்வை யாலேயே என்னை வீழ்த்திவிடலாம் என்றா நினைத்தாள்? அதை அவள் திறம்படவே செய்தாள் என்றாலும் அது அப்பட்டமாகவே, ஆபாசமாகவே இருந்தது.

ஜெனரல் துள்ளியெழுந்து – ஆம், துள்ளியெழுந்து – அவள் பின்னால் வந்து நின்றார்.

“அலெக்சேய் இவானவிச், என்னை நீர் மன்னிக்க வேண்டும், சற்றுமுன் உம்மிடம் நான் பேசினேன் அல்லவா. அந்த முறையில் பேச முற்பட்டதற்காக மன்னிக்க வேண்டும். நான் சொல்ல விரும்பியது அதுவல்ல...! நான் வேண்டுகிறேன், மன்றாடுகிறேன், ருஷ்ய முறையில் குனிந்து தலை வணங்கி உம்மைக் கேட்டுக் கொள்கிறேன்... உம்மால் மட்டும்தான் என்னைக் காப்பாற்ற முடியும்! மத்மாசேல் பிளான்ஷும் நானும் உம்மைக் கேட்டுக் கொள்கிறோம் – புரிகிறதா உமக்கு?” என்று அவர் கடைக் கண்ணால் மத்மாசேல் பிளான்ஷைச் சுட்டிக் காட்டி என்னிடம் மன்றாடினார். அவரைப் பார்ப்பதற்கு மெய்யாகவே பரிதாபமாயிருந்தது.

அப்பொழுது மெதுவாகவும் மரியாதையாகவும் மூன்று முறை கதவு தட்டப்பட்டது. கதவு திறக்கப்பட்டதும் தட்டியது ஹோட்டல் ஏவலாள் என்பது தெரிந்தது. அவன் பின்னால் சில தப்படிகள் தள்ளி பத்தாப்பிச் நின்றிருந்தான். இருவரும் பாட்டியிடமிருந்து வந்திருந்தனர். என்னைத் தேடிப்பிடித்து உடனே அழைத்து வரும்படி பாட்டி அவர்களை அனுப்பி வைத்திருந்தார். "அம்மா கடுகடுப்பாய் இருக்கிறார்கள்" என்றான் பத்தாப்பிச்.

"மணி மூன்றரைதானே ஆகிறது!"

"அம்மாவால் தூங்க முடியவில்லை, புரண்டு புரண்டு படுத்துக் கொண்டிருந்தார்கள். பிறகு எழுந்து நாற்காலியைக் கொண்டுவரச் சொன்னார்கள், உங்களை அழைத்து வரும்படிக் கூறினார்கள். இப்பொழுது வாயில் முகப்பில் வந்து காத்திருக்கிறார்கள்..."

"இந்தக் கிழவி படுத்தும் பாடு தாங்க முடியவில்லையே!" என்று பிரெஞ்சில் அலுத்துக் கொண்டார் தெ கிரியே.

நான் இன்னும் வரவில்லையே என்று துடித்துக் கொண்டு வாயில் முகப்பில் பாட்டி இருக்கக் கண்டேன். நான்கு மணி வரை அவரால் காத்திருக்க முடியவில்லை.

"புறப்படுவோம்-தூக்குங்கள்!" என்று உத்தரவிட்டார். மீண்டும் காஸினோவுக்குக் கிளம்பினோம்.

## 12

பாட்டி பொறுமையிழந்து எரிந்து விழும் மனநிலையில் இருந்தார். அவர் நினைப்பெல்லாம் ருலெட் ஆட்டத்தில்தான் இருந்தது. வேறு எதிலும் கருத்தில்லாதவராய் நினைவிழந்திருந்தார். முன்பு சரமாரியாய்க் கேள்வி கேட்பாரே அவ்வாறன்றி இப்பொழுது வழியில் எதையும் பற்றி எதுவும் கேட்காமலே வந்தார். ஒரேயொரு தரம்தான், தடபுடலான ஒரு கோச் எங்களைக் கடந்து ஓடியபோது கையை உயர்த்திக் காட்டி "என்ன அது? யாருடையது?" என்று விசாரித்தார். ஆனால் நான் கூறிய பதிலை அவர் காதில் வாங்கிக் கொண்டதாகவே தெரியவில்லை. இருப்புக் கொள்ளாமல் ஆடியதாலோ, திடுமெனத் தோன்றிய ஏதாவதொரு விருப்பத்தாலோ அவர் இந்த நினைவிழந்த நிலையிலிருந்து இடையிடையே திடுக்கிட்டு விழித்துக்கொண்டார். நாங்கள் காஸினோவை நெருங்கியபோது தொலைவில் உர்மெர்கெல்ம் கோமகனும் கோமகளும் வந்ததைப் பாட்டிக்குச் சுட்டிக்காட்டினேன். "அப்படியா!" என்று அலட்சிய மாய்க் கூறி நாட்டமின்றி அத்திசையிலே பார்த்தார். பிறகு வெடுக்கெனத் திரும்பி, எங்களுக்குப் பின்னால் வந்து கொண்டிருந்த பத்தாப்பிச்சையும் மார்ஃபாவையும் பார்த்துக் கூறினார்:

"ஏன் என்னுடன் ஒட்டிக் கொண்டு வருகிறீர்கள்? ஒவ்வொரு தரமும் உங்களை நான் அழைத்துச் செல்லுவேன் என்றா நினைத் தீர்கள்? வந்தது போதும், உடனே அறைக்குத் திரும்பி போய்ச் சேருங்கள்! அவர்கள் இருவரும் அவசரமாய்க் குனிந்து வணங்கிவிட்டு ஹோட்டலை நோக்கித் திரும்பியபோது பாட்டி என்னைப் பார்த்து "என்னுடன் நீ மட்டும் வந்தால் போதும்" என்றார்.

காஸினோவில் அவர்கள் பாட்டியின் வரவை எதிர்பார்த்துக் காத்திருந்தது போல உடனே அவருக்கு ஆட்ட நிர்வாகியின்

பக்கத்தில் அவருடைய பழைய இடத்தைப் பிடித்துக் கொடுத்தனர். இந்த ஆட்ட நிர்வாகிகள் பாங்கிக்கு ஏற்படும் லாபங்களிலும் நஷ்டங்களிலும் அக்கறையில்லாதது போல சிறிதும் முறைதவறாமல் சாதாரணச் சிப்பந்திகளாகவே நடந்து கொண்டாலுங்கூட, உண்மையில் அவர்கள் பாங்கியின் நஷ்டங்களைக் குறித்துக் கவலைப் படுகிறவர்கள்தான், ஆட்டக்காரர்களைக் கவர்ந்திழுக்கும் படியும், பாங்கியின் நலன்களைக் கருத்துடன் கவனித்துக் கொள்ளும்படியும் பணிக்கப்பட்டவர்கள்தான், இந்தச் சேவைகளுக்காகச் சன்மானங் களும் போனஸ்களும் பெறுகிறவர்கள்தான் என்பதே எனது கருத்து. எப்படியும் பாட்டியை அவர்கள் தமது வலையில் வந்து சிக்கிய இரையாகவே கருதினர். இதன்பின் எல்லோரும் முன்கூட்டியே சொல்லியிருந்தது அப்படியே நடைபெற்றது.

அது நடைபெற்ற விதம் வருமாறு:

எடுத்ததும் பூஜ்யத்தில் பணயத்தை வைத்து ஆட ஆரம்பித்தார் பாட்டி. பன்னிரண்டு பத்து கூல்டின்களை வைக்கும்படி எனக்கு உத்தரவிட்டார். ஒரு முறை, இரண்டு முறை, மூன்று முறை இப்படிச் செய்தோம் – பூஜ்யம் வரவே இல்லை. “தொடர்ந்து வை! வைத்துக் கொண்டே இரு” என்று பொறுமையிழந்து என் விலாவில் முழங்கையால் முட்டியவாறு கூறினார் பாட்டி.

முடிவில் ஆத்திரமாய்ப் பல்லைக் கடித்துக்கொண்டு “எத்தனை தடவை பணயம் வைத்திருப்போம்?” என்று வினவினார்.

“பாட்டி, பன்னிரண்டு தடவை வைத்திருக்கிறோம். நூற்று நாற்பத்து நான்கு பத்து–கூல்டின்களை இழந்திருக்கிறோம். அந்தி நெடுநேரம் வரை பூஜ்யம் வரப் போவதில்லை – நான் அப்படித்தான் நினைக்கிறேன்...”

“போதும், சும்மா இரு” என்று என் வாயை அடைத்தார் பாட்டி. “பூஜ்யத்தில் கொஞ்சமும், சிவப்பில் ஆயிரம் கூல்டினும் உடனே வை! இதோ இருக்கிறது நோட்டு!”

சிவப்பு வந்தது, ஆனால் பூஜ்யத்தில் வைத்த பணம் போய் விட்டது. ஆயிரம் கூல்டினை மீட்டுக் கொண்டோம்.

“பார்த்தாயா, பார்த்தாயா!” என்று பாட்டி என் காதுக்குள் கூறினார். “நாம் வைத்த பணத்தை அனேகமாய்த் திருப்பிப் பெற்றுக் கொண்டுவிட்டோம். மீண்டும் பூஜ்யத்தில் வையும் – இன்னும் பத்து தடவை வைத்துப் பார்த்துவிட்டு நிறுத்திக் கொள்வோம்.”

ஆனால் ஐந்தாவது தடவையின் போதே பாட்டிக்கு நாடி தளர்ந்துவிட்டது.

“நாசமாய்ப் போன இந்தப் பூஜ்யம் ஒழியட்டும்! நான்காயிரம் கூல்டினையும் அப்படியே சிவப்பில் வை” என்று உத்தரவிட்டார்.

“பாட்டி! அது ரொம்ப அதிகம், சிவப்பு வராவிட்டால் என்ன ஆவது?” என்று நான் மன்றாடினேன். பாட்டி அனேகமாய் என்னை அடித்தே விட்டார். (விலாவில் அவர் முழங்கையால் முட்டிய முட்டுகளையும்கூட அடிகள் என்றே சொல்ல வேண்டும், அவை அவ்வளவு பலமாய் இருந்தன.) நான் ஒன்றும் செய்வதற்கில்லை – அன்று காலையில் ஜெயித்த நான்காயிரம் கூல்டினையும் அப்படியே சிவப்பில் வைப்பதைத் தவிர வேறு வழியில்லை. சக்கரம் சுழன்றது. வெற்றி தமதே என்ற உறுதியுடன் கம்பீரமாய் நேரே நிமிர்ந்து பாட்டி அமைதியாய் அமர்ந்திருந்தார்.

“பூஜ்யம்” என்று அறிவித்தார் ஆட்ட நிர்வாகி.

என்ன நடந்தது என்பதை பாட்டி முதலில் புரிந்துகொள்ள வில்லை. ஆனால் தமது நான்காயிரம் கூல்டினையும் மற்றும் மேஜையில் இருந்த எல்லாப் பணத்தையும் ஆட்ட நிர்வாகி வாரியள்ளியதைக் கண்ணுற்ற பிறகு, இவ்வளவு நேரமாய் வராதிருந்த அந்தப் பூஜ்யம், நாங்கள் ஏறத்தாழ இருநூறு பத்து கூல்டின்களைப் பணயமாய் வைத்து இழந்துவிட்ட அதே பூஜ்யம், தாம் சபித்துத் திட்டி இனி அது வேண்டாமென்று விலகியபின் திட்டமிட்டுச் செய்வது போல வந்து நின்றதென்பதைப் புரிந்துகொண்ட பாட்டி திகைத்துப் போய் எல்லோருக்கும் முன்னிலையில் கைகளை வீசிக் கூச்சலிட்டார். வேடிக்கைப் பார்த்துக் கொண்டிருந்தோர் சிலர் வாய்விட்டுச் சிரித்துவிட்டனர்.

“அட ஆண்டவனே! இந்தப் பாழாய்ப் போன பூஜ்யம் இப்பொழுதுதானா வந்து சேர வேண்டும்!” என்று உறுமினார் பாட்டி. “சனியன்! சனியன்! நீதான் காரணம், நீயேதான் காரணம்!” என்று இறைந்து என் பக்கம் திரும்பி ஆத்திரமாய் விலாவில் முழங்கையால் குத்தினார். “நீதான் என்னை அங்கே வைக்கவிடாமல் தடுத்தாய்!”

“பாட்டி, இருக்கிற நிலைமையை நான் விளக்கிக் கூறினேன், ஒவ்வொரு விபரீத நிகழ்வுக்கும் என்னைப் பொறுப்பேற்கும்படி வற்புறுத்தினால் நான் என்ன செய்ய முடியும்?”

“நீயும் உனது விபரீத நிகழ்வும்!” என்று பாட்டி ஆத்திரமாய் முணுமுணுத்தார். “என்னருகே இருக்காதே, போய்விடு!”

“வணக்கம் பாட்டி, போய்வருகிறேன்” என்று நான் வெளியே செல்வதற்காகத் திரும்பினேன்.

“அலெக்சேய் இவானவிச்! அலெக்சேய் இவானவிச்! போக வேண்டாம், இரு எங்கே போகிறாய்? எதற்காக? கோபமா வந்து விட்டது? முட்டாள்! இரு இன்னும் சற்று நேரம் இரு கோபப்படாதே. நான்தான் முட்டாள்! இனி என்ன செய்யலாம் சொல்லு.”

“பாட்டி, உங்களுக்கு ஆலோசனை கூறும் பொறுப்பு எனக்கு வேண்டாம், ஏனென்றால் பிறகு என்னைத்தான் நீங்கள் குறை சொல்வீர்கள். நீங்களே ஆடுங்கள் – எங்கே வைக்க விரும்புகிறீர்கள் என்று சொல்லுங்கள், அங்கே பணத்தை வைக்கிறேன்.”

“சரி, சிவப்பிலே இன்னொரு நான்காயிரம் கூல்டினை வை! இதோ என்னுடைய கைப்பை, அதிலிருந்து எடுத்து வை!” பையை என்னிடம் கொடுத்தார். “இதில் இருபது ஆயிரம் ரூபிள் ரொக்கமாய் இருக்கிறது.”

“பாட்டி! இவ்வளவு பெருந்தொகையைப் போய்...” என்று தடுமாறினேன் நான்.

“உயிரே போனாலும் நான் இழந்ததைத் திருப்பிப் பெறாமல் விட மாட்டேன், எடுத்து வை!”

அவ்வாறே வைத்தேன், இழந்துவிட்டோம்.

“மறுபடியும் வை, எஞ்சியிருக்கும் எட்டாயிரத்தையும் எடுத்து வை!”

“முடியாது பாட்டி, நாலாயிரத்துக்கு மேல் பணயம் வைக்கக் கூடாது.”

“சரி, நாலாயிரத்தை வை!”

இம்முறை நாங்கள் வெற்றி பெற்றோம். பாட்டி உற்சாக மடைந்தார்.

“பார்த்தாயா! பார்த்தாயா!” என்று விலாவில் முழங்கையால் முட்டினார். மீண்டும் ஒரு நாலாயிரத்தை வை?

அப்படியே செய்தேன், இழந்துவிட்டோம். இதன் பிறகும் தொடர்ச்சியாய் இருமுறை இழந்தோம்.

“பன்னிரண்டு ஆயிரத்தையும் பறி கொடுத்துவிட்டோம், பாட்டி” என்று அறிவித்தேன்.

“ஆமாம், தெரியுது” என்று உள்ளுக்குள் ஆத்திரம் பொங்க ஒருவகை அமைதியுடன் கூறினார். அசையாமல் நேரே முன்னால் உற்று நோக்கியவாறு “ஆமாம், தெரியுது” என்று முணுமுணுக்கும் குரலில் திரும்பவும் கூறினார். ஆழ்ந்த ஆலோசனை செய்து கொண்டிருந்தார் என்பது தெரிந்தது. சரி போகட்டும் – இன்னொரு நான்காயிரம் கூல்டினை எடுத்துப் பணயம் கட்டு–உயிரே போனாலும் சரி, நான் சும்மாவிட மாட்டேன்!

“ஆனால் பணம் இல்லையே பாட்டி. கைப்பையில் நம் நாட்டு ஐந்து சதவீதப் பத்திரங்களும் சில உண்டியல் சீட்டுகளும்தான் இருக்கின்றன. பணம் இல்லை.”

“பர்சில் இருக்கும் பார்.”

“சில்லறைக் காசு கொஞ்சம் இருக்கிறது. அவ்வளவுதான்.”

“இங்கே பணத் தரகர்கள் இல்லையா? நம் நாட்டுச் சீட்டுகளையும் பத்திரங்களையும் இங்கே பணயமாய் மாற்றிக் கொள்ளலாம் என்று சொன்னார்களே” என்று திட முடிவுக்கு வந்தவராய்க் கேட்டார் பாட்டி.

“தரகர்கள் நிறைய இருக்கிறார்கள், ஆனால் கொள்ளைக் காசைக் கழிவுத் தொகையாய் எடுத்துக் கொண்டு விடுவார்கள், நமக்குப் பயங்கர நஷ்டம் ஏற்படும்.”

“அதெல்லாம் நான் பார்த்துக் கொள்கிறேன். எல்லா நஷ்டத்தையும் இங்கு நான் பெறப்போகும் வெற்றிகள் மூலம் ஈடுசெய்து கொண்டுவிடுவேன். வா, போகலாம்! எங்கே அந்தப் போர்ட்டர்கள் கூப்பிடு அந்த முட்டாள்களை!”

நான் பாட்டியின் நாற்காலியை அங்கிருந்து தள்ளிச் சென்றேன். போர்ட்டர்கள் வந்து சேர்ந்ததும் நாங்கள் காஸினோவை விட்டு வெளியே சென்றோம்.

“சீக்கிரம்! சீக்கிரம்” என்று போர்ட்டர்களைத் துரிதப்படுத்தினார் பாட்டி. “அலெக்சேய் இவானவிச், எப்படிப் போக வேண்டும், வழியைக் காட்டு. அருகாமையில் உள்ள தரகர் அலுவலகத்துக்கு அழைத்துச் செல்... அதிக தூரம் போக வேண்டுமா?”

“இல்லை பாட்டி, பக்கம்தான்.”

சதுக்கத்திலிருந்த சாலைக்குள் திரும்பும் இடத்தில் நமது ஆட்கள் எல்லோரையும் நேருக்கு நேர் சந்தித்தோம். ஜெனரல், தெ கிரியே, மத்மாசேல் பிளான்ஷ், அவளுடைய தாய் ஆகியோர் இருந்தனர். ஆனால் பலீனா அலெக்சாந்திரவ்னாவைக் காணோம். மிஸ்டர் அஸ்ட்லேயும் அங்கில்லை.

“சரிதான், இங்கே நிறுத்த வேண்டாம்!” என்று கூவினார் பாட்டி. பிறகு காத்துக்கொண்டு நின்றவர்களைப் பார்த்து, “உங்களுக்கு என்ன வேண்டும், என்னிடம்? இப்பொழுது உங்களுடன் பேச எனக்கு நேரம் இல்லை!” என்று இரைந்தார்.

பாட்டியின் நாற்காலிக்குப் பின்னால் நான் போய்க் கொண்டிருந்தேன். தெ கிரியே என்னிடம் ஓடி வந்தார்.

“காலையில் ஜெயித்த பணத்தை மட்டுமின்றி மற்றும் பன்னிரண்டு ஆயிரம் கூல்டின்களையும் இழந்துவிட்டார்” என்று அவசர அவசரமாய் அவர் காதுக்குள் சொன்னேன். “இப்பொழுது ஐந்து சதவீத பத்திரங்கள் சிலவற்றை மாற்றுவதற்காகப் போய்க் கொண்டிருக்கிறோம்.”

தெ கிரியே கோபமாய்க் காலால் தரையைத் தட்டிவிட்டு ஜெனரலிடம் சொல்வதற்காக ஓடினார். பாட்டியின் நாற்காலியை நாங்கள் தொடர்ந்து தள்ளிச் சென்றோம்.

"வேண்டாமென்று சொல்லி அவரை நிறுத்தும்! நிறுத்தும்!" என்று ஆவேசமாய் என் காதுக்குள் சொன்னார் ஜெனரல்.

"நீங்கள் சொல்லி நிறுத்த முயற்சி செய்து பாருங்கள், தெரியும்" என்று பதிலுக்கு அவர் காதுக்குள் கூறினேன்.

"மாமி!" என்று அழைத்தவாறு பாட்டியிடம் சென்றார் ஜெனரல். மாமி, இப்பொழுது நாங்கள்... நாங்கள்..." (அவருடைய குரல் நடுங்கித் தடுமாறியது.) "நாங்கள் நகருக்கு வெளியே உல்லாசமாய்ப் போய் வரலாமென்று வாடகைக் குதிரைகள் கொண்டு வரச் சொல்லியிருக்கிறோம்... அற்புதமான காட்சியைப் பார்க்கலாம்... உச்சிமுனை... உங்களையும் அழைத்துச் செல்லலா மென்று வந்திருக் கிறோம்..."

"சரிதான் போ! நீயும் உன் உச்சிமுனையும்!" என்று எரிச்சலாய்க் கையை வீசி பாட்டி அவரை விலகிப் போகச் சொன்னார்.

"அங்கே ஒரு கிராமம் இருக்கிறது... எல்லோருமாய் அந்தக் கிராமத்தில் தேநீர் அருந்தலாம்" அறவே நம்பிக்கை இழந்த நிலையில் ஜெனரல் மேலும் கூறினார்.

"பசும் புல்வெளியில் அமர்ந்து பால் அருந்துவோம்" என்று தெ கிரியே சீறி விழுவது போன்ற குரலில் பிரெஞ்சில் சொன்னார்.

"பசும் புல்வெளியில் அமர்ந்து பால் அருந்துவோம்" இதுதான் பாரிஸ் முதலாளிகளுடைய மகோன்னத இலட்சியம்; "இயற்கை மெய்ம்மை" இவற்றின்பால் அவர்களுக்குள்ள கண்ணோட்டம் அனைத்தையும் சுருங்கக் கூறி விளங்க வைக்கும் மணிவாசகம்.

"போய்யா, நீ ஆச்சு, உனது பாலும் ஆச்சு!" என்று கூச்சலிட்டார் பாட்டி. "நீ போய் முக்க முக்கக் குடியும்! எனக்கு வேண்டாம், வயிற்றைத்தான் வலிக்கும். எதற்காக என் உயிரை வாங்குகிறாய்? உன்னுடன் பேச எனக்கு நேரம் இல்லை."

"இதோ வந்து சேர்ந்துவிட்டோம், பாட்டி!" என்றேன் நான். "தரகர் அலுவலகம் இங்கேதான் இருக்கிறது."

அந்த அலுவலகம் இருந்த வீட்டுக்குப் பாட்டியின் நாற்காலியைத் தள்ளிச் சென்றோம். பத்திரங்களை மாற்றுவதற்காக நான் உள்ளே சென்றேன். பாட்டி எனக்காக வெளியே காத்திருந்தார். தெ கிரியேயும் ஜெனரலும் பிளான்ஷும் கொஞ்சம் தள்ளி என்ன செய்வதென்று புரியாமல் நின்று கொண்டிருந்தனர். பாட்டி சீற்றம்

கொண்டு அவர்களை முறைத்துப் பார்க்கவே அங்கிருந்து சாலையிலே அவர்கள் காஸினோவை நோக்கி நடக்க முற்பட்டனர்.

பத்திரங்களைப் பணயமாய் மாற்றுவதற்குத் தரகர் அலுவலகத்தில் கூறப்பட்ட விகிதங்கள் பயங்கரமாய் இருந்ததால் என்னால் தீர்மானிக்க முடியாமல் பாட்டியிடம் வந்து சொன்னேன்.

"நாசமாய்ப் போக! கொள்ளைக்காரப் பசங்கள்!" என்று இரு கைகளையும் விரித்துக் கூச்சலிட்டார் பாட்டி. "சரி, ஒழிந்து போகட்டும்! போய் மாற்றிக் கொண்டு வா" என்றார். ஆனால் உடனே "இரு இரு! அந்த நிர்வாகியை என்னிடம் வரச் சொல்!" என்று கூறினார்.

"குமாஸ்தாக்களில் ஒருவரை அழைத்து வந்தால், போதாதா, பாட்டி?"

"சரி, குமாஸ்தாவைத்தான் அழைத்து வாயேன். கொள்ளைக்காரர்கள்!"

நடக்க இயலாத, வயது முதிர்ந்த கோமகள் ஏதோ பேச வேண்டுமென்று வரச் சொல்கிறார் என்று நான் விளக்கிச் சொன்ன பின் அந்தக் குமாஸ்தா சரியென்று வெளியே வந்தார். ருஷ்யன், பிரெஞ்சு, ஜெர்மன் இம்மூன்றையும் கலந்து பாட்டி பலத்த குரலில் கோபமாய் நெடுநேரம் பொரிந்து தள்ளினார். மோசடிக்காரர்கள் என்று கடிந்துகொண்டு அந்தக் குமாஸ்தாவுடன் பேரம் பண்ணிப் பார்த்தார். நான் மொழிபெயர்ப்பாளனாய் உதவினேன். அந்தக் குமாஸ்தா மாறிமாறி எங்கள் இருவரையும் உற்று நோக்கியவாறு ஒன்றும் பேசாமல் தலையை அசைத்துக் கொண்டு நின்றார். முக்கியமாய்ப் பாட்டியை அவர் வாயைப் பிளந்து கொண்டு உற்றுப் பார்த்தவிதம் கொஞ்சம் மரியாதை குறைவாகவே தோன்றும்படி இருந்தது. முடிவில் அவர் முகத்தில் ஒருவகைப் புன்னகை தோன்றிற்று.

"சரி போய்த் தொலையும்!" என்று பாட்டி அவரைப் பார்த்து இசைந்தார். "என்னுடைய பணத்தை உமது தலையிலே கொட்டுகிறேன், போய்ச் சேரும்! அலெக்சேய் இவானவிச், போய் மாற்றிக் கொண்டு வா, நமக்கு நேரமில்லை. இல்லாவிட்டால் வேறு எங்காவது போய்ப் பார்ப்போமா..."

"வேறு எங்கே போனாலும் இதைக் காட்டிலும் குறைவாகவே கிடைக்கும் என்கிறார்."

எங்களுக்குக் கிடைத்த பரிவர்த்தனை விகிதம் சரியாய் எனக்கு ஞாபகமில்லை, ஆனால் அது மெய்யாகவே பயங்கரமானது. பத்திரங்களைக் கொடுத்துவிட்டு பன்னிரண்டு ஆயிரம் ஃபிளோரின்

பெறுமான பொற்காசுகளும் நோட்டுகளும் வாங்கிக் கொண்டு பாட்டியிடம் வந்தேன்.

"வா, போவோம்! ஒன்றும் எண்ணிப் பார்க்க வேண்டாம்!" என்று கூறிக் கையை உதறினார். "சீக்கிரம் போய்ச் சேர்வோம், வா?

காஸினோவை நெருங்கியதும் பாட்டி அந்தப் பாழாய்ப் போன பூஜ்யத்திலும் சரி, சிவப்பிலும் சரி, இனி நான் சல்லிக்காசு வைக்கப் போவதில்லை" என்று அறிவித்தார்.

இம்முறை எவ்வளவு குறைவாய் பணயம் வைக்க முடியுமோ அவ்வளவு குறைவாய் வைத்து ஆடத் தொடங்க வேண்டுமென்று பாட்டியிடம் வற்புறுத்த நான் முயற்சி செய்தேன். பிறகு அதிர்ஷ்டம் வந்ததும் பெருந்தொகைகளை வைக்கலாம் என்றேன். இதற்கு அவர் ஒத்துக்கொண்டார் என்றாலும் ஆடத் தொடங்கியபின் பொறுமை யிழந்து துடித்தார்; அவரைக் கட்டுப்படுத்த முடியவில்லை. நூறு கூல்டின்களும் இருநூறு கூல்டின்களும் பணயமாய் வைத்து வெற்றி பெற்றதும் அவர் என் விலாவில் குத்தி நான் சொன்னேனே பார்த்தாயா? வெற்றி பெற்றுவிட்டோம்! நூறு கூல்டினுக்குப் பதில் நாலாயிரம் கூல்டின் வைத்திருந்தால் நாலாயிரம் கூல்டின் வென்றிருப் போமே! நீதானே காரணம்! பிசகு உன்னுடையதுதானே, உன்னு டையதுதானே!" என்றார்.

பாட்டி ஆடிய விதம் எனக்கு வேதனையையே உண்டாக்கியது என்றாலும், இனி வாய் திறப்பதில்லை, ஆலோசனை கூறுவதில்லை என்று நான் தீர்மானம் செய்து கொண்டேன்.

திடுமென தெ கிரியே நிற்பதைக் கண்ணுற்றேன். மூவரும் எங்கள் அருகேதான் நின்றிருந்தனர் என்பது தெரிய வந்தது. ஆயினும் மத்மாசேல் பிளான்ஷ் அவள் தாயுடன் கொஞ்சம் விலகி நின்று, ருஷ்யக் கோமகனுடன் குலாவிக் கொண்டிருந்ததைக் கவனித்தேன். ஜெனரலை அவள் கவனியாது ஒதுக்கிவிட்டாள், அனேகமாய்ப் புறக்கணித்துவிட்டாள் என்பதாகவே தோன்றியது. அவளுடன் வந்து ஒட்டிக்கொள்ள ஜெனரல் சுற்றிச் சுற்றி வந்து எவ்வளவோ முயன்றும்கூட பிளான்ஷ் அவரைக் கண்ணெடுத்தும் பார்ப்பதாய் இல்லை, பாவம் ஜெனரல்! மாறி மாறி அவர் முகம் வெளிறிட்டும் சிவந்தும் வந்தது, வேதனை பொறுக்க மாட்டாமல் துடித்துக்கொண்டு நின்றார். பாட்டி ஆடியதை அவர் கவனிக்கக்கூட இல்லை. முடிவில் பிளான்ஷும் அந்தக் கோமகனும் வெளியே செல்லவே, ஜெனரலும் அவர்கள் பின்னால் நடையும் ஓட்டமுமாய்ப் போய்ச் சேர்ந்தார்.

பாட்டியிடம் நெருங்கி வந்து நின்று "மதாம், மதாம்!" என்று தெ கிரியே மிகவும் அருமையாய் அழைத்துக் காதுக்குள் கூறினார்: "மதாம், இம்மாதிரி நீங்கள் பணயம் வைக்கக் கூடாது... சரியல்ல... கூடவே கூடாது" என்று அரைகுறை ருஷ்யனில் சொன்னார்.

"இப்படி வைக்கக் கூடாதா? சரி, பிறகு எப்படி வைக்க வேண்டும், எனக்குக் கற்றுக் கொடும் பார்ப்போம்!" என்றார் பாட்டி

உடனே தெ கிரியே பிரெஞ்சில் தொணதொணவெனப் பேச ஆரம்பித்துவிட்டார். ஏதேதோ ஆலோசனைகள் எல்லாம் கூறினார். தக்க தருணம் வரும் வரைக் காத்திருக்க வேண்டும் என்று சொல்லி, அவசரமாய்க் கணக்குகள் போட்டுப் பார்த்தார். அவர் சொன்னதில் பாட்டிக்கு ஒரு வார்த்தைக்கூட புரியவில்லை. என்னை மொழி பெயர்த்துச் சொல்லும்படிக் கூறி ஒரு விரலால் மேஜையில் தட்டி அங்கும் இங்கும் சுட்டிக் காட்டினார். முடிவில் ஒரு பென்சிலை எடுத்துச் சில இலக்கங்களைக் காகிதத்தில் குறித்துக் கொண்டார். இதற்குள் பாட்டி அறவே பொறுமையிழந்து அவரைப் பார்த்து இரைந்தார்.

"நீர் வேண்டாம் ஐயா எனக்கு போய்ச் சேரும்! ஆளைப் பார், அசட்டுத்தனமாய் வளவளவெனப் பேசுவதை! 'மதாம், மதாம்!' என்று குழைவதைப் பார்! உமக்கே ஒன்றும் தெரியாது, என்னிடம் வந்துவிட்டீரே! பேசாமல் போய்ச் சேரும்!"

"மதாம்" என்று குழைந்தவாறு திரும்பவும் ஆரம்பித்து ஏதேதோ விளக்கிச் சொல்லி ஆலோசனை கூறினார் தெ கிரியே. அவர் மிகவும் பரபரப்படைந்திருந்தார்.

"சரி, இவர் சொல்கிறபடிதான் ஒருமுறை வை, பார்ப்போம்" என்று பாட்டி என்னிடம் சொன்னார். "ஒருவேளை வெற்றி கிடைத்தாலும் கிடைக்கும்."

பாட்டி பெருந் தொகைகளைப் பணயமாய் வைக்காதபடி அவருடைய கவனத்தைத் திருப்பிவிட வேண்டுமென தெ கிரியே விரும்பினார். சில இலக்கங்களில் தனிப்படவும் சில தொகுதிகளிலும் பணயம் வைக்குமாறு அவர் ஆலோசனை கூறினார். அவர் சொன்னபடி பன்னிரண்டுக்கு உட்பட்ட ஒற்றைப் படை இலக்கங்கள் ஒவ்வொன்றிலும் ஒரு பத்து கூல்டினும், பன்னிரண்டுக்கும் பதினெட்டுக்கும் பிறகு பதினெட்டுக்கும் இருபத்து நான்குக்கும் இடையிலான இந்த இரு தொகுதிகளில் ஒவ்வொன்றிலும் ஐந்து பத்து – கூல்டினும் வைத்தேன். இவ்வாறு மொத்தம் பதினாறு பத்து – கூல்டின்களைப் பணமாய் வைத்தோம்.

சக்கரம் சுழன்றது "பூஜ்யம்!" என்று கத்தினார் ஆட்ட நிர்வாகி. வைத்த பணம் பூராவும் பறி போயிற்று.

“முட்டாள்! முட்டாள்!” என்று தெ கிரியேயின் பக்கம் திரும்பி ஏசினார் பாட்டி. “அசட்டு பிரெஞ்சுக்காரர்! ஆலோசனை கூற வந்துவிட்டார், ஆளைப் பார்! போய்யா, வெளியே! ஒரு எழவும் தெரியவில்லையே. மூக்கைத் துருத்திக் கொண்டு வந்துவிடுகிறார்!”

அவமானம் தாளமாட்டாமல் தோள்களை உலுக்கிக் கொண்டு பாட்டியை வெறுப்புடன் ஒரு முறை பார்த்துவிட்டு வெளியேறினார் தெ கிரியே. ஏன் இதில் தலையிட்டு மூக்கு உடைபட்டோம் என்று தன்னைத் தானே நொந்து கொண்டார்.

இதன்பின் ஒரு மணி நேரத்தில் நாங்கள் எவ்வளவோ முயன்றும் பயனின்றி அனைத்தையும் இழந்துவிட்டோம்

“புறப்படும் ஹோட்டலுக்கு” என்று கத்தினார் பாட்டி

சாலையை அடையும் வரை பாட்டி வாய் திறக்கவே இல்லை. இங்கு வந்து சேர்ந்தது முதல் ஹோட்டலுக்குப் போய்ச் சேரும் வரை வழி நெடுகிலும் ஓயாமல் அவர் புலம்பிக் கொண்டே வந்தார்:

“எப்படிப்பட்ட முட்டாள் நான்! அசட்டுக் கிழம்! மதி இழந்து விட்டேனே?”

தமது அறைகளுக்குப் போனதும் “தேநீர் கொண்டு வா? என்று உத்தரவிட்டார் “உடனே நாம் மூட்டை கட்டிக்கொண்டு புறப்பட்டு விடுவோம்!” என்றார்.

“அம்மாவுக்கு எங்கே போவதாய் உத்தேசம்?” என்று கேட்டாள் மார்ஃபா.

“அதைப் பற்றி உனக்கு என்னவாம்? உன் வேலையைப் போய்ப் பார்! பத்தாப்பிச் யாவற்றையும் எடுத்து பெட்டிகளிலும் பைகளிலும் வைத்துப் பயணத்துக்குத் தயார் செய். நாம் மாஸ்கோவுக்குத் திரும்பிப் போகப் போகிறோம்! பதினைந்து ஆயிரம் ரூபிள்களை விரயமாக்கி விட்டு வந்திருக்கிறேன்!

“ஐயோ! பதினைந்து ஆயிரமா? ஆண்டவனே என்று வியந்து கைகளை விரித்து அங்கலாய்த்துக் கொண்டான் பத்தாப்பிச். பாட்டிக்கு அனுசரணையாகப் பேச வேண்டுமென்றுதான் அவன் இப்படிச் செய்தான்.

“போதும், முட்டாள்! உன்னுடைய ஒப்பாரி ஒன்றும் வேண்டாம்! நிறுத்து! யாவற்றையும் மூட்டை கட்டு! சீக்கிரம் ஹோட்டல் ‘பில்லைக்’ கொண்டுவரச் சொல்லு!”

“பாட்டி அடுத்த ரயில் ஒன்பதரைக்குப் புறப்படுகிறது” என்று அவருடைய கோபத்தைக் குறைப்பதற்காகக் கூறினேன் நான்.

“இப்பொழுது மணி என்ன ஆகிறது?”

“ஏழரை.”

"அட எழவே! சரி, இருக்கட்டும் அலெக்சேய் இவானவிச், என்னிடம் சல்லிக் காசு இல்லை. இதோ மேலும் இரண்டு பத்திரங்கள் தருகிறேன், போய் மாற்றிக் கொண்டு வா. பயணத்துக்கு என்னிடம் பணம் இல்லை."

அவர் சொன்னபடியே செய்தேன். அரை மணி நேரத்தில் நான் ஹோட்டலுக்குத் திரும்பி வந்தபோது எல்லோரும் பாட்டியின் அறையில் இருக்கக் கண்டேன். பாட்டி மாஸ்கோவுக்கே திரும்பிவிடப் போகிறார் என்ற செய்தி ஆட்ட மேஜையில் அவர் இழந்த பணத்தைக் காட்டிலும் அவர்களிடையே அதிகக் குழப்பத்தை ஏற்படுத்திவிட்டதாய்த் தெரிந்தது. அவர் மாஸ்கோவுக்குத் திரும்புவது அவருடைய சொத்துக்களைக் காப்பாற்றுவதற்கு நல்லதொரு வழிதான் என்றாலும், இனி ஜெனரலின் கதி என்ன ஆவது? தெ கிரியேயிக்குத் தர வேண்டிய பணத்தைத் தரப் போவது யார்? பாட்டி இறக்கும் வரை மத்மாசேல் பிளான்ஷ் காத்திருக்கப் போவ தில்லை, அந்த ருஷ்யக் கோமகனுடனாவது வேறு யாருடனாவது அவள் ஓடிப் போய்விடுவாள். ஆகவே எல்லோருமாய்ச் சேர்ந்து பாட்டியிடம் வந்து சமாதானம் சொல்லி அவரைச் சாந்தப்படுத்தவும். இத்திட்டத்தைக் கைவிடும்படி வற்புறுத்தவும் முயன்று கொண்டி ருந்தனர். இப்பொழுதும் பலீனா இவர்களிடையே இல்லை. ஆத்திரமாய் இவர்களைப் பார்த்துப் பாட்டி கத்திக் கொண்டிருந்தார்.

"பைசாசங்களே, என்னை ஏன் உயிரை வாங்குகிறீர்கள்? உங்களுக்கும் இதற்கும் என்ன சம்பந்தம்? ஆட்டுத் தாடி வைத்தி ருக்கும் இந்த ஆளுக்கு என்னிடம் என்ன வேலை?" என்று தெ கிரியேயைப் பார்த்துக் கூச்சலிட்டார். "உன்னைத்தானே திருட்டுச் சிறுக்கி, உனக்கு 10 வேண்டும்?" என்று மத்மாசேல் பிளான்ஷைப் பார்த்து இரைந்தார். "நீ ஏன் இங்கே வந்து கூத்தாடுகிறாய்?"

"நாசமாய்ப் போக!" என்று கண்களில் கோபக் கனல் பறக்க முணுமுணுத்துக் கொண்டாள் மதமாசேல் பிளான்ஷ். ஆனால் திடுதிப்பெனச் சிரித்துக்கொண்டு வெடுக்கென்று திரும்பினாள்.

"நூறு ஆண்டு வாழக் கூடியவள்" என்று ஜெனரலைப் பார்த்து பிரெஞ்சில் சொல்லிவிட்டு அறையிலிருந்து வெளியேறினாள்.

"ஓகோ, நான் செத்துப் போய்விடுவேன் என்றா திட்டம் போட்டுக் கொண்டிருந்தாய்!" என்று ஜெனரலைப் பார்த்துப் பாட்டி கூச்சலிட்டார். "எல்லோரும் போங்க வெளியே! அலெக்சேய் இவானவிச், எல்லோரையும் வெளியே தள்ளும்! இதில் உங்களுக்கு என்ன சம்பந்தம்? நான் இழந்தது என்னுடைய பணம், உங்களு டையது அல்ல!"

ஜெனரல் தோள்களை உலுக்கிக்கொண்டு குனிந்தவாறு வெளியே சென்றார். தெ கிரியேயும் அவர் பின்னால் போய்ச் சேர்ந்தார்.

"பிரஸ்கோவியாவைக் கூப்பிடு" என்று மார்ஃபாவிடம் பாட்டி கூறினார்.

ஐந்து நிமிடங்களில் பலீனாவை அழைத்துக்கொண்டு திரும்பி வந்தாள் மார்ஃபா. இவ்வளவு நேரமும் பலீனா தனது அறையில்தான் குழந்தைகளுடன்கூட இருந்தாள். அன்று முழுதும் வெளியே எங்கும் போவதில்லையெனத் தீர்மானம் செய்திருந்தாள் என்பதாய்த் தெரிந்தது. அவள் முகம் துயரமும் கவலையும் தோய்ந்து சோர்ந் திருந்தது.

"பிரஸ்கோவியா, இது உண்மைதானா?" என்று பாட்டி அவளைப் பார்த்துக் கேட்டார். "உன்னுடைய புத்திகெட்ட சிற்றப்பன், மினுக்கிக்கிட்டு அலைகிறாளே இந்தக் கேடுகெட்ட பிரெஞ்சுக்காரி – நடிகையோ அல்லது வேறு என்ன எழவோ – இவளைப் போய் மணந்து கொள்ள விரும்புவதாய்ச் சற்றுமுன் என் காதுக்கு எட்டிய இந்தச் செய்தி உண்மைதானா?"

"பாட்டி, நான் நிச்சயமாய்ச் சொல்வதற்கில்லை" என்றாள் பலீனா. "ஆனால் மத்மாசேல் பிளான்ஷ் சொல்வதிலிருந்து அவள் இதை மூடிமறைக்காமலே சொல்கிறாள்–எனக்கு என்ன தெரிய வருகிறது என்றால்…"

"அது போதும்!" என்று பாட்டி சட்டென இடைமறித்தார். "எல்லாம் புரிகிறது எனக்கு! இந்த ஆள் இப்படித்தான் ஏதாவது செய்யுமென்று ஆதியிலிருந்தே நான் நினைத்து வந்தேன். அற்பப் புத்தி கொண்ட உதவாக்கரை ஆளாகவே எப்பொழுதும் கருதி வந்தேன். தான் ஒரு ஜெனரல் என்று (உண்மையில் கர்னலாகத்தான் இருந்தான், ஓய்வு பெற்று விலகியபோது இந்தப் பட்டம் பெற்றான்) பெரிசாய் நினைத்துக்கொண்டு ராங்கி பண்ணுகிறான். எல்லாம் எனக்குத் தெரியும் அம்மா! 'கிழவி இன்னும் சாகவில்லையா? என்று மாஸ்கோவுக்குத் தந்திமேல் தந்தி அனுப்பியது எல்லாம் தெரியும். சொத்து கிடைக்கும் என்றல்லவா அப்படி ஆவலாய்க் காத்திருந்தனர்! பணம் இல்லையேல் இந்த மோசக்காரி – அவள் பெயர் என்ன? ஆமாம், தெ கமேன்ஷ் – இவனைக் கண்ணெடுத்தும் பார்க்க மாட்டாளே, இவனையும் இவனுடைய பொய்ப் பற்களையும்! பணியாளாய்க்கூட வைத்துக் கொள்ள சம்மதிக்க மாட்டாளே! இவள் நிறைய பணம் வைத்திருக்கிறாள், வட்டிக்கு விட்டுப் பெரிய பணக்காரியாகிவிட்டாள் என்று சொல்கிறார்கள். பிரஸ்கோவியா, உன்னை நான் குறை சொல்லவில்லை, தந்திகள் அனுப்பியது நீயல்ல. கடந்த காலத்தைப் பற்றியும் நான் கிண்டிக் கிளற

விரும்பவில்லை, எனக்குத் தெரியும் – நீ பொல்லாத கோபக்காரி, குளவிபோலக் கொட்டுகிறவள்! கடுக்கும்படி கொட்டி விடுவாய்! இருந்தாலும் உன்னிடம் எனக்குப் பிரியம் உண்டு, ஏனென்றால் உன் தாய் கத்தெரீனாவை நான் நேசித்து வந்தேன். சரி, என்ன சொல்கிறாய்? இவர்களை எல்லாம் விட்டுவிட்டு என்னுடன் வந்துவிடு நீ! உனக்கு வேறு யாரும் இல்லை. இனி நீ இவர்களுடன் இருப்பது சரியல்ல. இரு. இரு" என்று பதில் சொல்ல வாயெடுத்த பலீனாவைப் பாட்டி தடுத்தாள். "நான் சொல்ல வேண்டியதைச் சொல்லி முடிக்கவில்லை. உன்னிடமிருந்து நான் எதையும் நாட வில்லை. மாஸ்கோவிலுள்ள என்னுடைய வீடு உனக்குத் தெரியும் – அது ஒரு பெரிய மாளிகை. நீ ஒரு முழு மாடியையே எடுத்துக் கொண்டு தனியே இருக்கலாம். என்னுடைய பொல்லாத சுபாவம் உனக்குப் பிடிக்காவிடில் வாரக்கணக்காய் என்னிடம் வராமலே ஒதுங்கியிருக்கலாம். சரி, என்ன சொல்கிறாய் – என்னுடன் வருகிறாயா, இல்லையா?"

"முதலில் நீங்கள் இதைச் சொல்லுங்கள் – இப்பொழுதே புறப்பட்டுப் போகவா போகிறீர்கள்?"

"பிறகு என்ன? வேடிக்கை செய்கிறேன் என்றா நினைக்கிறாய்? புறப்படுவதாய்ச் சொன்னேன், புறப்படவே போகிறேன். நாசமாய்ப் போக, உங்களுடைய அந்த ருலெட் ஆட்டத்தில் இன்று நான் பதினைந்து ஆயிரம் ரூபிளை இழந்துவிட்டு வந்திருக்கிறேன். மாஸ்கோவுக்கு அருகே உள்ள என்னுடைய கிராமத்தில் மாதா கோயிலின் மரக் கட்டிடத்தை கற்கட்டிடமாய் மாற்றிப் புதுப்பித்துத் தருகிறேன் என்று ஐந்து ஆண்டுகளுக்கு முன்பு வாக்களித்திருந்தேன். அதற்குப் பதிலாய் என் பணத்தை இப்படி இங்கே விரயமாக்கி விட்டேன். பெண்ணே, இப்பொழுது நான் திரும்பிப்போய் அந்த மாதா கோயிலைக் கட்டப் போகிறேன்."

"தாதுநீர் சிகிச்சை என்ன ஆவது பாட்டி? அதற்காகத்தானே இங்கே வந்தீர்கள்?"

"நீயும் உன் தாதுநீர் சிகிச்சையும்! பிரஸ்கோவியா, என்னை இப்படி உபத்திரவம் செய்யாதே! வேண்டுமென்றேதான் இப்படிச் செய்கிறாயா நீ? இதைச் சொல்லு: என்னுடன் வரப் போகிறாயா, இல்லையா?"

"பாட்டி, உங்களுக்கு உள்ளம் நிறைந்த நன்றி தெரிவிக்கிறேன்" என்று உணர்ச்சி வயப்பட்டுப் பேச முற்பட்டாள் பலீனா. "எனக்கு ஓர் உறைவிடம் அளித்து ஆதரிப்பதற்காக என்றும் நன்றியுடைய வளாய் இருப்பேன். எனது நிலைமையை நீங்கள் ஓரளவு சரியாகவே ஊகித்துக் கொண்டுவிட்டீர்கள். நீங்கள் இதை நம்ப வேண்டும், மெய்யாகவே நான் மகிழ்ச்சியடைகிறேன்; ஆகவே உங்களிடம்

வருவேன், சீக்கிரமே வந்தாலும் வந்துவிடுவேன். ஆனால் சில காரணங்களால்... முக்கியமான சில காரணங்களால்... உடனே, இதே கணத்தில், என்னால் தீர்மானிக்க முடியவில்லை... இன்னும் இரண்டு வாரங்களுக்கு நீங்கள் இங்கு தங்க முடியுமானால்..."

"நீ வரவில்லை என்கிறாய், அவ்வளவுதானே?"

"முடியவில்லை என்று சொல்கிறேன். எப்படியும் என் தம்பியையும் தங்கையையும் விட்டுவிட்டு நான் வருவதற்கில்லை, ஏனென்றால்... ஏனென்றால் அவர்கள் கவனியாது விடப்பட்டு விடுவார்கள்... நிர்கதியாய் விடப்பட்டு விடுவார்கள்... குழந்தை களையும் அழைத்துக் கொண்டு நான் வந்திருக்கலாம் என்றால், நிச்சயம் உங்களிடம் வந்துவிடுகிறேன், பாட்டி. உங்களிடம் நன்றி யுடையவளாய் நடந்து கொள்வேன்" என்று உணர்ச்சி ததும்பக் கூறினாள். "ஆனால் குழந்தைகளை விட்டுவிட்டு என்னால் வர முடியாது, பாட்டி"

"சரி, செரும வேண்டாம்! (பலீனா ஒன்றும் செருமவில்லை, எந்நாளும் அவள் அழுததில்லை.) குஞ்சுகளுக்கும் போதிய இடம் இருக்கும். என்னுடைய கோழிக் கூடு ரொம்பப் பெரியது. அதோடு அவர்கள் பள்ளிக்கூடம் போக வேண்டிய காலமும் நெருங்கிவிட்டது. இப்பொழுது நீ வரவில்லை என்கிறாய், அப்படித்தானே? இதைப் பார், பிரஸ்கோவியா, நீ நல்லபடியாய் இருக்க வேண்டும் என்பது தான் என் ஆசை. நீ ஏன் வர மாட்டேன்கிறாய் என்று தெரியும் எனக்கு! பிரஸ்கோவியா, எனக்கு "எல்லாம் தெரியும்! அந்தப் பிரெஞ்சுக்காரரால் உனக்கு எந்த நன்மையும் வரப் போவதில்லை."

பலீனாவுக்கு முகம் சிவந்துவிட்டது. எனக்கும் தூக்கி வாரிப் போட்டது. (எல்லோருக்கும் தெரிந்திருக்கிறதே! ஏதும் அறியாதவன் நான் ஒருவன்தான் போலிருக்கிறது.)

"சரி, நீ முகம் சுளிக்காதே! உன்னை நான் நச்சரிக்க விரும்ப வில்லை. ஆனால் நீ கவனமாய் இருந்து கொள், கேடு வராமல் பார்த்துக் கொள். நீ கெட்டிக்காரி. உனக்கு ஏதாவது கேடு வந்தால் நான் வருந்தவே செய்வேன். சரி, போதும். உங்களை எல்லாம் பார்த்தால் எனக்குப் பொறுக்கவில்லை! போய் வா நீ!"

"உங்களை வழியனுப்பி வைக்க வருகிறேன், பாட்டி!' என்றாள் பலீனா.

"அதெல்லாம் வேண்டாம், என்னைச் சும்மா விடு போதும்! உங்கள் எல்லோராலும் எனக்குத் தொல்லையாய்த்தான் இருக்கும்.

பாட்டியின் கையைப் பிடித்து அதில் முத்தமிட்டாள் பலீனா, அதற்குள் பாட்டி வெடுக்கென கையை இழுத்துக் கொண்டு பலீனாவின் கன்னத்தில் முத்தமிட்டார்.

நற்றிணை பதிப்பகம் ● 143

வெளியே போகும்போது பலீனாவின் பார்வை வேகமாய் என்மீது பாய்ந்து சட்டெனத் திரும்பிற்று.

"அலெக்சேய் இவானவிச், உனக்கும் விடை தருகிறேன், போய் வா நீ! ரயிலுக்கு இன்னும் ஒரு மணி நேரம்தான் இருக்கிறது, உன்னை நான் சரியானபடி வேலை வாங்கிவிட்டேன், களைத்துப் போயிருப்பாய் சரி, இந்த ஐம்பது தங்கக் காசுகளைப் பெற்றுக் கொள்."

"பாட்டி, உங்களுக்கு எனது பணிவன்பு மிக்க நன்றி, ஆனால் பணம் பெற்றுக்கொள்ள நான் விரும்பவில்லை..."

"சரிதான் அப்பா, வாங்கிக் கொள்!" என்று பாட்டி கடுமையான குரலில் பலமாய்க் கூறவே, நான் மறுக்கத் துணிவின்றி பணத்தை வாங்கிக் கொண்டேன்.

"மாஸ்கோவுக்கு வரும்போது அங்கு உனக்கு இடம் கிடைக்கா விடில், என்னிடம் வா. நான் ஏதாவது தேடித் தருவேன். சரி, போய் வா!"

நான் என் அறைக்குச் சென்று படுக்கையிலே படுத்தேன். தலைக்கடியில் கைகளை வைத்துக் கொண்டு மல்லாந்து அரை மணி நேரம் படுத்திருந்தேன் என்று நினைக்கிறேன். நாடகத்தின் இறுதிக் கட்டம் வந்துவிட்டது. நான் ஆலோசிப்பதற்கு நிறைய இருந்தது. மறுதினமே பலீனாவுடன் பேசுவதென்று உறுதி செய்து கொண்டேன். பிரெஞ்சுக்காரரே, அப்படியா சேதி! ஆகவே அது மெய்தானா? ஆனால் அது எப்படி சாத்தியம்? பலீனாவும் தெ கிரியேயுமா? ஆண்டவனே, எப்படிப்பட்ட ஜோடி!"

என்னால் நம்பவே முடியவில்லை. திடுமென ஆவேசம் கொண்டவனாய்த் துள்ளியெழுந்தேன். உடனே புறப்பட்டுச் சென்று மிஸ்டர் அஸ்ட்லேயைத் தேடிப்பிடித்து அவரைப் பேசும்படி கட்டாயப்படுத்துவது என்று தீர்மானம் செய்தேன். அவருக்கும் என்னைக் காட்டிலும் இது பற்றி அதிகம் தெரிந்திருக்கும், சந்தேகமில்லை. மிஸ்டர் அஸ்ட்லே அவர் இன்னொரு பிரச்சினை! நான் தீர்வு கண்டாக வேண்டிய மற்றொரு பிரச்சினை!

அப்பொழுது என் அறைக்கதவு தட்டப்பட்டது. யாரென்று பார்த்தேன் – பத்தாப்பிச்.

"அலெக்சேய் இவானவிச், அம்மா உங்களைப் பார்க்க வேண்டும் என்கிறார்."

"என்ன விஷயம்? புறப்பட்டுவிட்டாரா? இருபது நிமிடத்தில் ரயில் கிளம்பிவிடுமே.

"அம்மாவுக்கு இருப்பு கொள்ளவில்லை, ஒரே பரபரப்பாய் இருக்கிறார். 'சீக்கிரம், சீக்கிரம்' என்று என்னை அனுப்பி வைத்தார். அதாவது உங்களை அழைத்து வர வேண்டும் என்கிறார். உங்களுக்கு புண்ணியம் உண்டு, உடனே புறப்பட்டு வாங்க!"

உடனே நான் படிக்கட்டில் இறங்கி ஓடினேன். பாட்டியை ஏற்கனவே நடைக்குத் தூக்கி வந்து வைத்திருந்தனர். கையில் அவர் தமது கைப்பையை வைத்திருந்தார்.

"வா போவோம், நீ முன்னால் நட..."

"எங்கே, பாட்டி?"

"உயிரே போவதாயினும் ஜெயித்து அந்தப் பணத்தை மீட்காமல் விட மாட்டேன்! வா போவோம்; கேள்விகள் வேண்டாம், கிளம்பு! நள்ளிரவு வரையில் அங்கே ஆடுகிறார்கள் இல்லையா?"

நான் பிரமித்துப் போய்விட்டேன். ஆனால் கணப்பொழுது தயங்கியபின் உடனே திட முடிவுக்கு வந்தேன்.

"என்னை மன்னிக்க வேண்டும், அன்தனீனா வசீலியெவ்னா, என்னால் வர முடியாது."

"ஏனாம்? என்ன ஆயிற்று? உங்களுக்கு எல்லாம் பைத்தியம் பிடித்துவிட்டதா, என்ன?"

"என்னை மன்னிக்க வேண்டும். பிற்பாடு நான் என்னையே கடிந்து கொள்ளும்படி வரும். நான் வரவில்லை! இந்தக் காரியத்தில் நான் சாட்சியாகவோ, உடந்தையாகவோ இருக்க விரும்பவில்லை. மிக்க வருந்துகிறேன், அன்தனீனா வசீலியெவ்னா! நீங்கள் தந்த ஐம்பது பத்து – கூல்டின்களும் இதோ இருக்கின்றன, திருப்பிப் பெற்றுக் கொள்ளுங்கள். வணக்கம், போய் வருகிறேன்!" பாட்டியின் நாற்காலிக்கு அருகே இருந்த ஒரு சிறிய மேஜையின்மீது பத்து கூல்டின் பொட்டலச் சுருளை வைத்துவிட்டு தலைகுனிந்து வணங்கியபின் அங்கிருந்து சென்றேன்.

"அட அசடு!" என்று என் பின்னால் பாட்டி இரைந்தார். "உனக்கு விருப்பமில்லை என்றால் நீ வர வேண்டாம். எனக்கு வழி தெரியும், போய்க் கொள்வேன். பத்தாப்பிச், நீ என்னுடன் வா! சரி, தூக்குங்கள்! போவோம்!"

மிஸ்டர் அஸ்ட்லேயை எங்குமே பார்க்க முடியாமல் ஹோட்டலுக்குத் திரும்பிவந்தேன். நெடு நேரமாகிவிட்டது நள்ளிரவுக்குப் பிற்பாடு பத்தாப்பிச்சிடமிருந்து அன்று இரவு பாட்டியின் ஆட்டம் எப்படி முடிவடைந்தது என்பதைத் தெரிந்து கொண்டேன். அவருக்கு நான் மாற்றிக் கொடுத்த பணம் முழுவதையும், அதாவது நம்முடைய பணத்தில் பத்தாயிரம் ரூபிளை, இழந்துவிட்டார். அன்று பாட்டி

நற்றிணை பதிப்பகம் • 145

இரண்டு பத்து-கூல்டின் பொற்காசுகள் இனாம் தந்திருந்த ஒரு போலீஸ்காரன் அவரைத் தன் பிடிக்குள் கொண்டு வந்து ஆட்டத்தில் அவருக்கு ஆலோசனை கூறி வந்தான். அந்த ஆள் வருமுன் பத்தாப்பிச்சைப் பணயம் வைக்கச் சொல்லிப் பாட்டி ஆட முயன்றார். ஆனால் விரைவில் பத்தாப்பிச்சை விரட்டியடித்து விட்டார். அந்த நேரத்தில் எங்கிருந்தோ அந்தப் போலீஸ்காரன் அங்கே வந்து சேர்ந்தான். நல்லவேளையாய் அந்த ஆளுக்கு ருஷ்யன் புரிந்தது, ஓரளவு பேசவும் தெரிந்திருந்தது. மூன்று மொழிகளைக் கலந்தடித்து இருவரும் ஓரளவுக்கு ஒருவருக்கொருவர் புரியும்படிப் பேசிக் கொண்டனர். பாட்டி அந்த ஆளை எந்நேரமும் ஓயாமல் வாயில் வந்தபடி ஏசிக் கொண்டிருந்தார் என்றும், அந்த ஆள் பாட்டியின் "ஆடை நுனியை முத்தமிட்டுக் கெஞ்சிய" போதிலும், "அலெக்சேய் இவானவிச், உங்களுடன் அந்த ஆளை ஒப்பிடவே முடியாது" என்றும் பத்தாப்பிச் கூறினான். "உங்களை முழுக்க முழுக்க ஒரு கனவானாய் அம்மா நடத்தினார்கள், ஆனால் அந்த ஆள்-நான் பார்த்துக் கொண்டுதான் இருந்தேன், ஆண்டவனுக்குத் தெரியும்-அம்மா பணத்தை அப்படியே மேஜையிலிருந்து களவாடிக் கொண்டிருந்தான். இரண்டு தரம் அம்மாவே கையும் மெய்யுமாய் அந்த ஆளைப் பிடித்துவிட்டார் - என்ன மாதிரி ஏசினார் தெரியுமா? ஏன், தலைமுடியைப் பிடித்து உலுக்கி எல்லோரையும் சிரிக்க வைத்தாரே. அம்மா எல்லாப் பணத்தையும் இழக்க வேண்டியதாயிற்று; நீங்கள் மாற்றிக் கொடுத்த முழுப் பணமும் போயே போயிட்டது! அம்மாவை அறைக்குத் திருப்பி அழைத்து வந்தோம் - குடிக்கத் தண்ணீர் மட்டும் கொண்டு வரச் சொல்லிக் குடித்துவிட்டு, சிலுவைச் சின்னமிட்டுக்கொண்டு படுத்திருந்தார். அப்படி அலுத்துப்போய் ஓய்ந்திருக்க வேண்டும் - படுத்ததும் தூங்கிவிட்டார். ஆண்டவன் அவருக்கு இனிய கனவுகளை வரச் செய்வாராக! ஐயோ, வெளிநாடுகளுக்கு வரலாமா இப்படி? இது நல்லதல்ல என்று நான் அப்பவே சொன்னேன்" என்றான் பத்தாப்பிச். "சீக்கிரமாய் மாஸ்கோ திரும்பிவிட வேண்டும், அதுதான் நல்லது. மாஸ்கோவில் இல்லாதது எதுவும் இல்லையே! தோட்டம் என்ன, மலர்கள் என்ன - இங்கே பார்க்க முடியுமா, அப்படிப்பட்ட மணமுள்ள மலர்களை; ஆப்பிள் மரங்கள் என்ன, விரிந்த பரப்புகள் என்ன - மாஸ்கோவில் இல்லாததும் உண்டோ! எல்லாத்தையும் விட்டுவிட்டு அம்மா இப்படி வெளிநாட்டுக்குக் கிளம்பி வந்தார்களே! ஐயோ! செய்யலாமா இப்படி!"

## 13

இந்தக் குறிப்புகளை நான் தொடர்ந்து எழுதாமலே, தொடாமலே போட்டு ஏறத்தாழ ஒரு மாதமாகிவிட்டது. குழப்படியானவை என்றாலும் மிகவும் ஆழமான மனப்பதிவுகளால் உந்தப்பட்டு நான் எழுத ஆரம்பித்த குறிப்புகள் இவை. அப்பொழுது நான் எதிர்பார்த்து வந்த இறுதித் தகர்வுக் கட்டம் நடைபெற்று முடிந்தது. ஆனால் நான் நினைத்ததைக் காட்டிலும் அது நூறு மடங்கு கடுமையாகவும் திடும் பிரவேசமாகவும் வெடித்தெழுந்தது. மிகவும் விபரீதமான, அருவருப்பான, சோகம் நிறைந்த நிகழ்ச்சிகள் அவை – எப்படியும் எனக்கு அவை அவ்வாறுதான் இருந்தன. நம்ப முடியாத அதிசய மாய்க் கருதத்தக்க சில சம்பவங்கள் எனக்கு ஏற்பட்டன. எப்படியும் நான் இன்னமும் அவற்றை இவ்வாறுதான் கருதி வருகின்றேன். ஆயினும் இன்னொரு கோணத்திலிருந்து பார்க்கையிலும், மற்றும் நான் சிக்கிக் கொண்டுவிட்ட அந்தச் சூறாவளியைக் கருத்தில் கொண்டு பார்க்கையிலும், இச்சம்பவங்களைச் சற்று அசாதாரண மானவை என்பதற்கு மேல் சொல்வதற்கில்லை. ஆனால் இச்சம்பவங் கள் குறித்து எனக்கிருந்த மனப்போக்குதான் இவை யாவற்றிலும் எனக்கு மிகவும் வியக்கத்தக்கதாய் இருந்தது. இன்னமும் என்னால் என்னைப் புரிந்துகொள்ள முடியவில்லை! யாவும் கனவு போல மறைந்துவிட்டன – என்னை ஆட்டிப் படைத்து வந்த அந்தக் காதலுங்கூட இப்படித்தான் மறைந்துவிட்டது. அப்பொழுது அவ்வளவு மூர்க்கமாய் என்னைப் பற்றிக் கொண்டிருந்ததே, மறுக்க முடியாத கண்கூடான உண்மையாய் இருந்ததே – இப்பொழுது அது எங்கே போயிற்று? அவ்வப்பொழுது என்னுள் ஓர் எண்ணம் பளிச்சிட்டு மறைகிறது: “ஒருவேளை அப்பொழுது நான் பைத்தியம் பிடித்துப் போய்ப் பைத்தியக்கார ஆஸ்பத்திரியில் இருந்தேனோ, இன்னமும் அங்கேதான் இருந்து வருகிறேனோ – ஒருவேளை இவை யாவும் நடைபெற்றவை போலத் தோன்றும் மாயைதானோ...”

நான் எழுதிய இந்தக் குறிப்புகளை ஒன்றுசேர்த்துப் படித்துப் பார்த்தேன். (இவை பைத்தியக்கார ஆஸ்பத்திரியில் எழுதப்பட்ட குறிப்புகள் அல்ல என்று என்னுள் உறுதி செய்துகொள்வதற்காக இவற்றைப் படித்துப் பார்த்தேனோ, என்னமோ?) இப்பொழுது நான் தன்னந்தனியே இருந்து வருகிறேன். இலையுதிர் காலம் ஆரம்பித்துவிட்டது, இலைகள் பழுத்து மஞ்சளாகி வருகின்றன. சோர்வூட்டும் இந்தச் சிறிய நகரில் (ஓ, மெய்யாகவே சோர்வூட்டு கிறவை, இந்தச் சிறிய ஜெர்மன் நகர்கள்) இருந்து வரும் நான், இனி செய்ய வேண்டியது குறித்து ஆலோசிக்காமல், மனத்துள் தோன்றி மறையும் கண நேர உணர்ச்சிகளாலும் அண்மைக் காலத்திய அனுபவங்களது நினைவுகளாலும் வயப்பட்டுக் காலம் ஓட்டி வருகிறேன். என்னைப் பிடித்து இழுத்துத் தூக்கிச் சென்று சுற்றிச் சுழல வைத்து எங்கோ (ஆண்டவனுக்குத்தான் தெரியும்) கொண்டு வந்து கிடத்திவிட்டுச் சென்ற அந்தச் சூறாவளி பற்றிய சிந்தனைகளால் வயப்படுத்தப்பட்டு வாழ்ந்து வருகிறேன். இன்னமும் நான் அந்தச் சூறாவளியின் பிடியிலேதான் இருப்பதாகவும் எந்தக் கணமும் அது சுழன்றெழுந்து அதன் இறக்கைகளில் என்னை உயரத் தூக்கிச் சென்று விடும் என்பதாகவும், அப்பொழுது திரும்பவும் நான் தறிகெட்டவனாகிச் சுற்றிச் சுற்றிச் சுழலுவேன் என்பதாகவும் சில நேரங்களில் நான் நினைக்கிறேன்...

கடந்த ஒரு மாதத்தில் எனக்கு நேர்ந்த வினோதங்களைப் பிழையின்றி அப்படியே எடுத்துரைத்தேனாகில், இப்படி நான் சுற்றிச் சுழலுவதை விடுத்து நிலை பெறுவதற்கு எனக்கு அது உதவக்கூடும். திரும்பவும் பேனாவை எடுத்து எழுத வேண்டுமென்ற ஓர் ஆவல் என்னுள் எழுகிறது அது மட்டுமின்றி பல மாலைப் பொழுதுகளில் வேலை எதுவுமின்றி சும்மாயிருக்கிறேன். வேடிக்கை யாகவே இருக்கிறது, எப்படியோ பொழுதைப் போக்கலாமென்று இங்குள்ள மட்டரகமான ஒரு நூலகத்திலிருந்து போன் தெ கோக்கின் நாவல்களை (ஜெர்மன் மொழிபெயர்ப்புகள்!) வாங்கி வந்து என்னால் சகிக்க முடியாவிட்டாலும், படித்து வருகிறேன். இவற்றைப் போய்ப் படிக்கிறோமே என்று வியந்தவாறே படித்து வருகிறேன். கருத்தாழமுள்ள புத்தகங்களைப் படிக்கவும் கவனத்துக்குரிய எந்த வேலையிலும் ஈடுபடவும் எனக்கும் பயமாயிருக்கிறது – கடந்த நிகழ்ச்சிகளின் நினைவுகளால் வயப்படுத்தப்பட்டிருக்கும் நிலை தகர்ந்துவிடுமோ என்று பயமாயிருக்கிறது. இந்த அபத்தக் கனவும் என் மனத்துள் அது பதித்துச் சென்ற நினைவுகளும் எனக்கு உயிருக்கு உயிரானவைபோல் தோன்றுகின்றன. எந்தப் புதிய அனுபவத்தையும் அணுகாவிட்டால் அவை கலந்து புகையாய் மறைந்துவிடுமோ என்று நான் அஞ்சுகிறேன். பொய்யாகவே எனக்கு அவை உயிருக்கு உயிரானவைதானா? ஆம். சந்தேகமில்லை! நாற்பது

ஆண்டுகளுக்குப் பிற்பாடும் அவை என் நினைவில் பசுமையாய் இருக்குமே...!

ஆகவே நான் தொடர்ந்து எழுதிச் செல்கிறேன். ஆனால் யாவற்றையும் இனி நான் கொஞ்சம் சுருக்கமாகவே சொல்லி முடிக்கலாம் என்று நினைக்கிறேன் – ஏனெனில் மனப்பதிவுகள் முன்பு போல் அவ்வளவு வலிவுமிக்கனவாய் இல்லை...

முதலில் பாட்டியின் கதையைக் கூறி முடித்தாக வேண்டும். மறுதினம் பாட்டி தம் கையிலிருந்தது அனைத்தையும் இழந்து விட்டார். அப்படித்தான் நடைபெறும், அதுதான் இயற்கை. பாட்டி யைப் போன்றவர்கள் தவறிப்போய் இப்பாதையில் அடியெடுத்து வைத்தார்களாயின், குன்றின் உச்சியிலிருந்து சறுக்கி வருவது போல் மேலும் மேலும் வேகமாகவே சரிந்து செல்வார்கள். அன்று முழுதும் அந்தி எட்டு மணி வரை பாட்டி மேஜையை விட்டு நகராமல் ஆடினார். நான் அங்கே இல்லை, வாய்மொழி மூலம்தான் பிற்பாடு தெரிந்து கொண்டேன்.

அன்று முழுதும் ஆட்டக்கூடத்தில் பத்தாப்பிச் அவர் பக்கத்தில் நின்றிருந்தான். பாட்டிக்கு ஆலோசனை கூறி உதவிய போலீஸ் காரர்கள் பன்முறை ஆள் மாறிக் கொண்டிருந்தனர். முதலில் அவர் இதற்கு முன் தினம் முடியைப் பிடித்து உலுக்கிய அந்தப் போலீஸ்காரனை மீண்டும் தம்மிடமிருந்து விரட்டிவிட்டு இன்னொரு போலீஸ்காரனை உதவியாளாய் ஏற்றுக் கொண்டார். ஆனால் இந்த இரண்டாவது ஆள் முன்னவனைக் காட்டிலும் பெரிய மோசடிக்காரன் என்பது தெரிந்தது. உடனே பாட்டி இரண்டாவது ஆளை விரட்டி விட்டு முதலாவது போலீஸ்காரனையே மீண்டும் ஏற்றுக் கொண்டார். விரட்டப்பட்ட பிறகும் இந்த முதலாவது ஆள் அங்கிருந்து போய்விடாமல் பாட்டியின் நாற்காலிக்கு அருகேதான் நின்று இடையிடையே பாட்டிக்கு முன்னால் தலையை நீட்டிக் கொண்டிருந்தான். முடிவில் பாட்டி என்ன செய்வதென்று புரியாமல் ஆத்திரப்பட்டுக் கொண்டார், ஏனெனில் இரண்டாவது போலீஸ்காரனும், விரட்டப்பட்ட பிறகும் அங்கிருந்து போக மறுத்து விட்டான். ஒருவன் பாட்டிக்கு வலப்புறத்திலும், மற்றொருவன் இடப்புறத்திலுமாய் நின்று கொண்டுவிட்டனர். இருவரும் எந்நேரமும் பணயங்கள் குறித்து சண்டை போட்டுக் கொண்டனர், போலீஸ் மொழியில் எல்லா வகையான கெட்ட பெயர்களையும் சொல்லி ஒருவரையொருவர் திட்டிக் கொண்டனர். பிறகு ராசியாகி வரை முறையின்றி பணத்தை அங்கும் இங்கும் வைத்தனர். சண்டை போட்டுக் கொண்டபோது அவரவரும் தத்தமது பக்கத்தில், உதாரண மாய் ஒரு ஆள் சிவப்பிலும் மற்றொருவன் கறுப்பிலும் வைத்தனர். இவ்விதம் குழப்படி செய்து பாட்டியைத் திணறடித்தனர். முடிவில் பாட்டி பொறுக்க மாட்டாமல் கண்கலங்கிய நிலையில் ஆட்டத் தலைமை நிர்வாகியிடம் முறையிட்டுத் தம்மைப் பாதுகாக்குமாறும்,

இவர்கள் இருவரையும் வெளியே அனுப்புமாறும் கேட்டுக் கொண்டார். உடனே இருவரும் அவர்கள் எழுப்பிய கூச்சல்களையும் கூப்பாடுகளையும் மீறி வெளியேற்றப்பட்டனர். பாட்டி தமக்குப் பணம் தந்தாக வேண்டுமென்றும், அவர் தம்மை ஏமாற்றி விட்டதாகவும் தம்மை அவமதித்து விட்டதாகவும் இழிவாய் நடத்தியதாகவும் இருவருமாய்ச் சேர்ந்து கத்தினர். பாவம் பத்தாப்பிச் அன்று இரவு பாட்டி யாவற்றையும் இழந்த பிறகு இந்த விவரங்களை எல்லாம் என்னிடம் சொல்லிக் கண்ணீர் விட்டான். ரெண்டு போலீஸ்காரர்களும் பணத்தைக் களவாடித் தம் பைகளில் திணித்தும் கொண்டார்கள் என்றான். வெட்கம் மானமின்றி பாட்டியிடமிருந்து நிமிடம் தவறாமல் பணத்தைத் திருடிப் பையில் போட்டுக் கொண்டதை தான் நேரில் பார்த்ததாய்ச் சொன்னான். உதாரண மாய், அவர்களில் ஒருவன் அதுவரை பாட்டிக்குத் தான் செய்த வேலைகளுக்காகத் தனக்கு ஐம்பது கூல்டின் தர வேண்டுமென்று கேட்டு வாங்கி, உடனே அந்தப் பணத்தைப் பாட்டியின் பணயத்துக்கு அருகே வைத்தான். பாட்டி வெற்றி பெற்றதும் வென்ற பணயம்தான் தன்னுடையது. தோற்றது பாட்டியினுடையது என்று கூச்சலிட்டான். இவர்கள் இருவரும் வெளியேற்றப்பட்டபோது, பத்தாப்பிச் முன் வந்து அவர்களுடைய பைகள் நிறைய பொற்காசுகள் இருந்ததைச் சொன்னவுடன், உடனே சோதித்துப் பார்க்கும்படித் தலைமை ஆட்ட நிர்வாகியிடம் பாட்டி கேட்டுக் கொண்டார். போலீசார் அங்கே வந்து அந்தப் போலீஸ்காரர்களுடைய கூப்பாடுகளையும் மீறி (இருவரும் கைப்பிடியில் சிக்கிய இரு சேவல்களைப் போலத்தான் ரகளை செய்தனர்) இவர்களுடைய பைகளைக் காலி செய்து பணத்தைப் பாட்டியிடம் கொடுத்தனர். கையிலிருந்த பணம் பூராவையும் பாட்டி இழக்கும் வரை ஆட்ட நிர்வாகிகளிடமும் காஸினோ நிர்வாகத்தினர் அனைவரிடத்தும் அன்று முழுதும் அவருக்குச் செல்வாக்கு இருக்கவே செய்தது. அவருடைய புகழ் சிறிது சிறிதாய் நகரம் முழுதும் பரவிவிட்டது. இந்த ஆரோக்கிய இடத்துக்கு வந்திருந்தவர்கள் எல்லோரும், எல்லா இனத்தவர்களும், மேல் மட்டத்திலிருந்து அடிமட்டம் வரையிலான அனைவரும் "லட்சம் லட்சமாய்" இழந்துவரும் இந்த "வயது முதிர்ந்த ருஷ்யக் கோமகளைப்" பார்ப்பதற்காக வந்து சென்றனர்.

இரண்டு போலீஸ்காரர்களையும் வெளியேற்றியதால் பாட்டிக்கு அதிக லாபம் ஒன்றும் இல்லை. பணியாள் மாதிரியான சாயல் இருந்தாலும் கனவான் மாதிரி உடுத்தி, நன்றாய் ருஷ்யன் பேசிய மூன்றாவது போலீஸ்காரர் ஒருவர், அவர்களுக்குப் பதிலாய்ப் பாட்டியிடம் வந்து சேர்ந்தார். பெரிய மீசையும் மிகுந்த ஆணவமுங் கொண்ட அவரும் பாட்டிக்கு சலாம் போட்டார். பாட்டியின் ஆடை முனையைத் தொட்டு முத்தமிட்டார். அதேபோதில் சுற்றிலும் இருந்தோரை அதிகாரம் செய்து ஆடம்பரமாய் உத்தரவிட்டுக்

கொண்டிருந்தார். மொத்தத்தில் அவர் ஊழியராய்ச் சேவை செய்வதற்குப் பதில் பாட்டியின் பணத்தில் சல்லிக் காசுகூட எடுக்கக் கூடியவரல்ல என்றும் பலமாய்ச் சத்தியம் செய்தார். அடிக்கடி அவர் இவ்வாறு சத்தியம் செய்ததும் பாட்டிக்கு அச்சம் உண்டாகி விட்டது. ஆனால் இந்தப் போலீஸ் கனவானால் ஆரம்பத்தில் பாட்டிக்குச் சிறிது அதிர்ஷ்டம் திரும்பி வெற்றி கிடைக்கத் தொடங்கியதால் இவரை வேண்டாமென்று விரட்ட பாட்டிக்கு மனம் வரவில்லை. முன்பு காஸினோவிலிருந்து விரட்டப்பட்ட முதல் இரு போலீஸ்காரர்களும் ஒரு மணி நேரத்துக்குப் பிற்பாடு மீண்டும் பாட்டியின் நாற்காலிக்குப் பின்னால் வந்து நின்று, பாட்டிக்குச் சிற்றேவலேனும் செய்ய அனுமதிக்க வேண்டுமென மன்றாடினர். பத்தாப்பிச் சத்தியம் செய்யத் தயாராயிருந்தான்: மூன்றாவது "போலீஸ்காரக் கனவான்" இவர்கள் இருவருடனும் கண்சிமிட்டிக் கொண்டதோடு, இவர்களிடம் எதையோ கொடுக்கவும் செய்தார் என்றான். பாட்டி எதுவும் சாப்பிடாமல் அவ்விடத்தை விட்டு நகராமலே இருந்ததால், இப்போலீஸ்காரர்களில் ஒருவன் மெய்யாகவே உதவியாய் இருந்தான்: பக்கத்திலிருந்து காஸினோ சிற்றுண்டி சாலைக்கு ஓடி ஒரு கப் இறைச்சி சூப்பும் பிற்பாடு தேநீரும் வாங்கி வந்து தந்தான். இருவரும் போட்டி போட்டுக் கொண்டு இந்த வேலையைச் செய்ய ஓடினர். பிற்பகல் முடிவில் பாட்டி யாவற்றையும் இழந்து தமது கடைசி நோட்டை வைத்து ஆடப் போகிறார் என்பது தெரிந்ததும், அறுவருக்குக் குறையாத போலீஸ்காரர்கள், இதன் முன் கண்டோ கேட்டோ அறியப் படாதவர்கள், பாட்டியின் நாற்காலிக்குப் பின்னால் நின்றிருந்தனர். ஆனால் பாட்டி தமது கடைசிக் காசை இழந்து கொண்டிருந்தபோது, இவர்களில் யாருமே பாட்டியைப் பற்றி கவலைப்பட்டுக் கொள்ள வில்லை; அவர் உட்கார்ந்திருப்பதைப் பொருட்படுத்தாமலே, அவர் தலைக்கு மேல் எம்பி மேஜையில் இருந்த காசைப் பற்றிக் கொண்டு பணயம் வைத்து ஒருவரையொருவர் அதிகாரம் பண்ணிக் கூச்சலிட்டு வாதப் பிரதிவாதம் புரிந்து கொண்டனர். அந்தப் போலீஸ் கனவானை இவர்கள் தமது சகாவை அழைப்பதுபோல் அழைத்து மிகவும் சகஜமாய் அவருடன் பேசிக் கொண்டனர். அந்தக் கனவானும் பாட்டி இருப்பதையே மறந்துவிட்டவர் போல நடந்து கொண்டார். பாட்டி அனைத்தையும் இழந்து அந்தி எட்டு மணிக்கு ஹோட்டலுக்குத் திரும்பியபோது கூட மூன்று அல்லது நான்கு போலீஸ்காரர்கள் அவரை விட கூடவே ஓடி, உச்சத் தொண்டையில் கூச்சலிட்டு, பாட்டி தம்மை ஏமாற்றிவிட்டதாகவும் தமது பணத்தைத் திருப்பி தர வேண்டுமென்றும் ஓயாது கத்தினார்கள். ஹோட்டலை வந்தடையும் வரை இந்தக் கூத்து நடைபெற்றது; முடிவில் ஹோட்டலை அடைந்ததும் அவர்கள் விரட்டியடிக்கப்பட்டனர்.

பத்தாப்பிச்சின் கணக்குகளின்படி பாட்டி இதற்கு முந்திய நாள் இழந்த பணத்தைச் சேர்க்காமல், அன்று மொத்தம் தொண்ணூறு ஆயிரம் ரூபிள் வரை இழந்துவிட்டார். ஒன்றன்பின் ஒன்றாய்த் தம்மிடமிருந்த எல்லாப் பத்திரங்களையும் – ஐந்து சதவீதப் பத்திரங்கள், உள்நாட்டுக் கடன் நோட்டுகள், சீட்டுகள் – மாற்றி விட்டார். ஏழு, எட்டு மணி நேரமாய் மேஜையை விட்டு அகலாமல் எப்படி அவரால் அப்படியே நாற்காலியில் உட்கார்ந்திருக்க முடிந்ததென்று நான் ஆச்சரியம் தெரிவிக்கப் போனேன். ஆனால் பத்தாப்பிச் மூன்று முறை அவர் மெய்யாகவே ஜெயிக்க ஆரம்பித்தார் என்று கூவினான். மீண்டும் நம்பிக்கை தளிர்விட்டு வளரவே அவரால் விலகி வர முடியவில்லை. சூதாடுகிறவர் அப்படி இப்படித் திரும்பாமல் இராப் பகலாய் ஒரே இடத்தில் அசையாமல் அமர்ந் திருப்பார் என்பது சூதாடிகள் எல்லோரும் நன்கறிந்த விஷயம்.

இதற்கிடையில் ஹோட்டலில் மிகவும் முக்கியமான நிகழ்ச்சிகள் நடைபெற்று வந்தன. அன்று காலையிலேயே, பாட்டி தமது அறைகளை விட்டுப் புறப்படுமுன் பதினொரு மணிக்குள்ளாகவே, நமது ஆட்கள் – அதாவது ஜெனரலும் தெ கிரியேயும் – கடைசித் தடவையாய் முயன்று பார்த்துவிடுவதென்று தீர்மானம் செய்தனர். பாட்டி ஊருக்குத் திரும்புவதாயில்லை. அதற்குப் பதில் மீண்டும் காஸினோவுக்குப் புறப்படத் தயாராகி வருகிறார் என்பது தெரிந்ததும், நமது கூட்டத்தினர் (பலீனாவைத் தவிர்த்து ஏனைய எல்லோரும்) இறுதியாகவும் ஒளிவு மறைவின்றியும் பேசுவதற்காகப் பாட்டியிடம் சென்றனர். தமக்கு ஏற்படக்கூடிய பயங்கர விளைவுகளை நினைத்து நடுங்கிய ஜெனரல் கொஞ்சம் மிதமிஞ்சியே பேசிவிட்டார். அரை மணி நேரம் பாட்டியிடம் எவ்வளவோ வேண்டியும் மன்றாடியும் பார்த்தார்; யாவற்றையும் ஒப்புக் கொண்டு விடும் அளவுக்கு– அதாவது தமது கடன்களையும், மத்மாசேல் பிளான்ஷுக்குத் தாம் உள்ளத்தைப் பறி கொடுத்துவிட்டதையும் மறைக்காமல் ஒப்புக் கொண்டுவிடும் அளவுக்கு – சென்று பார்த்தார் (அப்படி அவர் அறவே மதி இழந்துவிட்டார்); பிறகு திடுமென மிரட்டும் குரலில் பேச முற்பட்டு ஒரே அடியாய்ச் சப்தம் போட்டார், தரையிலே காலைத் தட்டிப் பாட்டியை அதட்டினார். குடும்பத்தின் கௌர வத்துக்கே பாட்டி நாசம் விளைவிக்கிறார். ஊர் சிரிக்கச் செய்கிறார் என்றும், முடிவில்... முடிவில் 'ருஷ்யப் பெயரை அல்லவா இழிவு படுத்துகிறீர்கள், நீங்கள்!' என்றும் கத்தினார். "போலீஸ் எதற்காக இருக்கிறதென நினைக்கிறீர்கள்?" என்று மிரட்டினார். இறுதியில் பாட்டி அவரைத் தடிக்கம்பால் (ஆம், மெய்யான தடிக் கம்பால்) வெளியே விரட்டியடித்தார். திரும்பவும் அன்று காலை ஜெனரலும் தெ கிரியேயும் இரண்டொரு தரம் கூடி ஆலோசனை செய்தனர். என்ன சொல்லிப் போலீசை அழைத்துவரலாம் என்பதே அவர்கள் விவாதித்த பிரதான பிரச்சினை. சிறப்புக்குரிய, ஆனால் பரிதாபமான

இந்த வயது முதிர்ந்த சீமாட்டிக்குச் சித்தம் கலங்கிவிட்டது, சல்லிக்காசு பாக்கியில்லாமல் சொத்துக்களைச் சூதாடித் தொலைக் கிறார் என்று புகார் செய்யலாமா? எவ்வழியிலாவது பாட்டி மேற் பார்வைக்கு உட்படுத்தப்படும்படி, தடை விதிக்கப்படும்படி ஏற்பாடு செய்ய முடியாதா? ஆனால் தெ கிரியே தோள்களை உலுக்கிக் கொண்டு ஜெனரலைப் பார்த்து ஏளனமாய்ச் சிரித்தார். ஜெனரல் தமது வரவேற்பறையில் மேலும் கீழுமாய் நடந்தபடி என்ன பேசுகிறோம் என்று தெரியாமலே தொடர்ந்து தொணதொணத்துக் கொண்டிருந்தார். முடிவில் தெ கிரியே கையை உதறிவிட்டு அங்கிருந்து போனவர்தான், எங்கோ மறைந்துவிட்டார். மத்மாசேல் பிளான்ஷுடன் முக்கியமான இரகசிய சம்பாஷணை நடத்திவிட்டு ஹோட்டலை விட்டே போய்விட்டாரென்று அன்று மாலை தெரிய வந்தது. மத்மாசேல் பிளான்ஷும் அன்று காலையிலேயே இறுதி நடவடிக்கைகளை எடுத்துக் கொண்டாள். ஜெனரலை அறவே புறக்கணித்து விட்டாள். அவரைக் கண்ணெடுத்தும் பார்க்க மறுத்து விட்டாள். ஜெனரல் அவளைப் பின்தொடர்ந்து காஸினோவுக்கு ஓடி, அங்கே அவள் அந்தக் கோமகனுடன் கைகோர்த்துச் செல் வதைக் கண்டபோது, அவளும் சரி, மதாம் தெ கமேன்ஷும் சரி அவரைக் கண்டு கொள்ளவே இல்லை. அந்தக் கோமகன் அவருக்குப் பதில் வணக்கம்கூட தெரிவிக்கவில்லை. அன்று முழுதும் மத்மாசேல் பிளான்ஷ் அந்தக் கோமகனை எடைபோட்டு மதிப்பிடவும், அவரை மனம் திறந்து பகிரங்கமாய்ப் பேசச் செய்யவும் முயன்று கொண்டி ருந்தாள். அந்தோ, பாவம்! அவள் போட்டிருந்த கணக்குகள் பரிதாப கரமாய்த் தகர்ந்துவிட்டன! அந்தச் சிறிய சோக நிகழ்ச்சி அன்று மாலையே நடைபெற்றது. கோமகன் சல்லிக் காசு இல்லாதவர், பத்திரம் எழுதிக் கொடுத்து அவளிடம் கடன் வாங்கி ருலெட் ஆடலாமென நினைத்தவர் என்பது திடுமென அம்பலமாயிற்று. கடுங்கோபம் கொண்டு பிளான்ஷ் அவரை விரட்டியடித்துவிட்டுத் தனது அறைக் கதவை மூடித் தாளிட்டுக் கொண்டாள்.

அன்று காலை மிஸ்டர் அஸ்ட்லேயிடம் போயிருந்தேன்; இல்லை, காலை முழுதுமே அவரைத் தேடியலைந்துவிட்டு எங்கும் காண முடியாமல் திரும்பினேன். அறைகளிலும் இல்லை, காஸினோவிலும் இல்லை, பூங்காவிலும் இல்லை. அன்று அவர் தமது ஹோட்டலில் சாப்பிடவில்லை என்பதும் தெரிந்தது. பிறகு பிற்பகல் ஐந்து மணிக்கு அவர் ரயில் நிலையத்திலிருந்து வேகமாய் 'ஹோட்டல் தெ ஆங்கிலித்தேருக்கு' வருவதைக் கண்டேன். அவசரப்படுகிறவராகவும் எதைப் பற்றியோ ஆழ்ந்த ஆலோசனை செய்கிறவராகவும் தோன்றினார். ஆனால் அவர் முகத்தில் கவலையின் சாயலோ, எந்த விதமான அமைதியின்மையோ தென்படவில்லை. வழக்கம்போல் "ஆகா!" என்று கூவியவாறு நேசக்கரம் நீட்டி கை குலுக்கினார், ஆனால் நடையின் வேகத்தை

மட்டும் குறைத்துக் கொள்ளவில்லை. நானும் திரும்பி அவருடன் சேர்ந்து நடந்தேன். ஆனால் தொடர்ந்து நான் கேள்விகள் கேட்க முடியாத முறையில் எனக்குப் பதிலளிக்க அவருக்குத் தெரிந்திருந்தது. தவிரவும் அவரிடம் பலீனாவைப் பற்றிய பேச்சை எடுப்பதற்கு எனக்கு என்னமோ மிகவும் சங்கடமாயிருந்தது. அவரும் அவளைப் பற்றி ஒரு வார்த்தை கூட பேசவில்லை. பாட்டியைப் பற்றி அவரிடம் சொன்னேன். கவனமாகவும் கருத்துடனும் கேட்டிருந்துவிட்டுத் தோள்களை உலுக்கிக் கொண்டார்.

“அனைத்தையும் அவர் இழக்கவே போகிறார்” என்றேன்

“ஆமாம்” என்று மிஸ்டர் அஸ்ட்லே பதிலளித்தார். “நான் போகுமுன், அவர் காஸினோவுக்குச் சென்றதைப் பார்தேன். இழக்கத் தான் போகிறார் என்று நினைத்தேன். நேரே காஸினோவுக்குப் போய் அவர் ஆடுவதைப் பார்க்க வேண்டுமென்று இருக்கிறேன், சுவையாய் இருக்கும்...”

“எங்கே போயிருந்தீர்?” – இதுவரை இக்கேள்வியைக் கேட்க வேண்டுமென எனக்கு ஏன் தோன்றவில்லை என்று வியந்தவாறு அவரைக் கேட்டேன்.

“பிரான்க்பர்ட்டுக்குப் போயிருந்தேன்.”

“சொந்த வேலையா?”

“ஆம், சொந்த வேலை.”

இதற்குமேல் நான் என்ன கேட்பது? தொடர்ந்து நான் அவருடன் சென்று கொண்டிருக்கையில், அவர் எங்கள் பாதையில் இருந்த “நான்கு பருவம்” ஹோட்டலை நோக்கித் திடுமெனத் திரும்பி, என்னைப் பார்த்துக் குனிந்து வணக்கம் கூறிவிட்டு அதனுள் மறைந்தார். நான் ஹோட்டலுக்குத் திரும்பி வருகையில் சிறிதுசிறிதாக உணரலானேன்; இந்த ஆளுடன் இரண்டு மணி நேரம் பேசியிருந்தாலும்கூட, இவரிடமிருந்து எதுவும் தெரிந்து கொண்டிருக்க முடியாது, ஏனெனில்... ‘இவரிடம் நான் என்ன கேட்க முடியும்? ஆம், என் நிலைமை அப்படிப்பட்டது! மனதில் இருந்ததைக் கேள்வியாய்க் கேட்க முடியாதவனாய் இருந்தேன்!

அன்று முழுதும் பலீனா குழந்தைகளுடனும் தாதியுடனும் சேர்ந்து பூங்காவில் உலாவிக் கொண்டிருந்தாள், அல்லது ஹோட்டல் அறைக்குள்ளேயே இருந்தாள். பல நாட்களாகவே அவள் ஜெனரலை அதிகம் சந்திக்காமல் ஒதுங்கியிருந்து வந்தாள். அவருடன் அவள் பேசுவதுகூட இல்லை, அதாவது எந்த முக்கிய விவரம் குறித்தும் பேசுவதில்லை. இதை நான் பல நாட்களாகவே கவனித்து வந்தேன். ஆனால் இன்று ஜெனரலின் நிலை எப்படிப்பட்டதாய் இருந்தது என்பதை அறிந்த நான், இனியும் அவர் அவளை அணுகாது விலகியிருக்க முடியாது, எப்படியும் அவர்களிடையே குடும்ப

விவகாரங்களைப் பற்றிய முக்கியப் பேச்சுக்கள் நிச்சயம் நடைபெறும் என்று நினைத்தேன். ஆனால் மிஸ்டர் அஸ்ட்லேயுடன் பேசிவிட்டு நான் ஹோட்டலுக்குத் திரும்புகையில் பலீனாவையும் குழந்தைகளைச் சந்திக்க நேர்ந்தபோது, அவளுடைய முகம் அப்படியே அமைதியின் உருவாய் இருக்கக் கண்டேன். குடும்பக் கலவரங்கள் அவளை மட்டும் சீண்டாமல் சென்றுவிட்டனவோ என்று நினைக்கும்படி அப்படி அவள் கவலையற்றவளாய்த் தோன்றினாள். நான் முகமன் கூறியதும் வாய் திறந்து பதிலளிக்காமல் தலையை ஆட்டிக் கொண் டாள். கடுப்பும் வேதனையும் மிக்கவனாய் நான் என் அறைக்குப் போய்ச்சேர்ந்தேன்.

சில நாட்களாய் நான் அவளை அதிகம் சந்திக்காமலும் பேசாமலும் தொலைவிலேயே இருந்து வந்தேன் என்பது மெய்தான். உர்மெர்கெல்ம் தம்பதிகளுடன் நடைபெற்ற அந்தச் சம்பவத்துக்குப் பிற்பாடு நான் அணுகவே இல்லை. என்னைப் பொறுத்தவரை இது வெறும் வெளிவேஷமே அன்றி வேறல்ல. ஆயினும் நாட்கள் செல்லச் செல்ல என்னுள் மேலும் மேலும் கடுமையாய் மெய்யான சீற்றம் பொங்கிற்று. காலால் மிதித்து அவமதிக்கவும், என் உள்ளத்தில் இருந்ததை நான் எடுத்துரைத்ததை இப்படி அலட்சியப்படுத்தவும் அவளுக்கு எந்த உரிமையும் இல்லை. நான் அவளை மெய்யாகவே காதலித்ததை அவள் நன்கு அறிவாள். நான் காதலித்தது பற்றி அவளிடம் பேசுவதற்கு அனுமதித்து வந்தாளே. மெய்தான், வினோத முறையில்தான் எங்களிடையே உறவுகள் ஆரம்பமாயின. நீண்ட நாட்களுக்கு முன்பு, சுமார் இரண்டு மாதங்களுக்கு முன்பு, என்னை அவள் தனது நண்பனாக்கிக் கொள்ள, அந்தரங்க ஆலோசகனாக்கிக் கொள்ள விரும்பியதையும், இத்திசையிலே பூர்வாங்க முயற்சிகளைச் செய்து பார்த்ததையும் நான் கவனித்து வந்தேன். ஆனால் என்ன காரணத்தாலோ அப்பொழுது இந்த விருப்பம் ஈடேறவில்லை. அதற்குப் பதில் எங்களது தற்போதைய வினோத உறவுகள் தோன்ற லாயின. இப்படித்தான் நான் அவளுடன் என் உள்ளத்து உணர்ச் சிகள் குறித்துப் பேச முற்பட்டேன். ஆனால் என்னுடைய காதல் அவளுக்குப் பிடிக்கவில்லை என்றால் ஏன் அவள் அதைப்பற்றி பேச எனக்கு இடமளித்துக் கொண்டிருந்தாள்? ஏன் அவள் என்னைத் தடுக்காமல் இருந்தாள்?

அவள் தடுக்கவில்லை என்பது மட்டுமல்ல, அதைப் பற்றிப் பேசும்படி சில சமயங்களில் அவளே என்னைத் தூண்டிவிட்டும் வந்தாள். என்னைக் கேலி செய்வதற்காக அப்படி அவள் தூண்டி விட்டிருக்க வேண்டும். நான் சொல்வது பூராவையும் கேட்டிருந்து விட்டு, சகிக்கமுடியாத அளவுக்கு என்னைச் சங்கடப்படுத்தி ஆத்திரமடையச் செய்துவிட்டு, பிறகு திடுமென என்னை வெறுத்தும் அலட்சியப்படுத்தியும் சித்திரவதை செய்து மகிழ்வாள். இவளில் லாமல் என்னால் வாழ முடியாதென்பது அவளுக்குத் தெரிந்திருந்தும்

இப்படிச் செய்து வந்தாள். கோமகனுடன் நடைபெற்ற அந்த நிகழ்ச்சிக்குப் பிற்பாடு மூன்று நாட்கள் கழிந்துவிட்டன. எங்களது பிரிவை என்னால் அதற்குமேல் சகிக்க முடியவில்லை. காஸினோவுக்கு அருகே அவளை நான் சந்தித்தபோது என் இதயம் அப்படிப் படபடத்துக் கொண்டது, முகம் வெளிறிட்டுவிட்டது. அவளாலும் நான் இல்லாமல் இருக்க முடியாது. நான் அவளுக்குத் தேவையாய் இருந்தேன் – வெறும் விதூஷகனாய் மட்டும்தானா தேவையாய் இருந்தேன்!

அவளிடம் ஏதோ இரகசியம் இருந்தது. அதில் சந்தேகமில்லை. பாட்டிக்கும் அவளுக்குமிடையே நடைபெற்ற உரையாடல் என் நெஞ்சைப் பிளப்பதாயிருந்தது. என்னுடன் ஒளிவு மறைவின்றி மனம் விட்டுப் பேசும்படி ஆயிரம் தரம் நான் அவளுக்குச் சவால் விட்டிருப்பேன். அவளுக்காக நான் உயிரை விடத் தயாராயிருந்தது அவளுக்குத் தெரிந்ததுதான். ஆனால் எப்பொழுதும் அவள் என்னை வெறுத்து ஒதுக்கியே வந்தாள். உயிர்த் தியாகம் புரியத் தயாராயிருந்த என்னை கோமகனுடன் நடைபெற்றது போன்ற கூத்துகளில் ஈடுபடுமாறு செய்தாள். கொடுமையிலும் கொடுமை அல்லவா இது? அவளுக்கு அனைத்து உலகும் அந்தப் பிரெஞ்சுக்காரருடன் முடிவுற்றா விடுகிறது? பிறகு மிஸ்டர் அஸ்ட்லே வேறு இருக்கிறார்! எனக்கு எதுவும் புரியவில்லையே! அடேயப்பா, நான் எப்படியெல்லாம் துன்பப்பட்டு வந்தேன்!

என் அறைக்குத் திரும்பியதும் வெறி கொண்டவனாய்ப் பேனாவை எடுத்து அவளுக்கு நான் பின்வருமாறு எழுதினேன்:

“பலீனா அலெக்சாந்திரவ்னா, தகர்வுக் கட்டம் வந்துவிட்டது; இதனால் நீயும் பாதிக்கப்படுவாய் என்பது எனக்குத் தெளிவாகவே தெரிகிறது. கடைசித் தடவையாய்க் கேட்கிறேன்: என்னுடைய உயிர் உனக்குத் தேவையா, இல்லையா? எவ்விதத்திலும் தேவையாய் இருந்தால் ஒரு வார்த்தை சொல்லு போதும். தற்போது நான் பெரும் பகுதி நேரம் என் அறையிலேதான் இருப்பேன். வெளியே எங்கும் செல்லப் போவதில்லை. நான் உனக்குத் தேவைப்பட்டால் எழுதியனுப்பு அல்லது சொல்லியனுப்பு.”

இந்தக் குறிப்பை முத்திரையிட்டு ஒட்டி ஹோட்டல் பணியாளிடம் கொடுத்து நேரே அவளிடம் தரும்படி அனுப்பினேன். நான் பதிலை எதிர்பார்க்கவில்லை. ஆனால் சில நிமிடங்களில் அந்தப் பணியாள் என்னிடம் திரும்பி வந்து “வணக்கம் தெரிவிக்கச் சொன்னார்கள்” என்றான்.

ஏழு மணி இருக்கும், ஜெனரல் என்னைக் கூப்பிட்டு அனுப்பினார்.

வெளியே செல்வதற்குத் தயாராய் உடுத்திக்கொண்டு ஜெனரல் அவருடைய வரவேற்பு அறையில் இருக்கக் கண்டேன். அவருடைய தொப்பியும் கைப் பிரம்பும் சோபாவின் மேல் இருந்தன. நான்

உள்ளே சென்றபோது தலையைத் தொங்கப் போட்டுக்கொண்டு கால்களை விரித்து வைத்து அறையின் நடுவில் நின்று தமக்குத் தாமே பேசிக் கொண்டிருந்தார். என்னைப் பார்த்ததும் கூச்சலிட்டு என்னிடம் ஓடி வரவே என்னை அறியாமலே நான் ஓரடி பின்னால் நகர்ந்து வெளியே ஓடத் தயாராயிருந்தேன். ஆனால் அவர் எனது இரு கைகளையும் பிடித்து என்னை சோபா அருகே இழுத்துச் சென்றார். அவர் சோபாவில் உட்கார்ந்து கொண்டு என்னை அவருக்கு நேர் எதிரே ஒரு நாற்காலியில் உட்கார வைத்தார். என் கைகளை விடாமலே, கண்ணிமைகளில் திடுமெனக் கண்ணீர் பளிச்சிட, உதடுகள் நடுங்கித் துடிக்க கெஞ்சும் குரலில் என்னை வேண்டிக் கொண்டார் :

"அலெக்சேய் இவானவிச், என்னைக் காப்பாற்றும். என்னைக் காப்பாற்றும்! மனம் இரங்கி எனக்குக் கருணை காட்டும்!"

அவர் சொன்னதைப் புரிந்துகொள்ள எனக்கு நெடு நேர மாயிற்று. "எனக்கு இரக்கம் காட்டும், இரக்கம் காட்டும்" என்று திரும்பத் திரும்ப அவர் கூறிக் கொண்டிருந்தார். முடிவில் நான் ஒருவாறு நிலைமையைப் புரிந்து கொண்டேன். என்னிடம் ஆலோசனை கேட்க விரும்புகிறார், அல்லது எல்லோராலும் கைவிடப்பட்டு, வருத்தமும் பீதியும் மேலிட்டுவிட்ட நிலையில் என்னைப் பற்றி ஞாபகம் வரவே, என்னைக் கூப்பிட்டு தமது ஆற்றாமை அடங்கும் பொருட்டு என்னுடன் பேசுகிறாரென்பதைப் புரிந்து கொண்டேன்.

அவர் மதிமயங்கிய நிலையில் இருப்பதாய், அல்லது வெகுவாய்த் திகைத்துப் போயிருப்பதாய் நினைத்தேன் நான். கைகளைக் கூப்பிக் கொண்டு அவர் என் எதிரே மண்டியிட்டு என்னை மன்றாடிக் கேட்டுக் கொள்ள முற்படும் நிலையில் இருந்தார். என்ன நினைக் கிறீர்கள்? – உடனே நான் மத்மாசேல் பிளான்ஷிடம் சென்று அவளுக்கு அறிவுறுத்த வேண்டும், ஜெனரலிடம் திரும்பிவிடும்படி, அவரை மணந்து கொள்ளும்படிச் செய்ய வேண்டுமென்று என்னை வேண்டிக்கொள்ள விரும்பினார் அவர்.

"ஜெனரலே, என்ன இது? மத்மாசேல் பிளான்ஷ் என்னைத் தன் கால் தூசியாகவுங்கூட கருதுவதில்லையே! நான் போய் என்ன செய்ய முடியும்?" என்று வியந்து கூவினேன்.

ஆனால் என்ன ஆட்சேபம் செய்தும் எந்தப் பயனும் இல்லை. நான் கூறியதை அவர் புரிந்து கொள்ளவில்லை. எந்தத் தொடர்பு மின்றி பேசிக் கொண்டிருந்தார். பாட்டியைப் பற்றி ஏதோ சொல்லி ஆவேசமாய்க் கத்தினார். போலீசுக்குச் சொல்லி அனுப்ப வேண்டு மென்ற எண்ணம் இன்னும் அவரை விட்ட அகலவில்லை.

"நம் நாடாயிருந்தால்" என்று அவர் மீண்டும் கோபாவேசமாய்ப் பேசினார். "நம் நாடாயிருந்தால், அதாவது நன்கு அமைந்த அரசாய்

இருந்தால், தக்க அதிகாரிகள் இருப்பார்கள். இம்மாதிரியான ஒரு கிழவிக்கு உடனே காப்பாளர்கள் நியமிக்கப்படுவார்கள். ஆம், அப்படித்தான் ஐயா நடைபெறும்!" என்று திடுதிப்பென எழுந்து அறையில் மேலும் கீழுமாய் நடந்து ஏசும் குரலில் தொடர்ந்து பேசினார். "உமக்குத் தெரியாது, ஐயா, தெரியாது!" அங்கே மூலையில் இருப்பதாய் அவர் கற்பனை செய்து கொண்ட "ஐயா"வைப் பார்த்துப் பேசுவது போல் கூறினார். "ஆனால் நீர் தெரிந்து கொள்வீர்... ஆம்... நம் நாட்டில் இத்தகைய கிழவிகளை எப்படிக் கட்டுப்பாடு செய்வதென்று எங்களுக்குத் தெரியும்... ஆமாம், எங்களுக்குத் தெரியும்... நாசமாய்ப் போக!"

மீண்டும் சோபாவில் உட்கார்ந்து கொண்டார். அடுத்த நிமிடமே அழாக் குரலில் என்னிடம் சொன்னார்: மத்மாசேல் பிளான்ஷ் தம்மை மணம் புரிந்து கொள்ளப் போவதில்லை, ஏனென்றால் தந்திக்குப் பதில் பாட்டியே வந்துவிட்டார், தமக்குச் சொத்துக்கள் கிடைக்கப் போவதில்லை என்பது தெளிவாகிவிட்டது என்றார். இதைப்பற்றி எனக்கு ஒன்றும் தெரியாதது போலப் பேசினார். தெ கிரியேயைப் பற்றி நான் ஏதோ சொல்ல முயன்றேன், ஆனால் கையை ஆட்டி அவர் என்னைத் தடுத்தார். "அவர் போய் விட்டார், என் சொத்துக்கள் யாவும் அவரிடம் அடமானத்தில் இருக்கின்றன. நான் போண்டியாகிவிட்டேன். நீர் கொண்டுவந்து கொடுத்த பணத்தில், அது எவ்வளவு என்று தெரியவில்லை, எழுநூறு பிராங்க் எஞ்சியிருக்கிறது... அவ்வளவுதான் என்னிடம் இருக்கும் பணம். அதுவும் போனபின் – எனக்குத் தெரியாது எனக்குத் தெரியாது..."

"ஹோட்டல் பில்களை எப்படித் தரப் போகிறீர்கள்?" என்று நான் பீதியுற்றுக் கத்தினேன். "இனி... இனி என்ன செய்யப் போகிறீர்கள்?"

அவர் சிந்தனையில் ஆழ்ந்தவராய்த் தோன்றினார். நான் சொன்னதைப் புரிந்து கொண்டதாய்த் தெரியவில்லை. என் பேச்சு அவர் காதுகளுக்கு எட்டாமலும் இருந்திருக்கலாம். பலீனா அலெக் சாந்திரவ்னாவையும் குழந்தைகளையும் பற்றி பேச முயன்றேன். அவசரமாய் "ஆம், ஆம்" என்று சொல்லிவிட்டு அவர் கோமகனைப் பற்றி பேச முற்பட்டார். கோமகன் மத்மாசேல் பிளான்ஷுடன் போய்விடுவார்... "பிறகு என் கதி என்னாவது? அலெக்சேய் இவானவிச், என்னாவது சொல்லும்?" என்று திடுமென என் பக்கம் திரும்பிக் கூச்சலிட்டார். "உமக்குப் புண்ணியம் உண்டு, என் கதி என்னாவது? அதைச் சொல்லும்! நன்றி கெட்டவள்தானே?"

கண்ணீர் வடிக்கும் நிலையை வந்தடைந்துவிட்டார்.

இப்படிப்பட்டவரை ஒன்றும் செய்வதற்கில்லை. இவரைத் தனியே அறையில் விட்டுச் செல்வது அபாயகரமானது, எதுவும்

நடைபெறக் கூடும். எப்படியோ நான் அவரை விட்டு விலகி வெளியே வந்தேன். அடிக்கடி உள்ளே போய்ப் பார்த்துக் கொள்ளும் படி தாதியிடம் சொன்னேன். கெட்டிக்கார இளைஞனாய்த் தெரிந்த ஹோட்டல் பணியாளிடமும் இதைச் சொன்னேன். இடையிடையே உள்ளே போய்ப் பார்த்துக் கவனித்துக் கொள்வதாய் அவன் வாக்களித்தான்.

ஜெனரலின் அறைகளிலிருந்து நான் வெளியே வந்ததும், பத்தாப்பிச் என்னிடம் வந்து பாட்டி என்னைக் கூப்பிடுவதாய்க் கூறினான். மணி எட்டு இருக்கும். யாவற்றையும் இழந்துவிட்டு அப்பொழுதுதான் பாட்டி காஸினோவிலிருந்து திரும்பி வந்திருந்தார். நான் அவருடைய அறைக்குச் சென்றேன். அறவே களைத்து ஓய்ந்துபோய் தமது நாற்காலியில் அமர்ந்திருந்தார், நோயாளியைப் போல் தோன்றினார். மார்ஃபா கொண்டு வந்த தேநீரைப் பலவந்தம் செய்து குடிக்க வைக்க வேண்டியிருந்தது. பாட்டியின் குரலிலும் பாவனையிலும் குறிப்பிடத்தக்க மாற்றம் ஏற்பட்டிருக்கக் கண்டேன்

“வா அப்பா, அலெக்சேய் இவானவிச், வணக்கம்” என்று மாண்புடன் மெதுவாய்த் தலையைத் தணித்தவாறு கூறினார் அவர். “மீண்டும் உன்னைத் தொல்லை செய்கிறேன். மன்னிக்க வேண்டும். என்னைப் போன்ற வயது முதிர்ந்தவளுக்கு நீ பொறுமை காட்ட வேண்டும். அனைத்தையும் – ஏறத்தாழ ஒரு லட்சம் ரூபிளை – அங்கே தொலைத்துவிட்டேன். நேற்று நீ என்னுடன் வர மறுத்தது நியாயம்தான். இப்பொழுது என்னிடம் சல்லிக்காசுகூட இல்லை. ஒரு கணமும் நான் தாமதம் விரும்பவில்லை, ஒன்பதரை மணி ரயிலில் புறப்பட்டுப் போகப் போகிறேன். உன்னுடைய அந்த ஆங்கி லேயருக்கு அஸ்ட்லேதானே அவர் பெயர்? – சொல்லியனுப்பி யிருக்கிறேன். ஒரு வாரத்துக்கு எனக்கு மூன்று ஆயிரம் பிராங்க் கடன் தரும்படி அவரிடம் கேட்கப் போகிறேன். நீர் அவரிடம் பேசிச் சம்மதிக்க வைக்க வேண்டும், அவர் எதாவது நினைத்துக் கொண்டு இல்லையெனச் சொல்லிவிடக் கூடாது. இன்னமும் நான் பணக்காரிதான், மூன்று கிராமங்களும் இரண்டு வீடுகளும் இருக்கின்றன என்னிடம். ஆம், கொஞ்சம் பணமும் இருக்கிறது. எல்லாப் பணத்தையும் நான் இங்கு எடுத்து வந்துவிடவில்லை. அவருக்கு எந்தச் சந்தேகமும் வேண்டியதில்லை, அதற்காகத்தான் இந்த விவரங்களைச் சொல்கிறேன்... ஓ, இதோ வந்துவிட்டாரே! அருமையான ஆளாய் இருக்கிறாரே!”

பாட்டி கூப்பிடுகிறார் என்று கேட்டதும் உடனே ஓடி வந்துவிட்டார் மிஸ்டர் அஸ்ட்லே. தயங்கவோ யோசிக்கவோ செய்யாமல் எந்தப் பேச்சுக்கும் இடமின்றி உடனே மூவாயிரம் பிராங்குகளை எண்ணிப் பாட்டியிடம் கொடுத்துவிட்டு பத்திரத்தில் அவரிடம் கையெழுத்து வாங்கிக் கொண்டார். காரியம் முடிவுற்றதும் தலை குனிந்து வணங்கிவிட்டுத் திரும்பிச் சென்றார்.

“சரி, அலெக்சேய் இவானவிச், நீரும் போய் வரலாம். இன்னும் ஒரு மணிக்குச் சற்று அதிக நேரம்தான் இருக்கிறது, நான் கொஞ்சம் படுத்து எழுந்தாக வேண்டும், உடம்பெல்லாம் அப்படி வலிக்கிறது. வயது முதிர்ந்த முட்டாள் நான், என்மீது கோபப்படாதே! இளம் வயதினர் பொறுப்பின்றி நடந்து கொள்வதாய் இனி நான் ஒருபோதும் குற்றம் சாட்ட மாட்டேன். உனது அந்த உருப்படாத ஜெனரலைக் கூட நான் குற்றம் கூறுவது பாவம்தான். ஆயினும் அவனுக்கு நான் பணம் எதுவும் தந்துவிட மாட்டேன், அந்த ஆளுக்கு வேண்டியது பணம் மட்டும்தான். அறவே உதவாக்கரை ஆளாகவே அவனை நான் கருதுகிறேன். ஆனால் நானும் ஒரு கிழட்டு முட்டாள்தான், அவனைவிட எவ்வகையிலும் புத்திசாலித் தனமாய் நடந்து கொண்டுவிடவில்லை. மண்டைக்கனம் படைத் தோரை, அவர்கள் எவ்வளவுதான் வயது முதிர்ந்தவர்களாயினும், கடவுள் தண்டிக்கவே செய்கிறார். சரி, போய் வா, வணக்கம்! மார்ஃபா, வா இப்படி, நாற்காலியிலிருந்து தூக்கு என்னை.”

ஆனால் நான் பாட்டியை வழியனுப்பி வைப்பதென்று உறுதி பூண்டிருந்தேன். எதையோ நான் எதிர்பார்த்துக் காத்துக் கொண்டி ருந்தேன், எந்த நிமிடமும் அது நடைபெறலாமென்று நினைத்துக் கொண்டிருந்தேன். என் அறையினுள் என்னால் இருக்க முடிய வில்லை; வெளியே நடையில் வந்து பார்த்துவிட்டுத் திரும்பினேன்: பிறகு சாலையில் ஒரு நிமிடம் உலாவிவிட்டு வந்தேன். நான் அவளுக்கு எழுதியனுப்பிய குறிப்பு தெளிவானது, உறுதியானது. இப்பொழுது ஏற்பட்டிருந்த நெருக்கடி இறுதியானது, தெ கிரியே போய்விட்டார் என்று ஹோட்டலில் கேள்விப்பட்டேன். என்னை அவள் நண்பனாய் ஏற்றுக் கொள்ளாவிட்டாலும், பணியாளாய் ஏற்றுக் கொள்ளலாமே. எப்படியும் நான் அவளுக்குத் தேவைப் படுகிறேன், எடுபிடி ஆளாகவேனும் தேவைப்படுகிறேன் என்பது தெளிவு.

ரயில் புறப்படும் நேரம் நெருங்கியதும் நான் பிளாட்பாரத்துக்கு ஓடினேன். பாட்டியை ரயிலில் ஏற்றி உட்கார வைத்தேன். அவர் தமக்குத் தனிப் பெட்டி எடுத்திருந்தார். பாட்டி விடைபெற்றுக் கொண்டபோது “தன்னலங் கருதாத உனது உதவிக்காக என்னுடைய நன்றி” என்று கூறி எனக்கு நன்றி தெரிவித்தார். “பிரஸ்கோவியாவிடம் நேற்று நான் சொன்னதை நினைவுபடுத்தும்–அவளை நான் எதிர்பார்த்துக் கொண்டிருப்பேன்.”

ஹோட்டலுக்குத் திரும்பினேன். ஜெனரலின் அறைகளைக் கடந்தபோது, தாதியைச் சந்தித்தேன். ஜெனரல் எப்படி இருக்கிறார் என்று அவளிடம் விசாரித்தேன். அவர் நல்லபடியாய்த்தான் இருக்கிறார்' என்று சோர்வுடன் அவள் பதிலளித்தாள். பார்த்துவிட்டு வரலாமென்று உள்ளே சென்ற நான், வரவேற்பு அறையின் வாயிலில் அப்படியே வியப்புற்று நின்றுவிட்டேன். மத்மாசேல் பிளான்ஷும்

ஜெனரலும் அப்படி ஆனந்தமாய் ஒருவரைப் பார்த்து ஒருவர் சிரித்து மகிழ்ந்து கொண்டிருந்தனர். மதாம் தெ கமேன்ஷும் அங்கே சோபாவில் உட்கார்ந்திருந்தாள். மகிழ்ச்சி தாங்க முடியாமல் ஜெனரல் ஏதேதோ பிதற்றிக் கொண்டும், சற்று நடுங்கியவாறு நெடுநேரம் சிரித்துக் கொண்டும் இருந்தார். அந்தச் சிரிப்பில் அவருடைய முகம் முழுதும் எண்ணற்ற சுருக்கங்களாகி, அவர் கண்கள் இருக்கும் இடம் தெரியாமல் மறைந்துவிட்டன. பிற்பாடு நான் உண்மை விவரத்தை மத்மாசேல் பிளான்ஷிடமிருந்து தெரிந்து கொண்டேன். ருஷ்யக் கோமகனை விரட்டியடித்தபின் அவள் ஜெனரலின் பரிதாப நிலையைப் பற்றிக் கேள்விப்பட்டாளாம். அவருடைய அறைக்குச் சென்று அவரைத் தேற்றிவிட்டு வரலாமென்று அவளுக்கு ஒரு யோசனை தோன்றியதாம். பாவம், ஜெனரலுக்குத் தமது கதி ஏற்கனவே முடிவாகிவிட்டது, பிளான்ஷ் பெட்டிகளை எல்லாம் தயாராய் எடுத்து வைத்துவிட்டாள். பொழுது விடிந்ததும் பாரிசுக்கு ரயில் ஏறிவிடுவாள் என்பது தெரியாது.

ஜெனரலின் வரவேற்பு அறையின் வாயிலில் கணப்பொழுது நின்றபின் உள்ளே போக வேண்டாம் என்று முடிவு செய்து கொண்டு யார் கண்ணிலும் படாமல் திரும்பிவிட்டேன். படிக்கட்டில் ஏறி என்னுடைய அறைக்குச் சென்று கதவைத் திறந்ததும் உள்ளே சன்னலுக்குப் பக்கத்தில் இருட்டில் யாரோ உட்கார்ந்திருப்பது தெரிந்தது. உட்கார்ந்திருந்தவர் நான் உள்ளே நுழைந்த பிறகும் எழுந்திருக்கவில்லை. வேகமாய் அருகே சென்று யாரென்று பார்த்தேன், எனக்கு மூச்சே நின்றுவிடும் போலாகிவிட்டது. உட்கார்ந்திருந்தது பலீனா!

## 14

நான் கத்திவிட்டேன்.

"ஏன்? என்ன?" என்று விபரீதக் குரலில் கேட்டாள் அவள். அவளுடைய முகம் வெளிறிட்டு சோகச் சாயல் படிந்திருந்தது.

"என்னவா? நீ இங்கே, என் அறையிலே இருக்கிறாயே!"

"எந்தக் காரியத்தையும் நான் பூரணமாய்ச் செய்கிறவள். நான் அப்படிப்பட்டவள், நீ அதை இப்பொழுது பார்க்கப் போகிறாய். விளக்கைக் கொளுத்து."

விளக்கைக் கொளுத்தினேன். அவள் எழுந்து மேஜைக்கு அருகே சென்று பிரித்த கடிதம் ஒன்றை என் முன்னே வைத்தாள்.

"படித்துப் பார்!" என்று உத்தரவிட்டாள்.

"தெ கிரியே அல்லவா எழுதியிருக்கிறார்!" என்று வியந்து கூவியவாறு கடிதத்தைக் கையில் எடுத்தேன். என் கைகள் நடுங்கின, வரிகள் என் கண்ணெதிரே குதித்தாடின. கடிதத்தின் வாசகம் அப்படியே இப்பொழுது என் நினைவில் இல்லை. சொல்லுக்குச் சொல் அப்படியே இல்லாவிட்டாலும், விவரத்துக்கு விவரம் எந்த மாற்றமுமின்றி அப்படியே அக்கடிதத்தை இங்கு தருகிறேன்.

"மத்மாசேல்" என்று தொடங்கி எழுதினார் தெ கிரியே.

"விரும்பத்தகாத சில நிலைமைகளின் காரணமாய் உடனே நான் புறப்பட வேண்டியதாகியுள்ளது. எல்லா நிலைமைகளும் தெளிவாகும் வரை முடிவாய் உன்னிடம் எதுவும் சொல்வதை வேண்டுமென்றே நான் தவிர்த்து வந்துள்ளேன், இது நீ நன்கு அறிந்ததுதான். வயதான உனது பாட்டியின் வருகையும் அவருடைய அசட்டுத்தனமான செயல்களும் என்னுடைய குழப்பத்தை முடிவாய் அகற்றிவிட்டன. என்னுடைய சொந்த விவகாரங்களின் சீர்கேடான

நிலை, சில காலமாய் என்னுள் நான் வளரவிட்டு வந்திருக்கும் அந்த இனிய நம்பிக்கைகளில் மேலும் தொடர்ந்து மூழ்கித் திளைக்க முடியாதபடி தடுக்கின்றது. கடந்ததை நினைக்கையில் எனக்கு மிகவும் வருத்தமாயிருக்கிறது. ஆனால் என்னுடைய நடத்தையில் கண்ணியமும் நேர்மையும் மிக்கவனுக்குத் தகாதது எதுவும் இருக்கக் காண மாட்டாய் என்று நம்புகிறேன். உன்னுடைய சிறிய தகப்பனாருக்குக் கடன்கள் கொடுத்து அனேகமாய் என் பணம் அனைத்தையும் தொலைத்து விட்டபடியால், எஞ்சியிருப்பதையாவது நான் காப்பாற்றிக் கொள்ள வேண்டும். நான் தந்த கடன்களுக்கு அடமானமாய் வைக்கப்பட்ட சொத்துக்கள் விற்பனைக்கு வர ஏற்பாடு செய்யும்படி பீட்டர்ஸ்பர்க்கில் எனது நண்பர்களுக்கு எழுதியிருக்கிறேன். ஆயினும் பொறுப்பற்ற உனது சிறிய தகப்பனார் உனக்குச் சேர வேண்டிய பணத்தையும் கூட விரயமாக்கிவிட்டது தெரிய வருவதால், அவர் எனக்குத் தர வேண்டிய கடன்களிலிருந்து இந்த ஐம்பதாயிரம் பிராங்குகளைக் கழித்துக்கொள்வதென்றும், இத்தொகைக்கு உரிய அடமானக் கடன் பத்திரங்களை அவருக்குத் திருப்பித் தருவதென்றும் நான் தீர்மானம் செய்கிறேன். ஆகவே நீ இழந்த இந்தத் தொகையைச் சட்டப்படி அவரிடம் கேட்டு மீட்டுக் கொண்டுவிடலாம். மத்மாசேல், தற்போதுள்ள நிலைமைகளில் எனது இந்தச் செயல் உனக்கு மிகவும் அனுகூலமாய் இருக்குமென நம்புகிறேன். எனது இந்தச் செயல் மூலம் நான் கண்ணியமும் தயாள சிந்தையும் கொண்ட ஒரு பண்பாளனுக்குரிய கடமையை நிறைவேற்றுகிறேன் என்றும் நம்புகிறேன். உன்னுடைய நினைவு என்றும் என் இதயத்தில் ஆழப் பதிந்திருக்குமென்று நீ திடமாய் நம்பலாம்."

"எல்லாம் தெளிவாகவே இருக்கிறதே" என்று நான் பலீனாவைப் பார்த்துச் சொன்னேன். "இதன்றி வேறுவிதமான முடிவையா எதிர்பார்த்தாய் நீ" என்று கோபமாகவே கேட்டேன்.

"எதையும் நான் எதிர்பார்க்கவில்லை" என்று அமைதியாகவே தோன்றும்படி அவள் பதிலளித்தாள் என்றாலும் அவளுடைய குரல் சற்று கரகரத்ததைக் கவனித்தேன். "நெடு நாட்களுக்கு முன்பே இது பற்றி நான் ஒரு முடிவுக்கு வந்துவிட்டேன். அவருடைய எண்ணங்களை நான் ஊகித்துக் கொண்டு விட்டேன். அவருடைய நினைப்பு எனக்குத் தெரிந்துதான் இருந்தது. அவர் நினைத்தார். நான் சும்மா விடமாட்டேன்.. வற்புறுத்துவேன்." (வாக்கியத்தை முடிக்காமலே மௌனமாகி உதட்டைக் கடித்துக் கொண்டாள்.) "வேண்டுமென்றே நான் மேலும் கடுமையாய் வெறுப்பு காட்டி அவரை அவமதித்து வந்தேன்" என்று மீண்டும் பேசத் தொடங்கினாள். "என்ன செய்வார் என்று பார்க்க விரும்பினேன். சொத்து

எங்களுக்குக் கிடைத்துவிட்டதாய்த் தந்தி வந்திருந்தால் அந்த அசட்டு மனிதர் (என்னுடைய சிற்றப்பன்) வாங்கிய கடன் தொகைகளை அவர் மூஞ்சியிலே எரிந்து கிட்டே வராதே என்று விரட்டியடித் திருப்பேன். நெடு நாட்களாகவே நான் அவரை வெறுத்து வந்தேன். ஒரு காலத்தில் அவர் வேறுவித மனிதராய் இருந்தார். அடியோடு வேறுவிதமாய் இருந்தார்! அந்த ஐம்பதாயிரம் ரூபிளையும் அவருடைய கேடுகெட்ட மூஞ்சியிலே இப்பொழுது எவ்வளவு ஆனந்தமாய் எரிவேன் தெரியுமா... எரிந்துவிட்டுக் காறித் துப்புவேன் தெரியுமா!"

"அந்தப் பத்திரம் - ஐம்பதாயிரத்துக்குமான அந்தக் கடன் பத்திரம் - ஜெனரலிடம்தானே இருக்கும். அதை வாங்கி தெ கிரியேயிடம் திரும்பிக் கொடுத்துவிடேன்."

"அதெப்படி? பணத்தை எரிவது மாதிரி இருக்குமா அது?"

"ஆமாம், மெய்தான்! இருக்காதுதான்! ஜெனரலால் இனி ஆகக் கூடியது ஒன்றுமில்லை! ஆனால் பாட்டி என்று திடுமெனக் கத்தினேன் நான்.

பொறுமையிழந்து சலித்துக்கொள்வது போன்ற முறையில் அவள் உற்று நோக்கினாள்.

"பாட்டியை ஏன் இங்கு இழுக்கிறாய்?" என்று எரிச்சலாய்க் கேட்டாள். "பாட்டியிடம் நான் போகப் போவதில்லை. யாரிடமும் போய் நான் மன்னிப்பு கேட்கப் போவதில்லை" என்று ஆத்திரப் பட்டுக் கொண்டாள்.

"சரி, இப்பொழுது என்ன செய்யலாம்?" என்று பலக்கக் கேட்டேன் "அதெப்படி உன்னால் இந்த தெ கிரியேயைக் காதலிக்க முடிந்தது? அயோக்கியன் ஆயிற்றே! அந்த ஆளைச் சண்டைக்கு அழைத்துக் கொன்றுவிட்டு வரட்டுமா? இப்பொழுது எங்கே அந்த ஆள்?"

"பிரான்க்பர்ட்டில் இருக்கிறார், மூன்று நாட்களுக்கு அங்கேதான் இருப்பார்."

"ஒரு வார்த்தை சொல்லு, நாளைக்கே முதல் ரயிலில் புறப் பட்டுப் போகிறேன்" என்று ஒருவித அசட்டு உற்சாகத்துடன் கூவினேன்.

அவள் வாய்விட்டுச் சிரித்துவிட்டாள்.

"போய் என்ன செய்வாயாம்? ஐம்பதாயிரம் பிராங்கை முதலில் கொண்டுவந்து கொடு என்றுதான் அந்த ஆள் சொல்லும். அவர் ஏன் உன்னுடன் சண்டை போட வருகிறார்? அபத்தமாய்ப் பேசுகிறாயே!"

“எங்கே கிடைக்கும் இந்த ஐம்பதாயிரம் பிராங்க்?” என்று பற்களைக் கடித்தவாறு கேட்டேன்; எங்காவது தரையிலே கிடக்குமென எதிர்பார்ப்பது போலக் கேட்டேன். பிறகு என் மனதில் விசித்திரமான ஓர் எண்ணம் தோன்ற அவள் பக்கம் திரும்பி, “இதைக் கேள் மிஸ்டர் அஸ்ட்லே இருக்கிறாரே!” என்று கேட்டேன்.

அவளுடைய கண்கள் கனன்று பளிச்சிட்டன.

“என்ன? உன்னிடம் வந்திருக்கும் நான் உன்னை விட்டுவிட்டு அந்த ஆங்கிலேயரிடம் போக வேண்டுமென்றா விரும்புகிறாய்? இதுதானா உன் விருப்பம்?” என்று என்னை ஊடுருவும் முறையில் பார்த்தபடி முகத்திலே அவலப் புன்னகை தோன்றக் கேட்டாள். இதன் முன் என்றுமே அவள் இப்படி அன்னியோன்யமாய் என்னுடன் பேசியதில்லை.

உணர்ச்சி மேலிட்டுத் தலை கிறுகிறுப்பது போல திடுமெனப் பலமெல்லாம் இழந்தவளாய்ச் சோர்ந்து போய் சோபாவில் தொப்பென உட்கார்ந்தாள்.

மின்வெட்டுப் போல என் மண்டையில் ஓர் எண்ணம் பாய்ந் தோடிற்று. என் கண்களையும், என் காதுகளையும் நம்ப முடியாமல் திகைத்துப்போய் நின்றேன் நான். என்னைக் காதலிக்கிறாள் என்றல்லவா தெரிகிறது! மிஸ்டர் அஸ்ட்லேயிடம் போகாமல் என்னிடம் அல்லவா வந்திருக்கிறாள்! ஓர் இளம்பெண் ஹோட்டலில் இப்படி என் அறைக்கு வந்திருக்கிறாளே, பார்ப்பவர்களுக்குத் தன்னைப் பற்றி தவறான எண்ணம் ஏற்படுமே என்பதையும் பொருட் படுத்தாமல் வந்திருக்கிறாளே – இதை நான் புரிந்துகொள்ளாமலே அவள் எதிரே மரம் போல நிற்கிறேனே!

வெறித்தனமான ஓர் எண்ணம் என் மனதில் உதித்தது.

“பலீனா! எனக்கு ஒரேயொரு மணி நேர அவகாசம் கொடு! இங்கே ஒரேயொரு மணி நேரம் காத்திரு...! அதற்குள் நான் திரும்பி வந்துவிடுகிறேன்! அவசியம்... அவசியம் இங்கேயே இருக்க வேண்டும் நீ! பிறகு பார், தெரியும்! தயவு செய் – எங்கும் போய்விடாதே”

வியப்புற்று அவள் என்னை வினவும் முறையில் பார்த்த பார்வையையும் மீறி நான் அறையிலிருந்து வெளியே ஓடினேன். அவள் என்னைக் கூப்பிட்டது என் காதில் விழுந்தது, ஆனால் திரும்பாமலே ஓடினேன்.

ஆம், சில சமயம் மிகவும் பைத்தியக்காரத்தனமான எண்ணமுங் கூட, முற்றிலும் அசாத்தியமான எண்ணமுங்கூட அப்படி உறுதியாய் மனதில் நிலை பெற்றுவிடுவதால், முடிவில் நாம் அது நடைபெறக் கூடியதுதான் என்பதாகவே நினைக்கத் தொடங்கிவிடுகிறோம். அதோடு, அந்த எண்ணம் இதயத்தை ஆட்கொண்டுள்ள சக்தி

வாய்ந்த ஓர் ஆசையுடன் இணைந்துவிடுமாயின், பிறகு அதுதான் விதியென்று, தவிர்க்க முடியாதபடி அது அவசியம் நடைபெற்றே தீருமென்று நாம் உறுதி கொண்டுவிடும்படியும் நேரலாம். வரப் போவது பற்றிய முன்னுணர்வுகளோ, வியக்கத்தக்க திடச்சித்தமோ, கற்பனையின் விளைவாய் ஏற்பட்ட மயக்கமோ, அல்லது வேறு எதுவோ அறியேன் நான்; அன்று எனக்கு அப்படி ஓர் உறுதி பிறந்துவிட்டது. என் உயிர் உள்ளளவும் ஒருபோதும் என்னால் மறக்க முடியாத அன்றைய இரவில் நான் அப்படி ஒரு விந்தை புரிந்துவிட்டேன். காரண காரிய வழியில் அதற்குத் தக்க விளக்கம் நிச்சயம் இருக்கும் என்றாலுங்கூட, இப்பொழுதுங்கூட அது விந்தையாகவே எனக்குத் தோன்றுகிறது. அப்படி ஓர் உறுதி அவ்வளவு நீண்ட காலத்துக்கு முன்பிருந்தே என்னுள் அப்படி ஆழமாய் வேர் ஊன்றி என்னைக் கெட்டியாய்ப் பற்றிக் கொள் வானேன்? இது பற்றி நான் நெடுங்காலமாய் நினைத்து வந்திருந்தேன் என்பதை மீண்டும் கூறுகிறேன். வேறு பலவற்றுக்கிடையே இதுவும் நடைபெறலாம். (ஆகவே நடைபெறாமலும் இருக்கலாம்) என்பதாய் அல்ல, நடைபெறாமல் ஒருபோதும் இருக்கவே முடியாது என்பதாய் இது பற்றி நினைத்த வந்திருந்தேன்!

மணி பத்தே கால் ஆயிற்று. அசைக்க முடியாத திட நம்பிக்கையோடு நான் காஸினோவுக்குச் சென்றேன். அதேபோது என் வாழ்விலே என்றுமிலாதபடி அப்படிப் பரபரப்படைந்த நிலையில் சென்றேன். ஆட்டக் கூடங்களில் இன்னமும் கூட்டம் இருந்த தென்றாலும், காலையில் காணப்பட்டதில் பாதிக்கும் குறைவாகவே இருந்தது.

இரவு பதினொரு மணிக்கு ஆட்ட மேஜைகளின் முன்னால் வைரம் பாய்ந்த விடாப்பிடியான சூதாடிகள் மட்டும்தான். ஆரோக்கிய இடத்தில் ருலெட்டைத் தவிர வேறு எதுவும் இல்லையென நினைத்து, சுற்றிலும் நடைபெறுவதைச் சிறிதும் கவனியாது, வேறு எதிலுமே நாட்டமில்லாதவர்கள் மட்டும்தான், விடியும் வரையிலும் வேறு எதுவும் செய்யாமல் தொடர்ந்து ஆடக் கூடியவர்கள் மட்டும்தான் இருப்பார்கள். நள்ளிரவில் ஆட்டக் கூடங்கள் மூடப்படும்போது எப்பொழுதும் இவர்கள் எரிச்சலாய் எழுந்து செல்வார்கள். ஆட்டக்கூடம் மூடப்படுவதற்குச் சற்று முன்பு பன்னிரண்டு மணிக்குத் தலைமை ஆட்ட நிர்வாகி 'கனவான்களே, கடைசி மூன்று சுற்று ஆட்டங்கள்!" என்று அறிவித்ததும் இவர்கள் சிலசமயம் தம் பையில் உள்ளது அனைத்தையும் இந்தக் கடைசி மூன்று சுற்றுகளில் எடுத்து வைத்து ஆட முற்பட்டுவிடுவார்கள், அப்பொழுதுதான் மிகப் பெரும் தொகைகளைப் பலரும் இழப் பார்கள். முன்பு பாட்டி உட்கார்ந்திருந்த மேஜைக்கு நான் போய்ச்

சேர்ந்தேன். அங்கே கூட்டம் அதிகம் இல்லை, விரைவில் நான் மேஜையை அணுகி அதன் பக்கத்தில் நிற்க முடிந்தது. எனக்கு நேர் எதிரே பச்சைத் துணியில் ‘மிகைப்பாடு” என்று குறிக்கப்பட்டிருந்தது. “மிகைப்பாடு” என்பது பத்தொன்பதிலிருந்து தொடங்கி முப்பத்தாறு அடங்கலான எண்களின் வரிசையாகும். ஒன்றிலிருந்து பதினெட்டு அடங்கலான முதல் வரிசை எண்களுக்கு ‘குறைபாடு’ என்று பெயர். அதைப் பற்றி எனக்கு என்ன கவலை? நான் கணக்கு எதுவும் போட்டுப் பார்க்கவில்லை. கடந்த முறை எந்த எண் வந்து நின்றது என்பதைக் கேட்கக்கூட இல்லை; ஆடத் தொடங்குமுன் அதைத் தெரிந்து கொள்ள முயலக்கூட இல்லை–முறையான வேறு எந்த ஆட்டக்காரரும் இப்படிச் செய்யவே மாட்டார். என்னிடம் இருந்த இருபது பத்து – கூல்டின்களையும் எடுத்து அப்படியே என் எதிரே இருந்த “மிகைப்பாடு” என்னும் இடத்திலே போட்டேன்.

“இருபத்து இரண்டு!” என்று கத்தினார் ஆட்ட நிர்வாகி.

நான் ஜெயித்துவிட்டேன். அனைத்தையும் – முதலில் என்னிடம் இருந்ததையும் நான் ஜெயித்ததையும் – அதே இடத்தில் மீண்டும் பணயமாய் வைத்தேன்.

“முப்பத்து ஒன்று!” என்றார் ஆட்ட நிர்வாகி. மீண்டும் ஜெயம்தாம்! இப்பொழுது என்னிடம் எண்பது பத்து கூல்டின்கள் இருந்தன. எண்பதையும் அப்படியே பன்னிரண்டு மத்திய எண்களில் வைத்தேன் – வெற்றி பெற்றால் மும்மடங்கு தொகை கிடைக்கும். ஆனால் இங்கே வெற்றியைவிட தோல்விக்கே இரு மடங்கு அதிக சாத்தியப்பாடு சக்கரம் சுழன்றது, இருபத்து நான்கு வந்தது. ஐம்பது பத்து – கூல்டின்கள் அடங்கிய மூன்று பொட்டலச் சுருள்களும் பத்து பொற் காசுகளும் என்னிடம் தந்தனர். வைத்த பணயத்துடன் சேர்த்து இப்பொழுது என்னிடம் இருநூறு பத்து கூல்டின்கள் இருந்தன.

ஒரு வகை ஜுர வேகத்துடன் இந்தக் குவியலை அப்படியே சிவப்பில் நகர்த்தி வைத்தேன் – உடனே திடுமென எனக்குச் சுயநினைவு திரும்பிற்று! அன்று இரவு நான் ஆடிய நேரம் முழுவதிலும் இந்த ஒரு முறைதான் அச்சத்தின் ஜில்லிப்பு என்னைப் பற்றிக் கொண்டது, என் கைகளும் கால்களும் நடுங்கின. இப்பொழுது நான் தோற்க நேர்ந்தால் என்ன ஆவது என்று நினைத்தபோது பயங்கரமாய் இருந்தது! என் உயிரையே அல்லவா பணயமாய் வைத்திருந்தேன்!

“சிவப்பு” என்று கத்தினார் ஆட்ட நிர்வாகி. நீண்ட மூச்சு விட்டேன், படபடப்பில் அங்கமெல்லாம் உதறிற்று. நோட்டுகளாய் எண்ணிக் கொடுத்தனர். மொத்தம் என்னிடம் நான்காயிரம்

ஃபிளோரின்களும் எண்பது பத்து – கூல்டின்களும் இருந்தன! (இன்னும் பணத்தை எண்ணிக் கணக்கிடும் நிலையில் இருந்தேன்.)

பிறகு நான் பன்னிரண்டு மத்திய எண்களில் இரண்டாயிரம் ஃபிளோரின்களை வைத்து இழந்தது நினைவு இருக்கிறது. பிறகு பொற்காசுகளையும் வைத்து எண்பது பத்து கூல்டின்களையும் இழந்தேன். உடனே வெறி கொண்டவனாகிவிட்டேன். என்னிடம் எஞ்சியிருந்த இரண்டாயிரம் ஃபிளோரின்களையும் அள்ளி பன்னிரண்டு முதல் எண்களில் வைத்தேன் – யோசிக்கவே இல்லை, ஏதோ நினைத்தேன், அப்படியே வைத்தேன். இதைச் செய்ததும் ஒரு கணம் என்ன ஆகுமோ என்று ஒரு தவிப்பு ஏற்பட்டது – ஒரு வகை உணர்ச்சியை முற்றிலும் வேறொரு வகை உணர்ச்சியுடன் ஒப்பிடலாமெனில், பாரிசில் மதாம் பிளான்ஷார் * பலூனிலிருந்து குதித்தபோது அனுபவித்த அந்த உணர்ச்சிக்கு ஒப்பானதாகும். எனக்கு ஏற்பட்ட இந்தக் கண நேரத் தவிப்பு.

“நான்கு!” என்றார் ஆட்ட நிர்வாகி. துவக்கத் தொகையையும் சேர்த்து என்னிடம் திரும்பவும் மொத்தம் ஆறாயிரம் ஃபிளோரின்கள் சேர்ந்துவிட்டன. இப்பொழுது நான் வெற்றி வீரனைப் போல் தோற்றமளித்தேன். இனி எனக்கு எதைப் பற்றியும் பயமில்லை. நான்காயிரம் ஃபிளோரின்களைக் கறுப்பு மேல் வீசினேன். உடனே பத்துப் பேர் என்னைப் பின்தொடர்ந்து கறுப்பிலே பணயம் வைத்தனர். ஆட்ட நிர்வாகிகள் ஒருவரையொருவர் உற்றுநோக்கி முணுமுணுக்கும் குரலில் தம்முள் பேசிக் கொண்டனர். சுற்றிலும் எல்லோரும் ஏதோ பேசியவாறு ஆவலுடன் காத்திருந்தனர்.

கறுப்பு வந்து நின்றது. இதன்பின் நான் பணயம் வைத்த தொகைகளும் வைத்த முறையும் எனக்கு நினைவில் இல்லை. ஏதோ கனவில் செய்ததுபோல சுமார் பதினாறு ஆயிரம் ஃபிளோரின் வரை வென்றேன் என்பது மட்டுமே ஞாபகத்தில் இருக்கிறது. பிறகு திடுமென மூன்று துரதிர்ஷ்டச் சுற்றுகளில் பன்னிரண்டு ஆயிரத்தை இழந்தேன். உடனே எஞ்சியிருந்த நான்காயிரத்தையும் மிகைப்பாட்டில் வைத்தேன். இந்தத் தடவை எனக்கு எந்த உணர்ச்சியும் ஏற்பட வில்லை. எந்தச் சிந்தனையுமின்றி காத்துக் கொண்டிருந்தேன். மீண்டும் ஜெயித்துவிட்டேன். பிறகு தொடர்ச்சியாய் நான்கு தரம் வென்றேன். ஆயிரக்கணக்கில் பணத்தை வாரிக் கொண்டதும், பன்னிரண்டு மத்திய எண்கள் ஏனையவற்றைக் காட்டிலும் அடிக்கடி வந்து கொண்டிருந்ததும், அவற்றை விட்டு விலகாமல் நான் பணயம் வைத்தது வந்ததும்தான் மறையாமல் இப்பொழுதும் என் நினைவில்

---

* மேரீ பிளான்ஷார் – உலகின் முதலாவது விமானிகளில் ஒருவரது மனைவி; பலூனில் பறக்கும்போது பலூன் தீப்பிடித்து எரியவே கீழே குதித்து உயிரிழந்தார். – (பதிப்பாசிரியர்)

இருக்கும் விவரங்கள். இந்த மத்திய எண்கள் முறை தவறாமல் தொடர்ச்சியாய் மூன்று, நான்கு தரம் வந்துவிட்டு, பிறகு இரண்டு சுற்றுகளுக்கு மறைவதும், மீண்டும் மூன்று நான்கு தரம் வருவதுமாய் இருந்தன. இத்தகைய குறிப்பிடத்தக்க முறைமை அடிக்கடி நிகழக் காணலாம். குறிப்புகள் எழுதிக் கணக்கிட்டு ஆடும் சூதாடிகளை இதுதான் மோசம் போகச் செய்துவிடுகிறது. விதியின் அதிவினோத விளையாட்டுகள் ருலெட் மேஜைகளில் நடைபெறக் காணலாம்.

நான் இங்கு வந்து அரை மணிக்கு மேல் ஆகியிருக்காது என்று நினைக்கிறேன். நான் முப்பது ஆயிரம் ஃபிளோரின்களுக்கு மேல் ஜெயித்துவிட்டேன் என்று ஆட்ட நிர்வாகி திடுமென எனக்குத் தெரிவித்தார். எந்த ஒரு நேரத்திலும் பாங்கி இத்தொகைக்கு மேல் பொறுப்பேற்றுக் கொள்ளாதாகையால் நாளை வரை இந்த ருலெட் மேஜை மூடப்படுவதாய் அவர் அறிவித்தார். எனது பொற்காசுகளை அள்ளி என் பைகளுக்குள் கொட்டிக் கொண்டேன், நோட்டுகளையும் திரட்டி எடுத்துக்கொண்டேன். உடனே அடுத்த மண்டபத்தில் இருந்த மற்றொரு ருலெட் மேஜைக்குச் சென்றேன். கூட்டமாய் எல்லோரும் என்னைப் பின்தொடர்ந்து வந்தனர். உடனே எனக்கு ஓர் இடம் காலி செய்து தரப்பட்டது. மீண்டும் நான் எந்தக் கணக்கும் போடாமல் கண்ணை மூடிக்கொண்டு பணயங்களை வைக்க முற்பட்டேன். எப்படி நான் ஒழிந்து போகாமல் தப்பினேனோ, தெரியவில்லை.

எப்பொழுதாவது சிற்சில சமயங்களில் என் மனத்துள் சில கணக்குகள் பளிச்சிட்டன. குறிப்பிட்ட சில எண்களிலும் சாத்தியப் பாடுகளிலும் ஈடுபாடு ஏற்பட்டுவிடும். ஆனால் விரைவில் நான் அவற்றை விட்டு விலகிச் சென்று, மீண்டும் அனேகமாய் எந்த யோசனையுமின்றி குருட்டாம்போக்கில் பணத்தை எடுத்து வைப்பேன். மிதமிஞ்சி நான் ஞாபகமறதியாய் ஆடியிருக்க வேண்டும், ஆட்ட நிர்வாகிகள் சில சந்தர்ப்பங்களில் என் பணயத்தைத் திருத்தியது எனக்கு நினைவில் இருக்கிறது. அப்படி கடுந்தவறுகள் புரிந்துவிட்டேன். என் நெற்றியில் வியர்த்துவிட்டது, என் கைகள் ஆடின. சில போலீஸ்காரர்கள் எனக்கு உதவ முன்வந்தனர். ஆனால் நான் செவி சாய்க்கவில்லை.

அதிர்ஷ்டம் என்னைக் கைவிடவில்லை. திடுமெனப் பெருங் கூச்சல்களும் சிரிப்பும் எழுந்தன. “சபாஷ், சபாஷ்!” என்று எல்லோரும் கத்தினார்கள். சிலர் வாழ்த்தி முழக்கமிட்டனர். இந்த மேஜையில் நான் முப்பதாயிரம் ஃபிளோரின்கள் தட்டிக் கொண்டு விட்டேன், மறுநாள் வரை பாங்கி மூடப்பட வேண்டியதாயிற்று.

“போய்விடும்! போய்விடும்!” என்று எனக்கு வலப்புறத்தில் ஒரு குரல் என் காதுக்குள் கூறிற்று. பிரான்க்பர்ட் யூதர் ஒருவரின்

குரல் அது. முழு நேரமும் அவர் என் பக்கத்தில்தான் நின்றிருந்தார். இடையிடையே எனக்கு அவர் ஆலோசனை கூறி வந்தார் என்று நினைக்கிறேன்.

"உமக்குப் புண்ணியம் உண்டு, இங்கிருந்து போய்விடும். மற்றொரு குரல் எனது இடது காதுக்குள் கூறிற்று. வேகமாய் நான் திரும்பிப் பார்த்தேன். அது மிகச் சாதாரணமாகவும் அதேபோது பாந்தமாகவும் உடுத்தியிருந்த ஒரு பெண்ணின் குரல் என்பதைக் கண்டேன். வயது முப்பதுக்குக் குறைவாகவே இருக்கும். அவளுடைய உலர்ந்த முகத்தில் பிணியின் வெளுப்பு படிந்திருந்தது. முன்பு இம்முகம் எழிலார்ந்த இனிய முகமாய் இருந்தது என்பதற்கான குறிகள் இன்னமும் அதில் தெரிந்தது. அப்பொழுது நான் நோட்டுகளை அள்ளி என் பைகளுக்குள் திணித்துக் கொண்டிருந்தேன். மேஜையில் எஞ்சியிருந்த பொற்காசுகளைத் திரட்டி எடுத்துக் கொண்டிருந்தேன். கடைசியாய் மேஜையிலிருந்த ஐம்பது பத்து – கூல்டின் பொட்டலச் சுருளை எடுத்து யாருக்கும் தெரியாமல் அந்தப் பெண்ணின் கையில் வைத்தேன். என்னையும் அறியாமல் அப்படி ஏதோ ஒன்று என்னுள் எழுந்து என்னை அப்படிச் செய்யும்படித் தூண்டிற்று. அவளுடைய மெல்லிய விரல்கள் என் கையை அழுத்தி எனக்கு மனம் நிறைந்த நன்றி தெரிவித்தது இன்னும் என் நினைவில் இருக்கிறது. இவ்வளவும் ஒருசில வினாடிகளுக்குள் நடைபெற்று முடிந்தது.

நான் ஜெயித்த பணத்தை அள்ளிக் கொண்டு வேகமாய் சிவப்புக் கறுப்புச் சீட்டாட்ட மேஜைக்குச் சென்றேன்.

சிவப்புக் கறுப்புச் சீட்டாட்டம் உயர் குலத்தோருக்குரிய ஆட்டமாகும். இங்கு ருலெட் சக்கரத்துக்குப் பதிலாய்ச் சீட்டுகள் உள்ளன. இங்கு பாங்கி எந்தவொரு நேரத்திலும் பொறுப்பு ஏற்றுக் கொள்ளும் அதிகபட்ச தொகை ஒரு லட்சம் டாலர்கள். ருலெட்டைப் போலவே இங்கு அதிகபட்சப் பணயம் நான்காயிரம் ஃபிளோரின்கள்தான். இந்த ஆட்டத்தைப் பற்றி எனக்கு ஒன்றும் தெரியாது. இங்கும் கறுப்பு அல்லது சிவப்புப் பணயங்கள் வைக்கப் படுவது உண்டென்பது எனக்குத் தெரியும், ஏனைய பணயங்கள் குறித்து நான் அறியேன். ஆகவே எனக்குத் தெரிந்த இவை இரண்டையும் தவிர பிற பணயங்களுக்குச் செல்வதில்லை என்று தீர்மானித்துக் கொண்டேன். காஸினோவில் இருந்த கூட்டம் முழுதும் என்னைச் சுற்றிலும் வந்து கூடிவிட்டது. நான் ஆடிய அந்நேரம் பூராவிலும் பலீனாவைப் பற்றி ஒரு முறையேனும் நினைத்துப் பார்த்ததாய் எனக்கு நினைவில்லை. நோட்டுகளை வாரியெடுத்து என் எதிரே மேலும் மேலும் உயரமாய்க் குவித்துச்

செல்வதிலுள்ள அடங்காத இன்பக் களிப்பில் நான் மெய்மறந்து விட்டேன்.

விதியே என்னைத் தள்ளிச் சென்று செயல்பட வைப்பது போலிருந்தது. இந்த ஆட்டத்தில் எப்பொழுதாவது ஏற்படும் ஒரு நிலைமை ஏதோ திட்டமிட்டு நடைபெறுவது போல இப்பொழுது ஏற்பட்டுவிட்டது. உதாரணமாய்ச் சிவப்பு அதிர்ஷ்டத்துக்கு உரியதாகத் தொடர்ச்சியாய் பத்து, ஏன் பதினைந்து தடவையுங்கூட வெற்றி பெற்று வருவதுண்டு. கடந்த வாரம் சிவப்பு தொடர்ச்சியாய் இருபத்து இரண்டு தரம் வந்ததாய் நேற்று முன்தினம்தான் நான் கேள்விப்பட்டேன். ருலெட்டிலுங்கூட இது கேட்டிராத ஓர் அதிசய மாகும். எல்லோரும் இது குறித்து வியந்து பேசிக் கொண்டனர். இயல்பாகவே அனேகமாய் எல்லோரும் சிவப்பை விட்டு விலகிச் சென்றனர். அடுத்த பத்து ஆட்டங்களுக்குச் சிவப்பில் துணிந்து பணயங்கட்டுவோரைப் பார்ப்பது அரிதாகிவிட்டது. அனுபவம் வாய்ந்த சூதாடி எவரும் சிவப்புக்கு நேர் முரணான கறுப்பிலும் பணயம் வைக்க மாட்டார். இந்தக் "குருட்டுச் சந்தர்ப்பவசத்தின் பொருள் அனுபவமுள்ள சூதாடி நன்கு அறிந்ததுதான். உதாரண மாய்ச் சிவப்பு பதினாறு தரம் வருமாயின், பதினேழாவது சுற்றில் அனேகமாய் நிச்சயமாய்க் கறுப்புதான் வரும் என்பதாகவே தோன்றும். அனுபவமில்லாதவர்கள் கூட்டமாய்ச் சேர்ந்து ஒரே மாதிரியாய்க் கறுப்பில் தமது பணயங்களை இரட்டிப்பாகவும் மும்மடங்காகவும் அதிகமாக்கிப் பயங்கரமாய் நஷ்டப்பட்டு விடுவார்கள்.

ஆனால் நான் விபரீதச் சந்தர்ப்பவசத்தால் தொடர்ச்சியாய் ஏழு தடவையாய் சிவப்பு வந்து கொண்டிருந்ததைக் கவனித்ததும், சிவப்பை விட்டு அகலுவதில்லை என்று முடிவு செய்து கொண்டேன். நான் இப்படி முடிவு செய்ததற்கு என் கர்வமே ஓரளவுக்குக் காரணம் என்று நினைக்கிறேன். எவ்வளவு ஆபத்தான காரியத்தில் எப்படி அசட்டுத் துணிவுடன் இறங்குகிறேன் பாருங்கள் என்று காட்டிச் சுற்றிலும் இருந்தோரை பிரமிக்கச் செய்ய விரும்பினேன். அதோடு அந்த அதிவினோத உணர்ச்சியை என்னென்பது! இப்பொழுது எனக்கு மிகத் தெளிவாய் நினைவில் இருக்கிறது, நான் சிறிதும் கர்வத்தால் உந்தப்படவில்லை, ஆபத்தை எதிர்கொண்டு சமாளிக்க வேண்டுமென்ற பைத்தியக்கார வெறி என்னைப் பற்றிக்கொண்டு விட்டது. பல்வேறு உணர்ச்சிகளையும் அனுபவிக்கையில் நமது உள்ளமானது சலிப்படைவதற்குப் பதிலாய் அவற்றால் மேலும் மேலும் வலிமை வாய்ந்த உணர்ச்சிகளை அனுபவிக்க வேண்டு மென்று, இறுதியில் அறவே களைப்புற்று ஓய்ந்துவிடும் வரையில் இப்படி அனுபவித்துச் செல்ல வேண்டுமென்று ஊக்கம் கொள்கிறதோ,

நற்றிணை பதிப்பகம் ● 171

என்னவோ. ஒரே நேரத்தில் ஐம்பதாயிரம் ஃபிளோரின் வரையிலான பணயங்கள் வைப்பதற்கு விதிகள் அனுமதித்திருந்தால், நிச்சயம் நான் இந்தக் கூடுதலான ஆபத்தையும் ஏற்றிருப்பேன். நான் செய்தது பைத்தியக்காரத்தனமாகும் என்று, சிவப்பு ஏற்கனவே தொடர்ச்சி யாய்ப் பதினான்கு தடவை வந்துவிட்டது என்று என்னைச் சுற்றிலும் இருந்தோர் வியந்து கூறிக் கொண்டிருந்தனர்!

“முஸ்யே ஒரு லட்சம் ஃபிளோரின்கள் வரை ஜெயித்துவிட்டார்” என்று என் பக்கத்தில் ஒரு குரல் வியந்து கூறக் கேட்டேன்.

திடுமென நான் விழித்தெழுந்தேன். என்ன? அன்று இரவு நான் ஒரு லட்சம் ஃபிளோரின்கள் வரை ஜெயித்துவிட்டேனா? இதற்கு மேல் எதற்காக எனக்குப் பணம் வேண்டும்? உடனே என் எதிரே இருந்த நோட்டுகளை அவசரமாய் வாரியெடுத்து எண்ணாமல் அப்படியே என் பையில் திணித்துக் கொண்டேன், பொற்காசுகளையும் பொட்டலச் சுருள்களையும் திரட்டி அள்ளிக்கொண்டேன். உடனே காஸினோவிலிருந்து வெளியே விரைந்து சென்றேன். எல்லோரும் சிரித்து ஆரவாரம் செய்ய ஆட்டக் கூடங்கள் வழியே நான் நடந்தேன். உப்பிப் புடைத்த என் பைகளையும் பொற்காசுகளின் எடையால் இருத்தப்பட்டுச் சாய்ந்தாடியபடி நான் நடந்ததையும் எல்லோரும் உற்றுப் பார்த்துக் கொண்டிருந்தனர். என் பைகளில் நான் சுமந்து சென்ற எடை இருபது ராத்தலுக்குமேல் இருந்திருக்கும். என் எதிரே பலர் கையேந்தி நிற்கக் கண்டேன். கை நிறைய அள்ளிப் பிடிபிடியாய்ப் பணத்தை வழங்கியவாறு சென்றேன். வெளிவாயிலில் இரண்டு யூதர்கள் என்னைப் பிடித்து நிறுத்தி, என்னிடம் கூறினர்:

“நீங்கள் பொல்லாத துணிச்சல்காரர்! ஆனால் நாளை காலையே இங்கிருந்து நீங்கள் போய்விட வேண்டும்–எவ்வளவு சீக்கிரமாய் முடியுமோ அவ்வளவு சீக்கிரமாய் புறப்பட்டுப் போய் விடுங்கள். இல்லையேல் அவ்வளவு பணத்தையும் இழந்துவிடுவீர்கள்...”

அவர்கள் சொன்னதை நான் காதில் வாங்கிக் கொள்ளவில்லை. சாலையில் ஒரே இருட்டாய் இருந்தது, என் முகத்துக்கு எதிரே நான் காட்டிய என் கையே கண்ணுக்குத் தெரியவில்லை. ஹோட்டலுக்கு அரை மைல் தூரம் இருந்தது. திருடர்கள், வழிப்பறியர்களிடம் என்றுமே எனக்குப் பயம் இருந்ததில்லை. சிறு பையனாய் இருந்த போது கூட நான் இவர்களுக்குப் பயந்ததில்லை. இப்பொழுதும் நான் இவர்களைப் பற்றி நினைக்கவில்லை. வழியில் நான் எதைப் பற்றிச் சிந்தித்தேனோ இப்பொழுது நினைவில் இல்லை. எந்தச் சிந்தனையும் இல்லாதவனாகவே சென்றேன் என்று நினைக்கிறேன். வெறித்தனமான ஓர் இன்ப உணர்ச்சியைத் தவிர வேறு எந்தச் சிந்தனையும் இன்றி நடந்தேன்–காரிய சித்தியால் கிட்டிய இன்பம், வெற்றியால் விளைந்த இன்பம், செல்வாக்கும் அதிகாரமும்

கிடைத்ததால் உண்டான இன்பம்... அதை எப்படிச் சொல்வதென்று எனக்குத் தெரியவில்லை, ஆயினும் பலீனாவின் உருவம் கணப் பொழுதுக்கு என் மனக்கண் எதிரே தோன்றவே செய்தது. நான் அவளிடம் போய்க் கொண்டிருந்தேன். சில நிமிடங்களில் அவளை அடைந்து யாவற்றையும் அவளிடம் சொல்வேன். அவளுக்குக் காட்டுவேன் என்பதைத் திடீரென உணர்ந்தேன். ஆனால் அவள் என்னிடம் என்ன சொன்னாள், நான் ஏன் காஸினோவுக்கு வந்தேன் என்பது அப்பொழுது என் நினைவுக்கு வரவில்லை. ஒன்றரை மணிக்கு முன்பு வரை நான் அனுபவித்திருந்த எல்லா உணர்ச்சிகளும் இப்பொழுது மிகப் பெரிய பழங்காலத்துக்கு உரிய நினைவுகளாகவும், காலாவதியாகி மறக்கப்பட வேண்டியனவாகவும் தோன்றின. ஏனெனில் இப்பொழுது யாவும் புதிதாய்த் திரும்பவும் தொடங்கும் போலத் தோன்றியது. சாலையின் முடிவை நெருங்கிய போது திடுமென நான் அச்சத்தால் பீடிக்கப்பட்டுவிட்டேன். இக்கணத்தில் என் பணம் கொள்ளையிடப்பட்டு நான் கொல்லப்பட்டுவிட்டால் என்ன ஆவது? தப்படிக்குத் தப்படி என் அச்சம் மேலும் மேலும் கடுமையாகிற்று. அனேகமாய் நான் ஓடத் தொடங்கிவிட்டேன். பிறகு சாலையிலிருந்து வெளிப் பட்டதும் எதிரே எண்ணற்ற விளக்குகளுடன் ஹோட்டல் பிரகாசமாய்த் தெரிந்தது. கடவுள் என்னைக் காப்பாற்றிவிட்டார்! என் அறையை வந்தடைந்தேன்!

நடையிலே ஓடி என் அறைக் கதவைத் திறந்தேன். பலீனா இன்னும் அங்கேதான் இருந்தாள், கையைக் கட்டிக்கொண்டு சோபாவில் அமர்ந்திருந்தாள். அவள் எதிரே ஒரு மெழுகுவர்த்தி எரிந்து கொண்டிருந்தது. வியப்புற்று என்னை அவள் வெறிக்கப் பார்த்தாள்; அந்தக் கணத்தில் நான் வினோதக் காட்சியாகவே தோன்றியிருக்க வேண்டும். அவள் எதிரே சென்று நின்று, நான் சுமந்து வந்த பணத்தை எடுத்து மேஜைமீது போட முற்பட்டேன்.

## 15

அவள் தன் இருக்கையை விட்டு அசையாமல், நான் அமர்ந் திருந்த நிலையைக்கூட மாற்றிக் கொள்ளாமல் வைத்த கண் வாங்காமல் என் முகத்தை உற்றுப் பார்த்தது என் நினைவில் இருக்கிறது.

கடைசிக் காசுப் பொட்டலச் சுருளை மேஜைமீது எரிந்தவாறு "இரண்டு லட்சம் பிராங்குகள் ஜெயித்திருக்கிறேன்" என்று கூவினேன். கத்தை கத்தையான நோட்டுகளும் காசுச் சுருள்களும் பெருங் குவியலாய் மேஜை முழுதும் குவிந்துவிட்டன. இந்தக் குவியலிலிருந்து என்னால் கண்களைத் திருப்பவே முடியவில்லை. இடையிடையே இரண்டொரு நிமிடத்துக்குப் பலீனா இருப்பதையே மறந்துவிட்டு நோட்டுகளை வகை பிரித்துக் கட்டியும், பொற்காசு களைச் சேர்த்து தனியே ஒரு குவியலாய்க் குவித்தும், அவ்வப்பொழுது மேஜையைவிட்டு விலகி சிந்தனையில் ஆழ்ந்தவனாய் அறையில் வேகமாய் மேலும் கீழும் நடந்தும், பிறகு மேஜைக்குத் திரும்பி மீண்டும் பணத்தை எண்ண முற்பட்டும் வந்தேன். சட்டென ஏதோ எண்ணத்தால் உந்தப்பட்டது போலத் திடுமென அறைக் கதவுக்கு ஓடிப் பூட்டியிருந்த சாவியை அவசரமாய் இரு முறை திருப்பினேன். பிறகு சிந்தித்தவாறு என்னுடைய சிறிய பெட்டியின் முன்னால் நின்றேன்.

"இந்தப் பெட்டியிலே எல்லாப் பணத்தையும் எடுத்து வைத்துவிடுகிறேன், நாளை வரை இந்தப் பெட்டியில் இருக்கட்டும்" என்றேன். பிறகு பலீனா அறையில் இருப்பது நினைவுக்கு வரவே சட்டெனத் திரும்பி அவளைப் பார்த்தேன். அதே இடத்தில் அவள் அசையாமல் அப்படியே உட்கார்ந்திருந்தாள். அவள் கண்கள் மட்டும் எப்பொழுதும் என்னைப் பின்தொடர்ந்து கொண்டிருந்தன.

அவளுடைய முகபாவம் மிகவும் விசித்திரமாய் இருந்தது; எனக்கு அது பிடிக்கவில்லை; அதில் வெறுப்பின் சாயல் தெரிவதுபோல் இருந்தது எனக்கு.

வேகமாய் அடியெடுத்து வைத்து நான் அவளிடம் சென்றேன்.

"பலீனா, இதோ இருபத்தைந்தாயிரம் ஃபிளோரின் இருக்கிறது, இது ஐம்பதாயிரம் பிராங்குக்கு அதிகமாகும். இதை எடுத்துச் சென்று நாளைக்கு அந்த ஆளுடைய மூஞ்சியில் எறிந்துவிட்டு வா."

அவள் பதில் ஏதும் சொல்லவில்லை.

"நீ விரும்பினால், நாளைக்குக் காலையில் முதல் வேலையாய் நானே இதை எடுத்துச் சென்று கொடுத்துவிடுகிறேன், செய்யட்டுமா?"

அவள் சப்தம் போட்டுச் சிரிக்க ஆரம்பித்தாள். நீண்ட நேரம் சிரித்துக்கொண்டே இருந்தாள்.

வியப்பும் துயரமும் கலந்த பார்வையால் நான் அவளை உற்றுப் பார்த்தேன். அண்மையில் சிறிது காலமாய் எனது இதயத்தின் ஆழ்மட்டத்து உணர்ச்சிகளை எடுத்துரைக்கையில் அடிக்கடி என்னை ஏளனம் செய்து கலகலவென்று சிரித்து வந்தாளே அதே மாதிரி இருந்தது இப்பொழுது அவள் சிரித்தது. முடிவில் சிரிப்பை நிறுத்தி முகத்தைச் சுளித்துக் கொண்டாள். புருவங்களுக்கு அடியிலிருந்து என்னை எரித்துவிடுவது போல உற்றுப் பார்த்தாள்.

"உன்னுடைய பணம் எனக்கு வேண்டாம்" என்று வெறுப்புடன் கூறினாள்.

"என்ன? என்ன சொன்னாய்?" என்று கத்தினேன். "பலீனா, ஏன் வேண்டாம் என்கிறாய்?"

'பதிலுக்கு நான் ஒன்றும் தராமல் நான் பணம் பெற்றுக் கொள்வதில்லை."

"நண்பனாக நான் உனக்கு இதைத் தருகிறேன். என் உயிரையே உனக்குத் தருகிறேன்."

நீண்ட நேரம் என்னை அவள் உற்றுப் பார்த்தாள். என்னுள் ஊடுருவிப் பார்ப்பது போல் கூர்ந்து பரிசீலனை செய்தாள்.

"நீ அளவு மீறிய விலையல்லவா தருகிறாய்" என்று சொல்லி வெறுமையுடன் சிரித்துக் கொண்டாள். "தெ கிரியேயின் ஆசைநாயகிக்கு ஐம்பதாயிரம் பிராங்க் மட்டுமீறிய விலையாகும்."

'பலீனா, என்னிடம் நீ இப்படிப் பேசலாமா?" என்று நான் கடிந்து கொண்டேன். "என்னையும் தெ கிரியே என்றா நினைத்துக் கொண்டாய்?"

“உன்னை நான் வெறுக்கிறேன்! ஆம், வெறுக்கிறேன்! தெ கிரியேயை விட உன்னை அதிகம் வெறுக்கிறேன்!” என்று திடுமெனக் கண்கள் பளிச்சிடக் கூச்சலிட்டாள்.

பிறகு கைகளால் முகத்தை மூடிக் கொண்டு இழுப்பு வந்தது போல ஆடியவாறு தேம்பியழுதாள். நான் அவளிடம் பாய்ந் தோடினேன்.

நான் இல்லாதபோது அவளுக்கு ஏதோ நடந்திருக்க வேண்டு மென்று ஊகித்துக் கொண்டேன். அவள் சித்த சுவாதீனம் இழந்த வளைப் போல தோன்றினாள்.

“என்னை விலைக்கு வாங்கத்தானே பார்க்கிறாய், வாங்கு! ஐம்பதாயிரம் பிராங்க் கொடுத்து வாங்கு, தெ கிரியேயைப் போலவே நீயும் என்னை விலைக்கு வாங்கு!” என்று உடலெல்லாம் நடுங்கச் செய்த செருமல்களுக்கிடையே கூச்சலிட்டாள். நான் அவளைக் கட்டிப் பிடித்துக் கொண்டேன். கைகளில், கால்களில் முத்தமிட்டேன். அவளுக்கு முன்னால் மண்டியிட்டு மன்றாடினேன்.

அவளைக் குலுக்கிய இழுப்பும் செருமல்களும் மறைந்தன. என் தோள்களைப் பிடித்துக் கொண்டு என்னை ஆராய்வது போல உற்றுப் பார்த்தாள். என் முகத்தைக் கொண்டு என் உள்ளத்தை ஊகிக்க முயலுவது போல் கூர்ந்து நோக்கினாள். என் பேச்சைக் கவனமாய்க் கேட்பவளைப் போல் தோன்றினாள் என்றாலும் நான் கூறியதை அவள் காதில் வாங்கிக் கொள்ளவில்லை என்பது தெரிந்தது. அவள் முகத்தில் கலவரமும் சிந்தனை தோய்ந்த பாவனையும் தோன்றின. அவள் நிலை குறித்து நான் அச்சமடையலானேன். அவளுக்குச் சித்தம் கலங்கி வருவதாய் நினைத்தேன். திடுமென அவள் என்னை மெதுவாய்த் தன்னருகே இழுத்தாள். என்மீது நம்பிக்கை ஏற்பட்டுவிட்டது போல் இனிய புன்னகை அவள் முகத்தில் மலர்ந்து வந்த ஒரு நேரத்தில் வெடுக்கென என்னை விலக்கித் தள்ளிவிட்டு மீண்டும் சோகமாய் உற்று நோக்கத் தொடங் கினாள்.

திடுதிப்பென என்னைக் கட்டித் தழுவிக் கொண்டாள்.

“நீ என்னைக் காதலிக்கிறாய் இல்லையா? நிச்சயமாய்க் காதலிக்கிறாய் இல்லையா?” என்று கேட்டாள். “நீ... நீ... எனக்காகக் கோமகனுடன் சண்டை போடத் தயாராய் முன்வந்தாயே!” நகைக்கத் தக்கதும் அருமையானதுமான ஏதோ ஒன்று நினைவுக்கு வந்தாற் போல் இங்கு அவள் வாய்விட்டுச் சிரித்தாள். ஒருங்கே சிரித்தும் அழுதும் வந்தாள் அவள். நான் என்ன செய்ய முடியும்? நானே ஜுர வேகம் கொண்டவனாய் இருந்தேன். என்னிடம் அவள் ஏதோ சொல்ல ஆரம்பித்தது எனக்கு நினைவிருக்கிறது. ஆனால் என்ன

சொல்ல விரும்பினாள் என்று எனக்கு விளங்கவில்லை. அவசரமாய் ஏதோ என்னிடம் சொல்ல நினைத்தவளைப் போல ஜன்னி வேகத்தில் படபடவென்று பேசினாள். பிறகு வாயில் வந்தபடி பிதற்றிக் கொண்டும் இடையிடையே குதூகலமாய்ச் சிரித்துக் கொண்டும் இருந்தாள். அவளுடைய சிரிப்பு எனக்குப் பீதியூட்டுவ தாயிருந்தது. "நீ அருமையிலும் அருமையானவன், தங்கமானவன்" என்று மீண்டும் மீண்டும் கூறினாள். "நீதான் என் நம்பிக்கைக்கு உரியவன்" என்று சொல்லி மீண்டும் என் தோள்களைப் பிடித்துக் கொண்டு "நீ என்னைக் காதலிக்கிறாய்... எந்நாளும் என்னைக் காதலிப்பாய் அல்லவா?" என்று திரும்பத் திரும்பக் கூறியவாறு என்னைக் கூர்ந்துநோக்கினாள். என் கண்களை நான் அவளிடமிருந்து திருப்ப முடியாமல் அவளையே பார்த்துக் கொண்டிருந்தேன். இப்படி அவள் அருமையாகவும் ஆசையாகவும் பேசி எந்நாளும் நான் பார்த்ததில்லை. பித்துக்கொண்ட நிலையிலேதான் அவள் இப்படிப் பேசினாள்... ஆனால் உணர்ச்சித் துடிப்பு மிக்க எனது பார்வையைக் கவனித்ததும் அவ்வப்பொழுது குறும்பாய்ச் சிரித்துக்கொண்டாள். பிறகு திடுமென மிஸ்டர் அஸ்ட்லேயைப் பற்றி பேசத் தொடங்கினாள்.

அவரைப் பற்றி ஏதோ சொல்வதற்காகத் தொடக்கத்திலிருந்தே முயன்று வந்தாள். முக்கியமாய்ச் சிறிது நேரத்துக்கு முன்பு எனக்கு எதையோ விளக்கிச் சொல்ல எத்தனிக்கையில் (அது என்னவோ. எனக்குப் புரியவே இல்லை.) அவரைப் பற்றி ஏதோ குறிப்பிட்டாள். அவரை அவள் எள்ளி நகையாடுகிறாள் என்பதாகவே தோன்றிற்று. தனக்காக அவர் காத்துக் கொண்டிருப்பதாய் முடிவின்றி திரும்பத் திரும்பக் கூறிக் கொண்டிருந்தாள்... தற்போது ஒருவேளை அவர் வெளியே சன்னலுக்கு அடியில் நின்றாலும் நிற்பார், தெரியுமா உனக்கு என்று என்னைக் கேட்டாள். "ஆம், சன்னலுக்கு அடியில் தான் – போய், திறந்து கொண்டு வெளியே பாரேன் தெரியும், இங்கேதான் நிற்பார்! போய்ப் பாரேன்!" என்று சொல்லிச் சன்னலை நோக்கி என்னைத் தள்ளினாள். ஆனால் நான் அங்கே போய்ச் சேரும் முன்பே சப்தம் போட்டுச் சிரித்துக் கொண்டு ஓடி வந்து என்னைக் கட்டித் தழுவிக் கொண்டாள்.

"நாம் இருவரும் இங்கிருந்து போகப் போகிறோம் அல்லவா? நாளைக்கே போகப் போகிறோம் அல்லவா?" சங்கடமான ஏதோவொரு நினைவு திடுமென அவள் மனதில் உதித்த மாதிரி இதைக் கேட்டாள். பிறகு சற்று நேரம் ஏதோ சிந்தித்துவிட்டு, "நாம் பாட்டியைப் போய்ப் பிடித்துவிட முடியுமா? நீ என்ன நினைக் கிறாய்? பெர்லினில் பாட்டியைப் பிடித்துவிட முடியுமென நினைக்கிறேன். அவரிடம் போய்ச் சேர்ந்ததும், அவர் நம்மைப்

நற்றிணை பதிப்பகம் ● 177

பார்த்ததும் என்ன சொல்வார் என்று நினைக்கிறாய்? பிறகு மிஸ்டர் அஸ்ட்லே என்ன செய்வார்...? ஷிலாங்கென்பர்க் மலைமுனையி லிருந்து குதித்து உயிரை விடுவாரா?" (அவள் வயிறு குலுங்கச் சிரித்தாள்.) இதைக் கேள், வருகிற கோடையில் அவர் எங்கே போகப் போகிறார் தெரியுமா? விஞ்ஞான ஆராய்ச்சிக் குழுவுடன் சேர்ந்து வட துருவத்துக்குப் போய் வர விரும்புகிறார். என்னையும் வரும்படி அழைத்திருக்கிறார், ஹ-ஹ-ஹா! ருஷ்யர்களாகிய நாம் ஐரோப்பியர்களது உதவியில்லாமல் எதையும் அறிய முடியாதவர்கள், எதற்கும் லாயக்கற்றவர்கள் என்கிறார். இருந்தாலும் அவரும் ரொம்ப நல்லவர்தான். உனக்குத் தெரியுமா இது–அவர் 'ஜெனரலை' ஆதரித்துப் பேசுகிறார், பிளான்ஷ்... காதல் பித்து... எனக்குத் தெரியாது, எனக்குத் தெரியாது!" என்றுதான் கூற வந்ததன் தொடர்பை மறந்தவளைப் போல கூவினாள். "பாவம், பரிதாபத்துக்குரியவர்கள் இவர்கள்! இவர்களை நினைத்தால், பாட்டியை நினைத்தால் எனக்குப் பாவமாய் இருக்கிறது. ஆனால் நான் சொல்கிறேன் கேள்–உன்னால் ஒன்றும் தெ கிரியேயைக் கொல்ல முடியாது! அவரை நீ கொன்றுவிடலாம் என்றா மெய்யாகவே நினைத்தாய்? எப்படிப்பட்ட அசடு நீ! தெ கிரியேயுடன் சண்டை போட நான் உன்னை அனுமதிப்பேன் என்றா நினைத்தாய்? அந்தப் பிரஷ்யக் கோமகனைக் கூட உன்னால் கொல்ல முடியாது, தெரியுமா?" என்று கூறி மீண்டும் திடுதிப்பென்று பலமாய்ச் சிரித்தாள். "நீ கோமகனைப் போய் சந்தித்தாயே, அப்பொழுது உன்னைப் பார்க்க எவ்வளவு வேடிக்கையாய் இருந்தது! பெஞ்சிலிருந்து நான் உன்னைப் பார்த்துக் கொண்டுதான் இருந்தேன் – நான் உன்னை அவரிடம் போகச் சொன்னபோது நீ போக விரும்பாமல் எப்படி ஆத்திரப் பட்டுக் கொண்டாய்! அப்பொழுது எனக்குச் சிரிப்பு தாங்கவே முடியவில்லை!" என்று சொல்லி வாய்விட்டுச் சிரித்தாள்.

திடுமென மீண்டும் என்னை முத்தமிடவும் கட்டித் தழுவிக் கொள்ளவும் முற்பட்டாள். ஆசையாய்த் தன் முகத்தை என் முகத்துடன் வைத்து அழுத்திக் கொண்டாள். அதன்பின் எதைப் பற்றியும் என்னால் சிந்திக்க முடியவில்லை, எதையும் காதால் கேட்கவும் முடியவில்லை. எனக்கு அப்படித் தலை கிறுகிறுத்தது...

நான் விழித்துக் கொண்டபோது காலை ஏழு மணி இருக்குமென்று நினைக்கிறேன். அறையினுள் சூரிய வெளிச்சம் தெரிந்தது. பலீனா என் பக்கத்தில் உட்கார்ந்திருந்தாள். எதுவும் புரியாத ஒருவகைப் பனி மூட்டத்திலிருந்து அப்பொழுதுதான் வெளிப்பட்டு சிந்தனைகளை ஒருசேரத் திரட்ட முயலுவது போன்ற விசித்திர முகபாவத்துடன் உட்கார்ந்திருந்தாள். அவளும் அப்பொழுதுதான் விழித்துக் கொண்டு, மேஜையையும் அதன்

மீதிருந்த பணத்தையும் உற்றுப் பார்த்துக் கொண்டிருந்தாள். எனக்குத் தலை கனத்துக் கொண்டு வலித்தது. பலீனாவின் கையைப் பிடிக்கப்போனேன். ஆனால் அவள் என்னைத் தள்ளிவிட்டு சோபாவிலிருந்து துள்ளியெழுந்தாள். காலைப் பொழுது பனி மிகுந்து மந்தமாயிருந்தது. விடிவதற்கு முன்பு மழை பெய்திருந்தது. அவள் நேரே சன்னலுக்குச் சென்று கதவைத் திறந்து கொண்டு தலையையும் தோள்களையும் வெளியே நீட்டி எட்டிப் பார்த்தாள். சன்னல் மேடையில் முழங்கைகளை ஊன்றி முகவாயைக் கைகளில் வைத்து அழுத்திக் கொண்டு சில நிமிடங்களுக்கு அப்படியே நின்றிருந்தாள் – என்னைத் திரும்பிப் பார்க்கவும் இல்லை, நான் சொன்னதைக் காதால் கேட்கவும் இல்லை. அடுத்து என்ன நடைபெறப் போகிறது, இதெல்லாம் எப்படி முடிவுறப் போகிறது என்று நினைத்து நான் திகில் அடைந்தேன். வெடுக்கென அவள் சன்னலிலிருந்து திரும்பி மேஜையருகே சென்று அடங்கா வெறுப்புக் கொண்ட பார்வையை என் மீது பதித்து ஆத்திரத்தால் உதடுகள் துடிக்க என்னிடம் கூறினாள்:

"சரி – என்னுடைய ஐம்பதாயிரம் பிராங்கையும் கொடு என்னிடம்!"

"பலீனா – திரும்பவுமா, திரும்பவுமா..." என்று நான் ஆரம்பித்தேன்.

அதற்குள் அவள் "ஓகோ, உன் முடிவை மாற்றிக் கொண்டு விட்டாயா? ஹ–ஹ–ஹா! தருவதாய் ஏன் சொன்னோம் என்று வருத்தப்படுகிறாயா?" என்று கூவினாள்.

இரவில் நான் தனியே எடுத்து வைத்திருந்த இருபத்தைந்தாயிரம் பிராங்குகள் அடங்கிய பொட்டலச் சுருள் மேஜைமீது இருந்தது. அதை எடுத்து அவள் கையில் கொடுத்தேன்.

"இப்பொழுது இது என்னுடையது – இல்லையா? இல்லையா?" என்று கையில் பணத்தை ஏந்திப் பிடித்துக் கொண்டு ஆக்ரோஷமாய்க் கேட்டாள்.

"எப்பொழுதுமே உன்னுடையதுதான்!" என்றேன் நான்.

"சரி, இந்தா, உன்னுடைய ஐம்பதாயிரம் பிராங்க்!" – கையை உயர்த்திப் பணத்தை என்மீது விட்டெறிந்தாள். பொட்டலம் என் முகத்திலே வலிக்கும்படி மோதிக் கிழிந்து நோட்டுகள் தரையிலே விழுந்து சிதறின. அதே கணத்தில் பலீனா வேகமாய் அறைக் கதவைத் திறந்துகொண்டு வெளியே ஓடினாள்.

அப்பொழுது அவளுக்குப் புத்தி சரியில்லை என்பது எனக்குத் தெரியும். ஆயினும் ஏன் அப்படி அவளுக்கு மூளை கலங்க வேண்டும்? இதை என்னால் புரிந்துகொள்ளவே முடியவில்லை.

நற்றிணை பதிப்பகம் ● 179

ஒரு மாதமானபின் இப்பொழுதும் அவள் நலமின்றிதான் இருக்கிறாள். இந்த நிலைமைக்குக் காரணம் என்ன? இன்னும் முக்கியமாய், புரிந்துகொள்ள முடியாத அவளுடைய இந்த விபரீத ஆவேசத்துக்கு என்ன காரணம்? கர்வ பங்கத்தால் விளைந்த சீற்றமா? என்னிடம் வரும்படியான ஒரு நிலை தனக்கு ஏற்பட்டுவிட்டதே என்ற மன வெறுமையா? எனக்கு அடித்த அதிர்ஷ்டத்தால் நான் தலைகால் புரியாமல் மகிழ்ச்சி கொண்டு தெ கிரியேயைப் போலவே அவளுக்கு ஐம்பதாயிரம் பிராங்க் கொடுத்து அவளைத் தொலைத்துக்கட்ட விரும்புவதாகக் கற்பனை செய்து கொண்டிருப்பாளோ? அப்படி ஓர் எண்ணம் துளியும் எனக்கு இருந்ததில்லை, என் மனசாட்சி களங்கமின்றி தூய்மையாய் இருக்கிறது. ஓரளவுக்கு அவளுடைய கர்வம்தான் காரணமாய் இருந்திருக்கும் என்று நான் நினைக்கிறேன். அவள் மனம் இதைத் தெளிவாய் அறிந்திருக்காது என்றாலும், அவள் கர்வம்தான் என்னை நம்பாது சந்தேகிக்கும்படி, என்னை அவமானப்படுத்தும்படி அவளைத் தூண்டியிருக்கவேண்டும். அதுதான் உண்மையெனில், தெ கிரியேயுக்குப் பதிலாய் என்மீது அவள் பழி தீர்த்துக் கொண்டுவிட்டாள். அப்படி ஒருவேளை நான் ஏதேனும் தவறிழைத்திருந்தாலும் என்னை அதிகம் குற்றம் சொல்ல முடிந்திருக்காது. மெய்தான் இதெல்லாம் வெறும் ஜன்னிப் பிதற்றல்தான். அவள் ஜன்னி கொண்டவளாகவே இருந்தாள் என்பதும் எனக்குத் தெரிந்ததுதான்... ஆயினும் இதை நான் மனதில் கொள்ளத் தவறிவிட்டேன். இதை மன்னிக்க முடியாத குற்றமாய்க் கருதி அவள் என்மீது சீற்றம் கொண்டுவிட்டாளா? அப்படியே இருந்தாலும் இது இவளுடைய தற்போதைய செயல்களுக்குத்தானே காரணமாயிருக்க முடியும்? ஆனால் இதற்கு முன்பு? இதற்கு முன்பு ஏன் இவள் இப்படி நடந்துகொண்டாள்? தெ கிரியேயின் கடிதத்தை எடுத்துக்கொண்டு அவள் என்னிடம் வந்ததன் பொருளை உணர முடியாதபடி அப்பொழுது அவளுடைய ஜன்னி, அவளுடைய மனப்பிணி அவ்வளவு கடுமையாய் இருக்கவில்லையே. தன் செயலை உணர்ந்துதானே அவள் அப்படிச் செய்திருக்க வேண்டும்.

நோட்டுக் கத்தைகளையும் பொற்காசுக் குவியலையும் நான் அவசரமாய் மெத்தைக்கு அடியில் எடுத்துப் போட்டு யாவற்றையும் மெத்தை விரிப்பினால் மூடினேன். பலீனா சென்றபின் பத்து நிமிடங்களில் நானும் அறையை விட்டு வெளியே சென்றேன். அவள் தன்னுடைய அறைக்குத்தான் போயிருப்பாள் என்றே நான் நினைத்திருந்தேன். சப்தம் செய்யாமல் ஜெனரலுடைய அறைகளுக்குச் சென்று தாதியிடமிருந்து பலீனா எப்படி இருக்கிறாள் என்று கேட்டுத் தெரிந்துகொள்ள விரும்பினேன். ஆனால் படிக்கட்டில் என்னைச் சந்தித்த தாதி, பலீனா இன்னும் திரும்பி வராததால்

அவளைத் தேடிக் கொண்டு என் அறைக்குப் போவதாய் என்னிடம் சொன்னதும் திகைத்துப் போய்விட்டேன்.

“இப்பொழுதுதானே, பத்து நிமிடங்களுக்கு முன்புதானே அவள் என் அறையிலிருந்து புறப்பட்டுச் சென்றாள், எங்கே போயிருப்பாள்?” என்றேன்.

கண்டிப்பது போல தாதி என்னை உற்றுப் பார்த்தாள்.

இதற்குள் ஹோட்டலில் பலவகையான வதந்திகளும் பரவிவிட்டன. போர்ட்டர் அறையிலும் தலைமைச் சேவகரின் அறையிலும் காலை ஆறு மணிக்கு மத்மாசேல் பலீனா மழையிலே ஹோட்டலிலிருந்து வெளியே சென்று ‘ஹோட்டல் தெ ஆங்கிலித்தே’ரை நோக்கி ஓடியதாய் இரகசியமாய்ப் பேசிக் கொண்டனர். அன்று இரவு அவள் என் அறையிலேதான் இருந்தாள் என்று அவர்களுக்குத் தெரியுமென்பதை அவர்களது பேச்சும் ஜாடைகளும் எனக்குப் புலப்படுத்தின. ஜெனரலைச் சேர்ந்த எல்லோரது விவகாரங்கள் குறித்தும் பேச்சு அடிபட்டு வந்தது என்பது தெளிவாய் விளங்கிற்று. நேற்று ஜெனரல் சித்தம் கலங்கிய நிலையில் இருந்தது எல்லோருக்கும் தெரிந்திருந்தது. ஹோட்டலில் எல்லோர் காதுக்கும் எட்டும்படி அவர் அவ்வளவு பலமாய்ச் சப்தம் போட்டு அழுது கொண்டிருந்தார். ஹோட்டலில் வந்து தங்கிய அந்த வயதான அன்னை ஜெனரலின் தாய் என்பதாகவும், தமது மகன் மத்மாசேல் தெ கமேன்ஷை மணந்து கொள்வதைத் தடுப்ப தென்றும் அப்படி மகன் தமது பேச்சைக் கேட்க மறுத்தால் தமது சொத்து அவருக்குக் கிடைக்காதபடி செய்வதென்றும் திட்டமிட்டு அவர் ருஷ்யாவிலிருந்து இங்கு வந்ததாகவும் பேசப்பட்டது. மகன் அவருக்குப் பணிய மறுத்துவிட்டதால் அந்த ருஷ்யக் கோமகள் மகனுக்குச் சொத்து கிடைக்கக் கூடாது என்று மகனின் கண் முன்னால் வேண்டுமென்றே தமது பணம் அனைத்தையும் ருலெட்டில் இழந்துவிட்டார் என்றனர். “ஓ, எப்படிப்பட்டவர்கள் இந்த ருஷ்யர்கள்!” என்று தலைமைச் சேவகர் கோபமாய்க் கூறித் தலையை ஆட்டிக் கொண்டார். ஏனையோர் சிரித்தனர். பிறகு தலைமைச் சேவகர் பில்லைத் தயார் செய்தார். நான் பெருந் தொகைகளை ஜெயித்தது பற்றியும் எல்லோரும் தெரிந்து கொண்டு விட்டனர். என் அறைக்கு அருகே நடையில் வேலை செய்து கொண்டிருந்த பணியாளாகிய கார்ல் முதலில் எனக்கு வாழ்த்துரைத் தான். ஆனால் நான் வேறு விவகாரங்கள் குறித்து சிந்திக்க வேண்டியிருந்தது. ‘ஹோட்டல் தெ ஆங்கிலித்தே’ருக்கு நான் விரைந்தேன்.

பொழுது விடிந்து இன்னும் அதிக நேரமாகவில்லை. இவ்வளவு சீக்கிரமாய் மிஸ்டர் அஸ்ட்லே யாரையும் தமது அறைக்கு வரவேற்ப

தில்லை. வந்திருந்தது நான் என்பது தெரிந்ததும் அவர் வெளியே நடைக்கு என் எதிரே வந்து நின்றார். கண்கள் அசையாமல் என்மீது குத்திட்டு நிற்க, நான் பேசுவதற்காக மௌனமாய்க் காத்திருந்தார். உடனே நான் பலீனாவைப் பற்றி விசாரித்தேன்.

"அவளுக்கு உடல்நலமில்லை" என்று வைத்த கண் வாங்காது இன்னமும் என் முகத்தை உற்றுப் பார்த்தவாறு பதிலளித்தார் மிஸ்டர் அஸ்ட்லே.

"மெய்யாகவே அவள் உம்முடன்தான் இருக்கிறாளா?"

"ஆம், என்னுடன்தான் இருக்கிறாள்."

"சரி – அவளை உம்முடன் இங்கேயே வைத்துக் கொள்ளவா போகிறீர்?"

"ஆம், அப்படித்தான் செய்யப் போகிறேன்."

"மிஸ்டர் அஸ்ட்லே, இதனால் வம்புப் பேச்சுக்கள் அல்லவா பரவிவிடும். இப்படிச் செய்யக் கூடாது. அதோடு அவள் உடல் நலமின்றி இருக்கிறாள். அதை நீர் கவனிக்கவில்லையோ, என்னமோ?"

"ஓ, கவனித்தேனே. அவளுக்கு உடல்நலமில்லை என்று நானே தான் உம்மிடம் சொன்னேனே. உடல்நலமுடன் இருந்திருந்தாளெனில் இரவை உம்முடன் கழித்திருக்க மாட்டாளே."

"அதுவும் தெரியுமா உமக்கு?"

"தெரியும். நேற்று இரவு அவள் என்னிடம் வந்திருக்க வேண்டும். நான் அவளை என் உறவினராகிய ஒரு பெண்ணிடம் அழைத்துச் செல்வதாயிருந்தேன். ஆனால் உடல்நலமில்லாதவளாகி விட்டதால் அவள் என்ன செய்கிறோம் என்று தெரியாமல் தவறிப் போய் உம்மிடம் சென்றுவிட்டாள்."

"அப்படியா நினைத்துக் கொண்டிருக்கிறீர்! சரி, மிஸ்டர் அஸ்ட்லே , உமக்கு என் வாழ்த்துகள்! நீர் சொல்வதைக் கேட்டால் எனக்கு ஓர் எண்ணம் தோன்றுகிறது. இரவு முழுதும் நீர் என்னுடைய அறை சன்னலுக்கு அடியில்தான் நின்று கொண்டிருந்தீரா? மிஸ் பலீனா என்னைச் சன்னலைத் திறந்து கீழே நீர் நிற்கிறீரா என்று பார்க்கச் சொல்லி ஓயாமல் சிரித்துக் கொண்டிருந்தாள்."

"மெய்யாகவா! நான் சன்னலுக்கு அடியில் நிற்கவில்லை. நடையிலே காத்திருந்தேன், சுற்றிச் சுற்றி நடந்து கொண்டிருந்தேன்."

"மிஸ்டர் அஸ்ட்லே, அவளுக்கு மருத்துவச் சிகிச்சை அவசியமாயிற்றே."

"ஆம், டாக்டருக்குச் சொல்லியனுப்பியிருக்கிறேன். அவள் இறக்க நேர்ந்தால் நீர் எனக்குப் பதில் சொல்லியாக வேண்டும்."

நான் வியப்புற்றுவிட்டேன். "மிஸ்டர் அஸ்ட்லே , நீர் சொல்வது எனக்கு விளங்கவில்லையே."

"நேற்று நீர் இரண்டு லட்சம் டாலர் ஜெயித்தது மெய்தானா?"

"லட்சம் ஃபிளோரரின்தான் ஜெயித்தேன்."

"நல்லது! இன்று காலையே நீர் பாரிசுக்குப் புறப்பட வேண்டும்."

"ஏன்?"

"ருஷ்யர் எவருக்கும் பணம் கிடைத்தால் உடனே பாரிசுக்குத் தான் போகிறார்" என்று ஏதோ புத்தகத்திலிருந்து படிப்பதுபோல மிஸ்டர் அஸ்ட்லே கூறினார்.

"கோடையில் நான் ஏன் பாரிசுக்குப் போக வேண்டும்? மிஸ்டர் அஸ்ட்லே, நான் அவளைக் காதலிக்கிறேன். அது உமக்குத் தெரிந்ததுதான்."

"ஓ அப்படி ஒன்றும் இருக்காது என்பதில் எனக்கு எந்தச் சந்தேகமும் இல்லை. அதோடு இங்கே இருந்தால் அனேகமாய் நீர் உம்மிடம் இருப்பது அனைத்தையும் இழந்து விடுவீர். பாரிஸ் போக பணம் இருக்காது, போய்வாரும் வணக்கம்! இன்றே பாரிசுக்குப் போய்விடுவீர் என்பதில் எனக்கு ஐயமில்லை. போய்வாரும், வணக்கம்!"

"சரி, வணக்கம்! ஆனால் நான் ஒன்றும் பாரிஸ் போகப் போவதில்லை. மிஸ்டர் அஸ்ட்லே, எங்கள் எல்லோருக்கும் இதனால் ஏற்படக் கூடிய விளைவுகளை நீர் சிந்தித்துப் பார்க்க வேண்டும். ஜெனரல்... இப்பொழுது பலீனாவின் இந்த விவகாரம்... நகரெங்கும் பேச்சு பரவிவிடும்."

"ஆம், நகரெங்கும் பரவவே செய்யும். ஆனால் ஜெனரல் இதைப் பற்றி அதிகம் கவலைப்படப் போவதில்லை, அவர் கவலைப் பட வேறு பலவும் இருக்கின்றன. மிஸ் பலீனா தான் விரும்புகிற இடத்தில் வாழ முழு உரிமை பெற்றவள். குடும்பத்தைப் பொறுத்த வரை, இப்படி ஒரு குடும்பம் இனி கிடையாதென முழு நியாயத்துடன் கூறலாம்."

நான் பாரிசுக்குப் போவேனென இந்த ஆங்கிலேயர் எவ்வளவு நிச்சயமாய்ச் சொல்கிறாரே, வேடிக்கைதான் என்று நினைத்து நகைத்தவாறு அங்கிருந்து திரும்பினேன். "மத்மாசேல் பலீனா இறக்க நேர்ந்தால் இவர் என்னைச் சண்டைக்கு அழைத்துச் சுட்டுக் கொல்லப் போகிறார் – செய்யக் கூடியவர்தான்!" என்று என்னுள் கூறிக் கொண்டேன். பலீனாவை நினைத்தபோது எனக்கு வருத்த மாய்த்தான் இருந்தது. ஆனால் விபரீதம் என்னவெனில் இதற்கு முன்தினம் நான் ஆட்ட மேஜைகளிடம் சென்று நோட்டுகளையும்

காசுச் சுருள்களையும் வாரித் திரட்ட முற்பட்ட அந்தக் கணம் முதலாய் என்னுடைய காதல் பின்னணிக்குச் சென்றுவிட்டதாய்த் தோன்றிற்று. இதை நான் இப்பொழுது சொல்கிறேன், ஆனால் அப்பொழுது தெளிவாய் இதை என்னால் உணர முடியவில்லை. அப்படியானால் நான் வெறும் சூதாடி என்பதுதான் உண்மையா? பலீனா மீது எனக்குள்ள காதல் பொய்யானதா? இல்லை, ஆண்டவனுக்குத் தெரியும், இன்னமும் நான் அவளைக் காதலிக்கிறேன். மிஸ்டர் அஸ்ட்லேயிடம் விடை பெற்றுக் கொண்டு என்னுடைய ஹோட்டலுக்குத் திரும்பிய அந்த நேரத்தில் மெய் யாகவே நான் வேதனையுற்றேன், என்னையே நான் திட்டிக் கொண்டேன். ஆனால்... ஆனால்... ஓ, எப்படிப்பட்ட நம்பமுடியாத, அசட்டு நிகழ்ச்சி நடந்தேறியது!

ஜெனரலுடைய அறைகளுக்கு நான் வேகமாய்ப் போய்க் கொண்டிருந்தபோது, அவர் அறைகளுக்கு அருகில் நடையில் ஒரு கதவைத் திறந்து வெளியே வந்தவர் ஒருவர் என் பெயரைச் சொல்லி என்னை அழைத்தார். மதாம் தெ கமேன்ஷ்தான் என்னை இப்படி அழைத்தாள். மத்மாசேல் பிளான்ஷின் உத்தரவு பேரில் அவள் என்னை அழைத்தாள். நான் மத்மாசேல் பிளான்ஷின் அறைகளுக்குள் சென்றேன்.

அவர்கள் இரண்டு சிறிய அறைகளை எடுத்திருந்தனர். படுக்கை அறையிலிருந்து மத்மாசேல் பிளான்ஷின் கூச்சலும் சிரிப்பொலியும் காதில் விழுந்தன. அவள் படுக்கையைவிட்டு எழும் நிலையில் இருந்தாள்.

"ஆள் வந்தாச்சா! இங்கே வா அப்பா! மலையளவு தங்கமும் வெள்ளியுமாய் ஜெயித்துட்டியாமே, மெய்தானா? தங்கம்தான் எனக்கு ரொம்பப் பிடிக்கும்."

"மெய்தான்" என்று சிரித்தவாறு பதிலளித்தேன் நான்.

"எவ்வளவு?"

"ஒரு லட்சம் ஃபிளோரின்."

"பிபீ, நீ பெரிய அசடுதான்! இங்கே வா இப்படி, என் காதிலே எதுவும் விழவில்லை. இருவருமாய்க் குஷியாய் இருக்கலாம், இல்லையா?"

நான் அவளுடைய படுக்கை அறைக்குள் சென்றேன். மென் சிவப்பு சாட்டின் மெத்தப் போர்வைக்கு அடியில் படுத்துக் கிடந் தாள் அவள். அவளுடைய அதியற்புதப் பழுப்புத் தோள்கள் மட்டும் வெளியே தெரிந்தன–கனவில் மட்டுமே காணக் கூடிய தோள்கள் அவை. உள்ளுடுப்பு அரைகுறையாகவே அவற்றை மூடியிருந்தது.

உடுப்பின் ஓரங்களில் தைக்கப்பட்டிருந்த தூய வெண்ணிற லேஸ் அவளுடைய பழுப்பு மேனிக்கு மிகவும் பொருத்தமாயிருந்தது.

என்னைப் பார்த்ததும் "மகனே, வீரமில்லாத கோழையா நீ?" என்று கூவி மணி நாதமிட்டுச் சிரித்தாள். அவளுடைய சிரிப்பு எப்பொழுதுமே குதூகலமாய் இருக்கும்.

"உன்னையன்றி வேறு எவரும் இப்படிக் கேட்டிருந்தால்..."* என்று நான் கார்னேல் நாடகத்திலிருந்து மேற்கோள் எடுத்துரைக்க முற்பட்டேன்.

"இதோ பார்" என்று அவள் இடைமறித்து வேகமாய்ப் பேசினாள். "முதலில் நீ என்னுடைய ஸ்டாக்கிங்சைத் தேடியெடுத்து, நான் போட்டுக் கொள்ள உதவி செய். இரண்டாவதாக, நீ முழு முட்டாளாய் இல்லாதிருப்பாயானால், உன்னைப் பாரிசுக்கு அழைத்துச் செல்வேன். உடனே இப்பொழுது நான் புறப்படப் போகிறேன், தெரியுமா உனக்கு?"

"உடனேயா?"

"இன்னும் அரைமணி நேரத்தில்."

யாவும் மூட்டை கட்டப்பட்டுத் தயாராயிருந்தன. பெட்டிகளும் சாமான்களும் தரையில் எடுத்து வைக்கப்பட்டிருந்தன. காப்பி கொண்டுவந்து வைக்கப்பட்டிருந்தது.

"நீ பாரிசைப் பார்க்க விரும்புகிறாயா? ஆசிரியனாய் வேலை செய்த ஆளல்லவா நீ? என்ன வேலை அது? ஆசிரியனாய் வேலை பார்த்து பெரிய அசடாய் அல்லவா ஆகிவிட்டாய்! என்னுடைய ஸ்டாக்கிங்ஸ் எங்கே! அதை எடுத்து என் காலில் போடு!"

கவர்ச்சி மிக்க நேர்த்தியான சிறிய பாதத்தை அவள் வெளியே நீட்டினாள் – பழுப்பு நிறமுடைய சிறிய பாதம்; பாத அணிகளில் மிக அழகாய்த் தோன்றினாலும் வெளியே எடுத்ததும் கோணல் மாணலாய் இருக்கும் பெரும்பாலான சிறிய பாதங்களைப் போன்ற தல்ல. மத்மாசேல் பிளான்ஷ் படுக்கையின் ஓரத்தில் அமர்ந்து சடசடவெனப் பேசினாள்:

"நான் உன்னை அழைத்துச் செல்ல வேண்டுமானால் என்ன செய்ய வேண்டும், தெரியுமா?... முதலில் எனக்கு ஐம்பதாயிரம் பிராங்க் தேவையாயிருக்கு. இதை நீ பிரான்க்பர்ட்டில் என்னிடம் கொடு. நாம் பாரிசுக்குப் போய் அங்கே இருவரும் சேர்ந்து வாழ் வோம். என்னுடன் அங்கே நீ பட்டப் பகலிலும் நட்சத்திரங்களைக்

---

* பிரெஞ்சு நாடக ஆசிரியர் கார்னேல் எழுதிய சீட் என்ற துன்பியல் நாடகத்தில் ராட்ரீகோவுக்கும் அவன் தந்தைக்கும் நடைபெறும் உரையாடலிலிருந்து எடுக்கப்பட்ட மேற்கோள்கள். (பதிப்பாசிரியர்)

காண்பாய். நீ எந்நாளும் கண்டே இருக்க மாட்டாய், அப்படிப்பட்ட பெண்களையெல்லாம் சந்திப்பாய். இதைக் கேள் நீ...”

“ஒரே அடியாய் பேசுகிறாயே, கொஞ்சம் இரு! உனக்கு ஐம்பதாயிரம் பிராங்க் கொடுத்துவிட்டால் எனக்கு மீதி என்ன இருக்குமாம்?”

“ஒன்றரை லட்சம் பிராங்க் உன்னிடம் மீதி இருக்குமே, அதை மறக்கலாமா நீ? அதோடு உன்னுடன் நான் இருப்பேன் – ஒரு மாதமோ, இரண்டு மாதங்களோ இருப்பேன். உன்னிடம் இருக்கும் ஒன்றரை லட்சம் பிராங்கையும் இரண்டு மாதங்களில் செலவழித்து விடுவோம். நீயே பார், நான் ரொம்ப நல்ல பெண். எதையும் மறைக்காமல் முன்கூட்டியே சொல்லிவிடுகிறேன்.”

“என்ன, யாவற்றையும் இரண்டே மாதங்களில் தீர்த்துவிடுவோம் என்றா சொல்கிறாய்.”

“ஆமாம்! அது உன்னை அப்படியா திகைப்புறச் செய்கிறது? படுமோசமான அடிமையே நீ. அம்மாதிரி வாழ்க்கையில் ஒரு மாதம் உன் முழு ஆயுளுக்கும் ஒப்பானதாயிற்றே! ஒரு மாதம்தான் – அதன்பின் பிரளயமே வந்தால்தான் நமக்கு என்ன? அது உனக்குப் புரியாவிடில், என்னிடம் வராதே, போய்விடு! நீ போய்ச் சேரு, இதையெல்லாம் அனுபவிக்க நீ அருகதையற்ற ஆள்! ஏய்! என்ன வேலை இதெல்லாம்?” என்று திடுமெனக் கூச்சலிட்டாள்.

அப்பொழுது அவளுடைய இரண்டாவது காலில் ஸ்டாக்கிங்சைப் போட்டுக் கொண்டிருந்த நான் என்னைக் கட்டுப்படுத்திக் கொள்ள முடியாதவனாகி அந்தக் காலில் முத்தமிட்டுவிட்டேன். வெடுக்கென காலை இழுத்து விரல் நுனிகளால் என் முகத்தில் உதைத்தாள் அவள். பிறகு அந்த இடத்திலிருந்தே என்னை அவள் விரட்டியடித்தாள். நான் வெளியேறியபோது என் பின்னாலிருந்து கத்தினாள் : “அப்பனே, என் ஆசிரியனே, நீ விரும்பினால் வா என்னுடன்! இன்னும் கால் மணி நேரத்தில் புறப்படப் போகிறேன்!”

என் அறைக்குத் திரும்பி வந்ததும் எனக்குத் தலை சுற்றிச் சுழல்வது போல் இருந்தது. நானல்ல குற்றவாளி – மத்மாசேல் பலீனா பணத்தை என் மூஞ்சியிலே எறிந்துவிட்டுச் சென்றதற்கும், என்னைக் காட்டிலும் மிஸ்டர் அஸ்ட்லேதான் தனக்கு ஏற்றவரென இதற்கு முன்தினம் முடிவு செய்ததற்கும் நானா பொறுப்பு? தரையிலே இன்னும் சில நோட்டுகள் சிதறிக் கிடந்தன. அவற்றை நான் பொறுக்கியெடுத்தேன். அப்பொழுது அறைக் கதவு திறக்கப்பட்டது. தலைமைச் சேவகரே நேரில் என் அறைக்கு வந்து எட்டிப் பார்த்தார். (இதற்கு முன்பெல்லாம் என் பக்கம் திரும்பிக்கூட பார்க்காமல் இருந்தவர் அவர்.) கீழ்மாடிக்கு கோமகன் வி, காலி

செய்துவிட்டுச் சென்றிருந்த அருமையான அறைத் தொகுதிக்கு நான் ஜாகை மாற்றிச்செல்ல விரும்பினால் உடனே ஏற்பாடு செய்வதாய்க் கூறினார் அவர்.

நான் ஒரு கணம் யோசித்தவாறு நின்றேன்.

“என்னுடைய பில் வேண்டும்! உடனே, இன்னும் பத்தே நிமிடங்களில் நான் ஹோட்டலை விட்டுப் புறப்படுகிறேன்!’ என்று அவரிடம் பலத்த குரலில் அறிவித்தேன். “ஆம், பாரிசுக்குப் போகிறேன்!” என்று என்னுள் கூறிக் கொண்டேன். என் தலையில் அப்படித்தான் எழுதப்பட்டிருக்கிறது!”

கால் மணி நேரத்தில் நாங்கள் மூவரும் நான், மத்மாசேல் பிளான்ஷ், மதாம் தெ கமேன்ஷ் – குடும்பத்துக்குரிய தனி ரயில் பெட்டியில் அமர்ந்திருந்தோம். என்னைப் பார்த்து மத்மாசேல் பிளான்ஷ் இழுப்பு வந்தவளைப் போல விழுந்து விழுந்து சிரித்துக் கொண்டிருந்தாள். மதாம் தெ கமேன்ஷும் அவளைப் பின்தொடர்ந்து இளித்துக் கொண்டிருந்தாள். ஆனால் நான் சிரிக்கிற நிலையில் இல்லை. என் வாழ்க்கை இரண்டாய்ப் பிளந்து போய்விட்டது. இதற்கு முன்தினம் முதலாய் யாவற்றையும் நான் ஒரே சீட்டில் பணயமாய் வைக்கப் பழகிக் கொண்டுவிட்டேன். பணம் என்னைப் புத்தியிழக்கச் செய்துவிட்டதோ, என்னமோ. ஒருவேளை நான் விரும்பியது எல்லாம் பணம் மட்டும்தானோ, என்னவோ. தற்காலிக மாய், தற்காலிகமாய் மட்டும்தான், என் வாழ்க்கையில் ஒரு மாற்றம் ஏற்பட்டுவிட்டதாய் எனக்குத் தோன்றிற்று. “ஒரு மாதத்தில் திரும்பி வந்துவிடுவேன், பிறகு... பிறகு, மிஸ்டர் அஸ்ட்லே நீரும் நானும் சந்திப்போம்!” ஆயினும் இதையெல்லாம் இப்பொழுது நினைத்துப் பார்க்கையில் அன்றே நான் மிகவும் வருத்தப்பட்டதாகவே தோன்றுகிறது. அந்த அசட்டுப் பெண் பிளான்ஷுடன் சேர்ந்து ஒய்யாரமாய்ச் சிரித்தபோதிலும் என் மனம் என்னுள் புலம்பிக் கொண்டுதான் இருந்தது.

“இதற்கு மேலும் உனக்கு என்ன வேண்டுமாம்? பெரிய அசடாய் இருக்கிறாயே! அசடேதான்!” என்று பிளான்ஷ் தனது சிரிப்புக்கு இடையே என்னைப் பார்த்துக் கூச்சலிட்டாள். பிறகு என்னை மெய்யாகவே கடிந்து கொள்ள முற்பட்டாள். “உன்னுடைய இரண்டு லட்சம் பிராங்கையும் நாம் தீர்த்துக் கட்டப் போவது உண்மைதான் என்றாலும், நீ ஒரு சிறு அரசனைப் போலல்லவா வாழ்ந்து இன்புறப் போகிறாய்! இதை நீ மறக்கக் கூடாது. என் கைகளால் உனக்கு நான் ‘டை’ கட்டிவிடுவேன், உன்னை ஹொர்டென்சிடம் அறிமுகம் செய்துவைப்பேன். நம்முடைய பணம் எல்லாம் செலவழிந்ததும் நீ திரும்பவும் சென்று ஆட்ட பாங்கியை உடைத்துப் பணம் கொண்டு வருவாய். அந்த யூதர்கள் உன்னிடம் என்ன சொன்னார்கள்?

துணிச்சல்தான் பிரதானம் என்றார்கள். இந்தத் துணிச்சல் உன்னிடம் நிறைய இருக்கிறது. மீண்டும் மீண்டும் நீ பணத்தை எடுத்துக் கொண்டு என்னிடம் பாரிசுக்கு வருவாய். வாடகைக்காகவும் பிறவற்றுக்காகவும் எனக்கு ஐம்பதாயிரம் பிராங்க் வேண்டும்...”

“ஜெனரல் என்ன செய்வார்?” என்று கேட்டேன்.

“ஜெனரல்தானே? தினமும் இந்த நேரத்தில் எனக்கு அவர் மலர்க் கொத்துகள் வாங்கி வருவதற்காகப் போவார். இம்முறை வேண்டுமென்றே நான் அவரை மிகவும் அரிய மலர்களை வாங்கிவரச் சொன்னேன். பாவம், மனிதர் திரும்பி வந்து பார்ப்பார், பறவை பறந்தோடிவிட்டதைக் காண்பார். நம்மைத் துரத்திக் கொண்டு ஓடி வருவார், நீயே பாரேன்! ஹ–ஹ–ஹா! எனக்கு அதில் சந்தோஷம்தான். பாரிசில் அவர் எனக்கு உதவியாய் இருப்பார். இங்கே ஹோட்டலுக்கு தர வேண்டிய பாக்கியை மிஸ்டர் அஸ்ட்லே கட்டிவிடுவார்...”

இப்படித்தான் நான் பாரிஸ் போய்ச் சேர்ந்தேன்.

# 16

பாரிசைப் பற்றி என்ன சொல்வது? இந்தச் சம்பவம் பூராவுமே ஒருவகை ஜன்னி சொப்பனமாகவும் பைத்தியக்காரத்தனமாகவும்தானே நடந்தேறியது. பாரிசில் நான் மூன்று வாரங்களுக்குச் சிறிது அதிக காலமே தங்கியிருந்தேன். அதற்குள் என்னுடைய ஒரு லட்சம் பிராங்கும் தீர்ந்துவிட்டது. ஒரு லட்சத்தைப் பற்றி மட்டுமே இங்கு பேசுகிறேன். இன்னொரு லட்சம் பிராங்கை ரொக்கமாய் மத்மாசேல் பிளான்ஷுக்குத் தந்துவிட்டேன்–ஐம்பதாயிரம் பிராங்க்பர்ட்டில் தந்தேன், பிறகு மூன்று நாட்களுக்கெல்லாம் பாரிசில் ஐம்பதாயிரத்தை உண்டியலாக்கித் தந்தேன். இதை அவள் ஒரு வாரத்துக்குப் பிற்பாடு திரும்பவும் ரொக்கமாக்கித் தரச் சொல்லி வாங்கிக் கொண்டு விட்டாள். "எனது ஆசிரியனே, நாம் மிச்சப்படுத்தி வைத்திருக்கும் லட்சம் பிராங்கை என்னுடன் சேர்ந்து நீ செலவழிக்கப் போகிறாய்" என்றாள். எப்பொழுதுமே என்னை அவள் அலுக்காமல் ஆசிரியன் என்று அழைத்து வந்தாள். மத்மாசேல் பிளான்ஷைக் காட்டிலும் சிக்கனமான, கருமியான, இழிவான ஒரு பிறவியைக் கற்பனை செய்வது கடினம். ஆனால் இதெல்லாம் அவளுடைய சொந்தப் பணத்தைப் பொறுத்தவரைதான். என்னுடைய லட்சம் பிராங்கைப் பொறுத்தவரை, பாரிசில் தன்னை நிலைநாட்டிக்கொள்வதற்கான துவக்கச் செலவுகளுக்காக இந்தப் பணம் தேவைப்பட்டதாய் அவளே ஒளிவுமறைவின்றி பிற்பாடு என்னிடம் சொன்னாள். "இப்பொழுது முடிவாய் நான் மதிப்புக்குரிய அடிப்படையில் என்னை நிலை நாட்டிக் கொண்டுவிட்டேன். யாரும் என்னைத் திசை திருப்பிவிட முடியாது–அதற்கு நான் இடம் தர மாட்டேன்" என்றாள். என்னுடைய இந்த லட்சம் பிராங்கை நான் கண்ணால் பார்க்கக்கூட முடியவில்லை என்றுதான் சொல்ல வேண்டும். ஆரம்பத்திலிருந்தே பணம் பூராவும் அவள் கையிலேதான் இருந்தது. என்னுடைய பர்சை நாள் தவறாமல் அவள் சோதனையிட்டு வந்தாள், ஒருபோதும்

அதில் நூறு பிராங்குக்கு மேல் இருக்காது. பல நேரங்களில் இதற்கும் குறைவாகவே இருக்கும்."

"உனக்கு என்னாத்துக்குப் பணம்?" என்று சூதுவாது அறியாத பேதை போல முகத்தை வைத்துக்கொண்டு கேட்பாள். நான் அவளுடன் வாதம் புரிவதில்லை. ஆனால் தன்னுடைய குடியிருப்பை இந்தப் பணத்தைக் கொண்டு சொகுசாய் வசதி செய்து சிங்காரித்துக் கொண்டுவிட்டாள். என்னை அழைத்துச் சென்று அறைகளை எல்லாம் சுற்றிக்காட்டிவிட்டு "அற்பத் தொகையேயானாலும், சிக்கன மாகவும் ரசனையோடும் செய்தால் என்னவெல்லாம் செய்யலாம் பார்!" என்று கூறினாள். அற்பத் தொகை என்பதாய் அவள் குறிப்பிட்டது சரியாய் ஐம்பதாயிரம் பிராங்குக்கு வந்து நின்றது. இன்னொரு ஐம்பதாயிரத்தைக் கொண்டு ஒரு கோச் வண்டியும் குதிரைகளும் வாங்கினாள். இதன்றி இரண்டு நடன விருந்துகள், அல்லது மாலை நேர வரவேற்புகள் அளித்தோம். இவற்றுக்கு ஹொர்டென்ஸ், லிசெட், கிளியோபாட்ரா ஆகியோர் வந்தனர் – பலவிதத்திலும் சிறப்பு மிக்க பெண்கள் இவர்கள், தோற்றத்திலும் சாதாரணமானவர்கள் அல்ல. இந்த இரு விருந்துகளிலும் நான் வரவேற்பாளனாய் அசட்டுப் பாத்திரம் ஏற்று ஆட வேண்டியிருந்தது. புதுப் பணக்காரர்களாகிய படு முட்டாள்களான வர்த்தகர்களையும், சிறிதும் சகிக்க முடியாத அசடர்களும் வெட்கங் கெட்டவர்களுமாகிய பல்வேறு இராணுவ ஆபீசர்களையும், பரிதாபகரமான நூலாசிரியர் களையும் பத்திரிகை எத்தர்களையும் நான் வரவேற்று மகிழ்விக்க வேண்டியிருந்தது. நவீன பாணியிலான நீள்கோட்டுகளும் வெளிர் மஞ்சள் கையுறைகளும் அணிந்திருந்த இவர்கள் பீட்டர்ஸ் பர்க்கிலுங்கூட காண்பதற்கரிய முறையில் மமதையும் வீராப்பும் கொண்டோராய் நடந்து கொண்டனர் என்றால் போதும், மேற் கொண்டு எதுவும் சொல்லத் தேவையில்லை. என்னை அவர்கள் நையாண்டி செய்ய முற்பட்டனர். ஆனால் நான் ஷாம்பெய்ன் நிறையக் குடித்துவிட்டு ஒதுக்குப்புறமான ஓர் அறையில் போய் படுத்துவிட்டேன், ஏனெனில் எனக்கு இதெல்லாம் சகிக்க முடியாத வேதனையாய் இருந்தது. "இவர் ஓர் ஆசிரியர்" என்று பிளான்ஷ் என்னைப் பற்றி அவர்களிடம் சொன்னாள். "இரண்டு லட்சம் பிராங்க் ஜெயித்துவிட்டார். ஆனால் நான் இல்லையேல் இந்தப் பணத்தை எப்படிச் செலவிடுவதென்று தெரியாத ஆள். பிறகு திரும்பவும் ஆசிரியராகிவிடுவார். இவருக்கு எங்காவது வேலை காலியிருந்தால் சொல்லுங்கள். இந்த ஆளுக்கு நாம் ஏதாவது செய்தாக வேண்டும்." அடிக்கடி நான் ஷாம்பெய்ன் குடிக்க ஆரம்பித்துவிட்டேன். அனேகமாய் எந்நேரமும் எனக்கு அப்படி அலுப்பாகவும் வருத்தமாகவும் இருந்தது. முதலாளித்துவ மனப் பாங்கும் வாணிப நோக்கும் ஆட்சி புரிந்த ஒரு சூழலில், சல்லிக் காசும் எண்ணிக் கணக்கிடப்பட்டு பேரம் பேசப்பட்ட ஒரு நிலைமை

யில் நான் வசித்துவந்தேன். முதல் இரு வாரங்களுக்குள்ளாகவே நான் பிளான்ஷுக்குப் பிடிக்காதவனாகிவிட்டேன் என்பது தெரிந்தது. எனக்கு அவள் ஆடம்பரமாய் உடைகள் அணிவித்து நாள்தோறும் தன் கையாலேயே 'டை' கட்டிவிட்டு வந்தால் என்றாலும் உள்ளுக்குள் என்னை வெறுத்தே வந்தாள். இதைப் பற்றி நான் சிறிதும் கவலைப்பட்டுக் கொள்ளவில்லை. சலிப்பும் சோர்வுமுற்றுவிட்ட நான் 'மலர் மாளிகைக்குப் போக ஆரம்பித்தேன். ஒவ்வொரு மாலையிலும் அங்கு குடித்துவிட்டு "கான்கான்" நடனமாடக் கற்றுக் கொண்டேன். (அங்கு இந்த நடனம் ஆபாசமான முறையில் ஆடப்பட்டு வந்தது.) இந்த நடனத்தை ஆடுவதில் நான் ஓரளவு பெயரும் பெறலானேன். முடிவில் பிளான்ஷ் என்னை ஒருவாறு புரிந்து கொள்ளலானாள்: நாங்கள் இருவரும் சேர்ந்து வாழும் வரை காகிதமும் பென்சிலும் வைத்துக் கொண்டு எந்நேரமும் அவள் பின்னால் சென்று எவ்வளவு செலவிட்டிருக்கிறாள், எவ்வளவு களவாடியிருக்கிறாள். இனிமேல் எவ்வளவு செலவிடுவாள், எவ்வளவு களவாடுவாள் என்று கணக்கிட்டுக் கொண்டிருப்பேன் என்பதாய் இதுகாறும் அவள் என்னைப் பற்றி நினைத்திருந்தாள். ஆகவே ஒவ்வொரு பத்து பிராங்க் குறித்தும் நிச்சயம் பெரிய ரகளை ஏற்படும் என்று அவள் எதிர்பார்த்து வந்தாள். என்னுடைய ஒவ்வொரு தாக்குதலுக்கும் தக்கபடி பதில் சொல்ல முன்கூட்டியே தயார் செய்து வைத்திருந்தாள். என் தரப்பிலிருந்து எந்தத் தாக்குதலும் வரவில்லை என்றாலும், முன் கூட்டியே அவள் தன்னைக் காத்துக் கொள்ளும் முறையில் வாதாட முற்பட்டாள். சில நேரங்களில் அவள் காரசாரமாய் வாதாட முற்பட்டுங்கூட நான் வாய் திறவாமல், மேலும் நன்றாய்ச் சாய்ந்து கொண்டு அசையாமல் மேலே பார்த்துக் கொண்டிருப்பதைக் கண்ணுற்றதும் வியப்புற்றுவிடுவாள். முதலில் அவள் நான் ஒன்றும் தெரியாத முட்டாள், ஆசிரியன் என்று நினைத்து, தான் கூற வந்ததைக் கூறாமலே நிறுத்திக் கொண்டு விட்டாள். "ஒன்றும் தெரியாதவன், எதையும் புரிந்து கொள்ளாமல் இருந்து வருகிறவனிடம் பேசிச் சந்தேகங்களைக் கிளப்பிவிட வேண்டாம்" என்பதாய் அவள் நினைத்திருக்க வேண்டும். இப்படி அறையை விட்டு வெளியே சென்றவள், பத்து நிமிடத்தில் என்னிடம் திரும்பி வருவாள் (அவள் அடாப்பிடியாய்ச் செலவு செய்து வந்த காலத்தில், எங்கள் சக்திக்கும் மீறிய அடாவடிச் செலவுகளில் இறங்கிய காலத்தில், உதாரணமாய்த் தன் குதிரைகளை விற்றுவிட்டு பதினாறு ஆயிரம் பிராங்க் கொடுத்து புதிய ஜோடி ஒன்றை வாங்கியபோது, இப்படித்தான் நடைபெற்றது.)

"பிபீ, என்மீது உனக்குக் கோபம் இல்லையே?" என்று என் அருகே வந்து கேட்டாள்.

"இல்லையே! வேண்டாத கேள்வி எல்லாம் கேட்காதே!" என்று நான் அவளைக் கையால் தள்ளியவாறு கூறினேன். ஆனால்

என்னுடைய பதில் அவளுக்கு விந்தையாய்த் தோன்றவே உடனே அவள் என் பக்கத்தில் உட்கார்ந்து கொண்டாள்.

"நான் குதிரைகளுக்காக ஏன் இவ்வளவு பெருந்தொகை செலவிடத் தீர்மானித்தேன் என்று சொல்கிறேன், கேள். இம்மாதிரி யான குதிரைகள் இந்த விலைக்கு இனி கிடைக்கப் போவதில்லை. மீண்டும் இவற்றை இருபதாயிரம் பிராங்குக்கு விற்றுவிடலாம்."

"அது சரிதான், சரிதான் – அருமையான குதிரைகள்! அற்புதமான கோச்சும் குதிரைகளும் இருப்பது நல்லதுதானே. எந்நாளும் இவை உபயோகமாயிருக்கும். இதைப்பற்றி நீ இனி என்னிடம் பேச வேண்டாம், போதும்."

"அப்படீன்னா, உனக்குக் கோபம் இல்லை என்றா சொல்கிறாய்?"

"கோபமா? எதற்காக? இதெல்லாம் நீ வாங்கிச் சேகரிப்பது நல்லதுதானே. இவை உனக்கு வேண்டியவைதானே. நீ உன்னை நல்லபடியாய் நிலைநாட்டிக் கொள்வது அவசியமென்பது எனக்குப் புரியாமல் போகவில்லையே. இப்படி நிலைநாட்டிக் கொள்ளாமல் லட்சக் கணக்கில் நீ சேர்க்க முடியாதே. நம்முடைய இந்த ஒரு லட்சம் பிராங்க் ஒரு சிறு துவக்கம்தானே, கடலில் ஒரு சிறு துளி போன்றதுதானே!"

அவள் எதிர்பார்த்ததுபோல் நான் கூச்சல் போடாமல், கடிந்து கொள்ளாமல், அதற்குப் பதில் இம்மாதிரியான வாதங்களை எடுத்துரைக்கக் கேட்டதும் பிளான்ஷ் திகைத்துப் போய்விட்டாள்.

"ஓ... இப்படிப்பட்ட ஆளா நீ! இவ்வளவு கெட்டிக்கார ஆளா நீ? நான் புரிந்து கொள்ளாமல் இருந்துவிட்டேனே! ஆனால் அரசிளங் குமரனாய்ப் பிறந்திருக்க வேண்டியவன் நீ, ஆசிரியனாய் இருக்கிறாய்! நம்முடைய பணம் இவ்வளவு சீக்கிரமாய்க் கரைவது பற்றி நீ கவலைப்படவில்லை என்றா சொல்கிறாய்?"

"அட எழவே, இது இன்னுங்கூட சீக்கிரமாய்க் கரைய வேண்டும் என்றல்லவா விரும்புகிறேன்!"

"அப்படியா... ஆனால் இதைச் சொல்லு... ரொம்பப் பெரிய பணக்காரனா நீ? பணத்தை நீ கொஞ்சம்கூட லட்சியம் செய்யாத ஆளாய் அல்லவா இருக்கிறாய்! இந்தப் பணம் எல்லாம் கரைந்து போன பிறகு என்ன செய்யப் போகிறாய்?"

"இது போனா என்னவாம், ஹோம்பர்க்குக்குப் போய் இன்னொரு லட்சம் பிராங்க் ஜெயித்துக் கிட்டால் போவுது."

"சபாஷ்! அப்படித்தான் செய்யணும்! பிரமாதமாய் இருக்கும்! நீ நிச்சயம் ஜெயிப்பாய், பணத்தை எடுத்துக் கொண்டு இங்கு வருவாய், எனக்குத் தெரியும். சீக்கிரம் உன்மீது மெய்யாகவே நான் காதல் கொண்டுவிடுவேன். நீ இப்படிப் பணம் ஜெயித்து

வருவாயானால் உன்னை நான் காதலிக்க முற்படுவேன். ஒருபோதும் உனக்கு நம்பிக்கைத் துரோகம் செய்ய மாட்டேன். இதுவரை உன்மீது ஏன் எனக்குக் காதல் ஏற்படவில்லை என்றால், வெறும் ஆசிரியன் தானே என்று நினைத்துவிட்டேன். (ஆசிரியனாய் இருப்பது பணி யாளாய் வேலை செய்வதற்கு ஒப்பானதுதானே?) இருந்தபோதிலும் உன் நம்பிக்கைக்கு நான் துரோகம் புரியாமல்தான் இருந்து வருகிறேன், நான் ரொம்ப நல்ல பெண். அதனால்தான் உனக்கு உண்மையாய் நடந்து கொள்கிறேன்."

"போதும், வேண்டாம் இந்தப் பொய்யும் புரட்டும்! கரிய புருவங்களைக் கொண்ட அந்த ஆபீசர் அல்பேர்ட்டுடன் நடை பெற்றதை நான் பார்க்கவில்லை என்றா நினைக்கிறாய்?"

"ஓ, ஓ, பேசலாமா நீ இப்படி..."

"ஏன் இந்தப் பொய் வேஷம்? ஆனால் இதனால் நான் கோபப்படுகிறேன் என்றா நினைக்கிறாய்? இல்லை, நான் ஒன்றும் இதைப் பெரிய காரியமாய் நினைக்கவில்லை. இளமைப் பருவத்தை இனிமையாய்க் கழிப்பதில் தவறில்லை. நான் வருவதற்கு முன்பே இருந்தவர் அவர். நீயும் அவரைக் காதலிக்கிறாய். ஆனால் அந்த ஆளுக்கு நீ பணம் எதுவும் கொடுக்காதே, தெரிகிறதா?"

"இது பற்றியும் நீ கோபப்படவில்லை என்று சொல்லு! நடப்புக் காலத்துக்குரிய மெய்யான தத்துவஞானியாய் அல்லவா இருக்கிறாய்!" என்று ஆனந்தப்பட்டுக் கொண்டாள். "நான் உன்னைக் காதலிக்கவே போகிறேன். ஆம், நீ பார்க்கவே போகிறாய், பார்த்து மகிழவே போகிறாய்!"

மெய்யாகவே அந்தக் கணம் முதலாய் அவளுக்கு என் மீது உண்மையாகவே பிரியம் ஏற்பட்டுவிட்டது போல, ஆசையும் நேசமும் கொண்டுவிட்டது போலவுங்கூட நடந்து கொண்டாள். எங்களுடைய கடைசிப் பத்து நாட்கள் இவ்வாறுதான் கழிந்தன. அவள் காண்பிப்பதாய் வாக்களித்த "நட்சத்திரங்களை" நான் பார்க்கவில்லை. ஆனால் சில வழிகளில் அவள் சொன்ன சொல் தவறிவிடவில்லை. தவிரவும் என்னை அவள் ஹொர்டென்சுக்கு அறிமுகம் செய்து வைத்தாள். ஹொர்டென்சு மிகவும் குறிப்பிடத் தக்கவள், எங்கள் வட்டாரத்தில் "தத்துவஞானி தெரெஸெ"* என்பதாய்ப் பெயரெடுத்தவள்...

ஆனால் இதைப்பற்றி மேலும் இங்கு விவரிக்கத் தேவையில்லை. இதை வேறொரு சாயலைக் கொண்ட ஒரு தனிக்கதை எழுத உபயோகித்துக் கொள்ளலாம். இந்தக் கதைக்கு அப்படிப்பட்ட ஒரு சாயலை அளிக்க நான் விரும்பவில்லை. இதெல்லாம் கூடிய

---

* தெரெஸெ சிற்றின்பத்தைப் போற்றும் அக்காலத்திய புதினம் ஒன்றின் கதாநாயகி. (பதிப்பாசிரியர்)

சீக்கிரத்தில் முடிவுற வேண்டுமென்று உள்ளப்பூர்வமாய் நான் விரும்பினேன். ஆனால் நான் ஏற்கனவே சொன்னது போல எங்களு டைய லட்சம் பிராங்கும் தீர்வதற்கு ஏறத்தாழ ஒரு மாதமாகிவிட்டது. எனக்கு இது மிகவும் வியப்பாகவே இருந்தது. எண்பது ஆயிரம் பிராங்குக்கும் குறையாமல் பிளான்ஷ் தனக்குப் பலவும் வாங்கிக் கொள்வதற்காகச் செலவிட்டாள். எங்களுடைய அன்றாடச் செலவு களுக்கு இருபதாயிரம் பிராங்குக்கு மேல் ஆகவில்லை. முடிவு நெருங்கும் தறுவாயில் பிளான்ஷ் ஒளிவு மறைவின்றி என்னிடம் கூறினாள் (அவள் பொய் பேசாத விஷயங்களும் சில இருந்தன), அவள் வாங்கும்படி நேரும் கடன்கள் எவையும் என்னைப் பாதிக்காது என்று அறிவித்தாள். “உன்னை நான் எந்த நோட்டிலுமோ பத்திரத்திலுமோ கையெழுத்துப் போடச் சொல்லி வாங்கி வைத்துக் கொள்ளவில்லை. ஏனென்றால் உன்னைப் பார்த்தால் எனக்குப் பாவமாயிருக்கிறது” என்றாள் அவள். “வேறு ஒருத்தியாய் இருந்தால் நிச்சயம் அம்மாதிரி செய்து உன்னைச் சிறைக்கு அனுப்பியிருப்பாள். நீயே பார், உன்மீது எனக்கு மெய்யான அபிமானம் இருக்கிறது, நான் எவ்வளவு நல்ல சுபாவமுடையவளாய் இருக்கிறேன்! இந்தச் சனியன் பிடித்த திருமணம் எனக்குப் பெருஞ் செலவுக்கு வழி வைத்துவிடும் போல் இருக்கிறதே!”

மெய்யாகவே நாங்கள் ஒரு திருமணம் நடத்தினோம். நாங்கள் சேர்ந்து வாழ்ந்த அந்த மாதத்தின் இறுதியில் அது நடைபெற்றது. என் பணத்தில் எஞ்சியிருந்தது இதன் பொருட்டே செலவாயிற்று. எங்களுடைய கூத்துக்கு, அதாவது நாங்கள் சேர்ந்திருந்த அந்த மாதத்துக்கு இது இறுதி நிகழ்ச்சியாய் அமைந்தது. இதன்பின் நான் அரங்கத்திலிருந்து இறுதியாய் விலகிக் கொண்டேன்.

அது இவ்வாறு நடந்தேறியது. பாரிசில் நாங்கள் குடியமைத்து ஒரு வாரம் ஆனதும் ஜெனரல் வந்து சேர்ந்தார். நேரே அவர் பிளான்ஷிடம் வந்துவிட்டார். எங்கோ ஒரு சிறு இருப்பிடத்தை அவர் வாடகைக்கு எடுத்துக்கொண்டார் என்றாலுங்கூட முதல் முறை எங்களுடைய குடியிருப்புக்கு வருகை தந்தபின் அனேகமாய் எங்களுடன் நிரந்தரமாகவே தங்கிவிட்டார். பிளான்ஷ் குதூகலமாய்ச் சிரித்துக் கொக்கரித்துக் கொண்டு ஆனந்தமாய் அவரை வரவேற் றாள். ஓடிச் சென்று அவருடைய அரவணைப்பிலே அடைக்கல மானாள் என்றுகூட சொல்லலாம். முடிவில் அவள்தான் அவரை எங்கும் போகவிடாமல் தன்னுடன் வைத்துக் கொண்டாள். சோலைவீதிகளில் நடக்கையிலும், கோச்சில் செல்கையிலும், நாடகத்துக்குப் போகையிலும், ஏனையோர் வீடுகளுக்குப் போய் வருகையிலும் எப்பொழுதும் எல்லா இடங்களுக்கும் அவர் அவளைப் பின்தொடர்ந்து செல்ல வேண்டியதாயிற்று. இம்மாதிரி யான காரியங்களுக்கு ஜெனரல் இப்பொழுது மிகவும் பொருத்த மானவராகவே இருந்தார். எடுப்பான தோற்றத்துடன் மதிப்புக்கு

உரியவராய், நல்ல உயரமும் சாயம் பூசிய மீசையும் கிருதாவும் உடையவராய் (முன்பு அவர் குதிரைப் படையில் சேவையாற்றியவர்.), கொஞ்சம் ஊதிப் பருத்திருந்தாலும் பார்வைக்குக் கம்பீரமான முகம் படைத்தவராய் இருந்தார். அவருடைய பாவனைகள் குற்றம் குறையற்றனவாய் இருந்தன. அவரது நீள்கோட்டு அவருக்கு அமைச்சலாய் இருந்தது. பாரிசில் அவர் தமது பட்டப் பதக்கங்களை அணிந்துகொள்ள ஆரம்பித்திருந்தார். சோலைவீதிகளில் இம்மாதிரி யான ஒருவருடன் உலாவுவது முற்றிலும் பாங்காய் இருந்தது மட்டுமின்றி மிகவும் சிறப்புக்குரியதாகவுங்கூட இருந்தது. இனிய சுபாவமுடைய அசட்டு ஜெனரலுக்கு இவை யாவும் மிக்க மகிழ்ச்சி அளித்து வந்தன. பாரிஸ் வந்து சேர்ந்தபோது அவர் இவற்றைச் சிறிதும் எதிர்பார்க்கவே இல்லை. பிளான்ஷ் தன்னைப் பார்த்துக் கூச்சலிடுவாள், விரட்டியடித்துவிடுவாள் என்று நினைத்து நடுங்கிக் கொண்டுதான் அப்பொழுது இங்கு வந்திறங்கினார். ஆகவே விவகாரங்கள் எதிர்பாராத முறையில் இப்படித் திசை மாறியதும் அவர் அளவிலாக் களிப்படைந்தார், இந்த அசட்டுத்தனமான ஆனந்த நிலையில் ஒரு மாதம் முழுதும் இருந்து வந்தார். இந்த நிலையில்தான் நான் அவரை விட்டுப் பிரிந்து வந்தேன். எதிர்பாராத முறையில் நாங்கள் ருலெட்டன்பர்கை விட்டுக் கிளம்பி வந்தபின் என்ன நடைபெற்றது என்பது பற்றி பிற்பாடுதான் பாரிசில் முழு விவரங்களையும் நான் தெரிந்து கொண்டேன். நாங்கள் புறப்பட்டு வந்த அதே காலையில் ஜெனரல் அதிர்ச்சியடைந்து மயங்கி விழுந்து விட்டார். உணர்விழந்த நிலையில் இருந்தபின் ஒரு வாரத்துக்குச் சித்தம் கலங்கிப் போய் பினாத்திக் கொண்டிருந்தார். சிகிச்சை பெற்று வருகையில் திடீரென யாவற்றையும் விட்டொழித்துவிட்டு பாரிசுக்கு ரயில் ஏறினார். பிளான்ஷ் அளித்த வரவேற்பு அவருடைய நோய்க்குக் கைகண்ட மருந்தாகியது. மகிழ்ச்சி வாய்ந்த அவரது ஆனந்த நிலையிலுங்கூட அவருடைய நோயின் கடைசிக் கூறுகள் நீண்டகாலத்துக்கு நீடித்தே வந்தன. இப்பொழுது அவரால் விவாதங் களில் பங்கெடுத்துக் கொள்ளவோ, எந்த முக்கிய உரையாடலிலும் கலந்து கொள்ளவோ முடியவில்லை. இம்மாதிரியான சந்தர்ப்பங் களில் வார்த்தைக்கு வார்த்தை “ஹும்” என்று சொல்லித் தலையை ஆட்டிக் கொண்டிருந்தார். அடிக்கடி சிரித்து வந்தார். அவருடைய சிரிப்பு ஒரு வகை பிணி கொண்டதாகவே ஒலித்தது. பிற நேரங்கள் அவரது அடர்ந்த புருவங்கள் குறுகிச் சேர்ந்துவிட முகத்தைச் சுளித்துக் கொண்டு இருண்ட நிலையில் மணிக்கணக்காய் அப்படியே உட்கார்ந்திருந்தார். பலவும் அவர் நினைவை விட்டு மறைந்துவிட்டன. ஞாபக மறதி மிதமிஞ்சியதாகிவிட்டது. தமக்குத் தாமே பேசிக் கொள்ள முற்பட்டுவிட்டார். பிளான்ஷ் ஒருத்தியால்தான் அவருக்கு உற்சாகமூட்ட முடிந்தது. சோர்வுற்றுப் புருவத்தை நெறித்துக் கொண்டு மூலையிலே அவர் ஒடுங்கிவிடும் அந்த நிலை உண்மையில்

நீண்ட நேரமாய் பிளான்ஷைப் பார்க்கவில்லை, அல்லது தன்னை விட்டுப் பிரிந்து அவள் எங்கோ சென்றுவிட்டாள், அல்லது போகுமுன் தன்னைக் கண்டுகொள்ளத் தவறிவிட்டாள் என்பதன் வெளிப்பாடே அன்றி வேறு ஒன்றுமில்லை. இப்படிப்பட்ட இருண்டநிலையில் இருக்கையில் அவர் தமக்கு என்ன வேண்டு மென்பதைக்கூட அறியாதவராய், தாம் சோர்வுற்று இருப்பதைக்கூட உணராதவராய் ஆகிவிடுவது வழக்கம். இவ்வாறு ஒன்று அல்லது இரண்டு மணி நேரம் உட்கார்ந்திருந்தபின் திடுக்கிட்டுத் திடுமென எழுந்து தாம் தேடியெடுக்க வேண்டிய எதையோ நினைத்துக் கொண்டவரைப் போல அவசரமாய் அங்குமிங்கும் சென்று சுற்றிலும் பார்ப்பார். (பிளான்ஷ் நாள் முழுதும் தலைகாட்டாமல் எங்காவது போய்விடும்போது அனேகமாய் அல்பேர்ட்டிடம் இருக்கும் போது இரண்டொரு தரம் இப்படி நேரக் கண்டேன்.) ஆனால் யாரையும் காண முடியாமற் போனதும், தாம் கேட்க விரும்பியது என்னவென்று இன்னும் நினைவுக்கு வராமலே மீண்டும் மெய்மறந்த நிலையிலே மூழ்கிவிடுவார். இறுதியில் பிளான்ஷ் எடுப்பாய் ஆடைகள் அணிந்து குதூகலமாய் மணி நாதமிட்டுச் சிரித்துக் கொண்டு வேடிக்கையும் விளையாட்டும் மிக்கவளாய்த் திரும்பி வந்ததும்தான் அவருடைய இந்த நிலைக்கு முடிவு ஏற்படும். நேரே அவள் அவரிடம் ஓடி அவரைத் தட்டிக் கொடுப்பாள். சில சமயம் அவரை முத்தமும் இடுவாள் (ஆனால் இது அடிக்கடி நிகழ்வதில்லை). ஒரு தரம் ஜெனரல் அவளைப் பார்த்ததும் உண்டான மகிழ்ச்சியில் கண்ணீர் வடித்து அழுதேவிட்டார் – எனக்கு ஆச்சரியம் தாங்க முடியவில்லை.

ஜெனரல் எங்களிடம் வந்து சேர்ந்ததும் பிளான்ஷ் எனக்கு எதிராய் அவரை ஆதரித்து வாதாட முற்பட்டாள். என்றும் இல்லாதபடி சொற்பெருக்கு ஆற்றத் தொடங்கிவிட்டாள். ஜெனரலை மணந்து கொள்வதாய் வாக்களித்திருந்தவள், நிச்சயமே செய்யப் பட்டிருந்தவள், எனக்காக வேண்டி அவரை ஏமாற்றிவிட்டு ஓடி வந்ததாய்க் கூறினாள். தனக்காக ஜெனரல் தமது குடும்பத்தையே துறந்தவர் என்பதை எனக்கு நினைவுபடுத்தினாள். முடிவில் நான் ஜெனரலிடம் வேலை செய்தவன், அதை நான் உணர்ந்து செயல்பட வேண்டும், மெய்யாக நான் வெட்கப்பட வேண்டும் என்றெல்லாம் பொழிந்து சென்றாள். நான் பதில் சொல்லாமல்தான் இருந்தேன். ஆனால் அவள் முடிவின்றி பேசிச் செல்லவே இறுதியில் பொறுக்க முடியாமல் சிரித்துவிட்டேன். அத்துடன் இந்த விவகாரம் முடி வடைந்தது. அதாவது அவள் நான் ஒரு முட்டாள் என்று எண்ணத் தொடங்கி, முடிவில் நான் இதமான குணமுடையவன், அருமை யானவன் என்று கருதலானாள். சுருங்கச் சொல்வதெனில், சிறப்புக் குரிய இந்நங்கையின் முழு அங்கீகாரமும் பாராட்டும் பெறும் பாக்கியம் முடிவில் எனக்குக் கிட்டிற்று. (உண்மையில் பிளான்ஷ் அவளுக்குரிய முறையில் மிகவும் நல்ல சுபாவம் படைத்த பெண்

தான். ஆரம்பத்தில் நான் அவளுடைய சில நல்ல இயல்புகளைக் கவனிக்கத் தவறிவிட்டேன்.) எங்களுடைய ஒரு மாதத்தின் இறுதிக் கட்டத்தில் அவள் "நீ கெட்டிக்காரன், நற்குணம் படைத்தவன்" என்று பாராட்டினாள். "ஆம்... இவ்வளவு பெரிய அசடாய் இருப்பது வருந்தத்தக்கதே, உன்னால் ஒருபோதும் செல்வம் திரட்ட முடியப் போவதில்லை – ஒருபோதும் உன்னால் முடியாது!" என்றாள்.

"மெய்யான ருஷ்யர், கல்மீக்கே ஆவார்" என்று அவள் அடிக்கடி என்னை ஜெனரலை அழைத்துச் சென்று உலாவும்படி அனுப்பினாள். தனது செல்ல நாயை உலாவ அழைத்துச் செல்லும்படி பணியாளை அனுப்புவதுபோல என்னை அனுப்பினாள். அவரை நான் நாடகங்களுக்கும் "பால் மொபைலுக்கும்" சிற்றுண்டிச் சாலைகளுக்கும் அழைத்துச் சென்றேன். இந்தச் செலவுகளுக்கு வேண்டிய பணத்தை பிளான்ஷ் எனக்கு அளித்து வந்தாள். ஆனால் ஜெனரலிடம் சொந்தப் பணம் இருந்தது. எல்லோருக்கும் முன்னால் தமது பர்சை எடுக்க மிகவும் ஆசைப்பட்டார் அவர். பலே ரயாலில் ஒருமுறை அவர் தமக்கு மிகவும் பிடித்துவிட்ட புரோச் ஒன்றை எழுநூறு பிராங்க் கொடுத்து வாங்கி பிளான்ஷுக்கு அன்பளிக்க விரும்பியபோது நான் அவரைத் தடுத்து நிறுத்த வேண்டியதாயிற்று. எழுநூறு பிராங்க் விலையுள்ள புரோச்சை வைத்துக்கொண்டு என்ன செய்வாள் பிளான்ஷ். ஜெனரலிடமிருந்த பணமே ஆயிரம் பிராங்குக்கு மேலிருக்காது. அவருக்கு இந்தப் பணம் எங்கிருந்து கிடைத்தது என்பதை என்னால் கண்டுபிடிக்க முடியவில்லை. மிஸ்டர் அஸ்ட்லேயிடமிருந்து கிடைத்திருக்க வேண்டுமென நினைக்கிறேன் – அவருடைய ஹோட்டல் 'பில்லைக் கட்டியது மிஸ்டர் அஸ்ட்லேதானே. இப்பொழுது என்பால் ஜெனரல் அனுசரித்த போக்கைப் பொறுத்தவரை பிளான்ஷுடன் எனக்கிருந்த உறவுகளை அவர் ஊகித்ததாகவே தெரியவில்லை. நான் ஒரு பெருந்தொகை ஜெயித்தேன் என்று அவர் அரைகுறையாய்க் கேள்விப்பட்டிருந்தார் என்றாலும், பிளான்ஷுக்கு நான் ஒரு வகைச் செயலாளனாய், அல்லது வேலைக்காரனாகவும்கூட இருந்ததாகவே அவர் கருதி யிருக்க வேண்டும். முன்பு போலவே பெரிய மனிதத் தோரணையில் தான், உயர்நிலையில் இருப்பவர் அடிநிலையில் உள்ளவரிடம் எப்படிப் பேச வேண்டுமோ அம்மாதிரிதான், இப்பொழுதும் அவர் என்னிடம் பேசி வந்தார். ஏன், சில சமயங்களில் அவர் என்னைத் திட்டுவதற்கும் தயங்கவில்லை. ஒருநாள் காலை உணவின்போது பிளான்ஷையும் என்னையும் அவர் வியந்து மகிழச் செய்துவிட்டார். எளிதில் கோபமடைகிறவர் அல்ல என்றாலுங்கூட அப்பொழுது திடீரென என்மீது கோபங்கொண்டு எரிந்துவிழத் தொடங்கினார். என்ன காரணமோ இதுநாள் வரை எனக்குப் புரியவே இல்லை, அவருக்குக்கூட புரிந்திருக்காது என்றே நினைக்கிறேன். சுருக்கமாய்ச் சொல்வதெனில், தொடக்கமோ முடிவோ இல்லாமல், எவ்விதமான

தொடர்புமின்றி ஆவேசமாய்ப் பேச முற்பட்டு நான் துடுக்குத்தன மான ஒரு சிறு பயல்... எனக்கு அவர் சரியானபடி பாடம் கற்பித்து... என்னைச் சரிசெய்து நிலைமையைப் புரிந்து கொள்ளச் செய்தாக வேண்டும் என்றெல்லாம் கூச்சலிட்டார். யாருக்கும் எதுவும் புரிய வில்லை. பிளான்ஷ் விழுந்து விழுந்து சிரிக்க ஆரம்பித்துவிட்டாள். முடிவில் ஒருவாறு நாங்கள் அவரைச் சமாதானப்படுத்தி வெளியே உலாவ அழைத்துச் சென்றோம். அடிக்கடி நான் கவனித்து வந்தேன். யாருக்காகவோ, எதற்காகவோ வருந்துகிறவரைப் போல சோகமாய் இருப்பார்; அறையிலே பிளான்ஷ் இருக்கும்போதுகூட யாருடைய பிரிவையோ நினைத்து ஏங்குகிறவரைப் போலத் தோன்றுவார். இம்மாதிரியான தருணங்களில் அவர் தமது மனத்துயரை எனக்குச் சொல்ல இரண்டொரு முறை முயன்றது உண்டு. ஆனால் எதையும் அவரால் புரியும்படி சொல்ல முடியவில்லை. அவருடைய சிந்தனை கள் தொடர்பின்றி அவரது இராணுவச் சேவைக் காலத்துக்கும் காலஞ் சென்ற அவரது மனைவிக்கும் சொந்த விவகாரங்களுக்கும் அவரது பண்ணைக்குமாய் அலைவுற்ற வண்ணமிருந்தன. அவர் மனதுக்குப் பிடித்தமான ஏதாவது ஒரு சொல் தவறிப்போய் அவர் நினைவுக்கு வந்துவிடும். அவருடைய சிந்தனைகளையோ, உணர்ச்சி களையோ அச்சொல் எவ்வகையிலும் வெளியிடுவதாய் இருக்கா விட்டாலும் அன்று முழுதும் திரும்பத்திரும்ப நூறு தடவை அதைச் சொல்லிக்கொண்டே இருப்பார். அவருடைய குழந்தைகளைப் பற்றி அவருடன் நான் பேச முயன்று பார்த்தேன். ஆனால் வழக்க மான அவருடைய பழைய முறையில், இடைமறித்துக் கூவி என்னைப் பேச விடாது தடுத்து, பிறகு விரைவில் பேச்சை மாற்றிவிடுவார். "ஆமாம், குழந்தைகள், குழந்தைகள்! நீர் சொல்வது சரிதான், குழந்தைகள்!" ஒரேயொரு தரம் உணர்ச்சிவயப்பட்டவராய்த் தம் குழந்தைகளைப் பற்றிக் குறிப்பிட்டார்; நாங்கள் அவரை நாடகத்துக்கு அழைத்துச் சென்றிருந்தபோது இது நடைபெற்றது. "பாவம், குழந்தைகள்!" என்று திடுமென அங்கலாய்ப்புடன் கூறினார். "ஆம், பரிதாபத்துக்குரியவர்கள்! பாவம், குழந்தைகள்!" என்னும் இத்தொடரைத் திருப்பித் திருப்பிக் கூறிக் கொண்டிருந்தார். ஒரு சந்தர்ப்பத்தில் நான் பலீனாவைப் பற்றிக் குறிப்பிட நேர்ந்ததும் அவருக்கு ஒரே அடியாய் ஆத்திரம் வந்துவிட்டது. அவள், நன்றி கெட்டவள்!" என்று இரைந்தார். "இழிகுணம் படைத்தவள், நன்றி கெட்டவள்! குடும்பத்துக்கே கெட்ட பெயர் கிடைக்கச் செய்து விட்டாள்! இங்கு சட்டங்கள் இருக்குமானால் நிச்சயம் அவள் முதுகை முறித்திருப்பேன்!" தெ கிரியேயைப் பொறுத்தவரை அவர் பெயரைக் கேட்கவே ஜெனரலுக்குச் சகிக்கவில்லை. "என்னை நாசமாக்கிய ஆள்!" என்று கூச்சலிட்டார். "என்னைச் சூறையாடி விட்டார், தோலை உரித்துச் சென்றுவிட்டார்! கடந்த இரு ஆண்டுகளாய் எனக்குச் சிம்ம சொப்பனமாய் இருந்துவந்த ஆள்!

பல மாதங்களுக்கு என் கனவுகளில் என்னை வாட்டி வதைத்த மனிதன்! அந்த ஆளைப் பற்றி என்னிடம் பேசாதீர்!"

அவரும் பிளான்ஷும் ஒருவகை உடன்பாட்டுக்கு வந்ததை நான் கண்ணுற்றேன். ஆனால் வழக்கம் போல் வாய் திறக்காமல் மௌனமாகவே இருந்தேன். பிளான்ஷ்தான் முதலில் இதைப் பற்றி எனக்கு அறிவித்தாள். நாங்கள் பிரிவதற்கு ஒரு வாரம் முன்னதாய் இது நடைபெற்றது. "அவருக்கு நல்ல காலம் பிறக்கப் போகிறது" என்று அவள் கொக்கரித்தாள். "பாட்டிக்கு மெய்யாகவே இப்பொழுது உடம்பு சரியாய் இல்லையாம். இம்முறை நிச்சயமாகவே இறந்து விடுவாராம். மிஸ்டர் அஸ்ட்லே தந்தி அனுப்பியிருக்கிறார். எப்படியும் பாட்டிக்கு வாரிசு ஜெனரல்தான், அதில் சந்தேகமில்லை. அப்படியே இல்லாமற் போனாலும்கூட அவரால் எந்தச் சள்ளையும் இல்லை. முதலாவதாய் அவருக்குப் பென்ஷன் வந்து கொண்டிருக் கிறது, இரண்டாவதாய் அவர் ஒதுக்குப்புற அறையில் இருந்து வருவார், சந்தோஷமாகவே இருந்து வருவார். நான் "மதாம் ல ஜெனரல்" ஆகிவிடுவேன். உயர் குலத்தோரது வட்டாரங்களில் எனக்கு இடம் கிடைக்கும்" (பிளான்ஷ் நெடுங்காலமாய்க் கண்டு வந்த ஆசைக் கனவு இது.) "பிறகு நான் ருஷ்ய நிலப்பிரபுத்துவச் சீமாட்டியாகி, பண்ணை மாளிகையும் பண்ணையாட்களும் உடையவளாகிவிடுவேன். இவ்விதம் விரைவில் லட்சம் லட்சமாய் சேர்த்துக் கொண்டுவிடுவேன்."

"நீ அவருக்குத் துரோகம் செய்வதாய் சந்தேகங் கொண்டு உன்னைக் கண்காணிக்கத் தொடங்கினாரானால் என்ன செய்வாய்... நான் சொல்வது புரிகிறதல்லவா?"

"ஓ, அதெல்லாம் முடியாது! அவரால் ஒன்றும் செய்ய முடியாது! நான் தக்கபடி ஏற்பாடு செய்திருக்கிறேன், கவலை வேண்டாம். அல்பேர்ட்டின் பெயரில் பத்திரங்கள் எழுதி அவரைக் கையெழுத்துப் போடச் சொல்லி வாங்கி வைத்திருக்கிறேன். வாலை ஆட்டினால் உடனே தண்டிக்கப்பட்டுவிடுவார். ஆகவே என்னை மீறிச் செல்லத் துணியமாட்டார்!"

"அப்படீன்னா சரிதான் மணம் புரிந்துகொள்..."

ஆடம்பரமின்றி அமைதியான குடும்ப விழாவாய்த் திருமணம் நடைபெற்றது. அல்பேர்ட்டும் வேறு சில நெருங்கிய நண்பர்களும் மட்டுமே அழைக்கப்பட்டனர். ஹொர்டென்சும் கிளியோப்பாட்ராவும் ஏனையோரும் கண்டிப்பாய் ஒதுக்கப்பட்டனர். மாப்பிள்ளையாகிய ஜெனரல் தமது மாப்பிள்ளைத் தோற்றத்திலும் பந்தாவிலும் முழுக் கவனமும் அக்கறையும் எடுத்துக் கொண்டார். பிளான்ஷ் தன் கை கொண்டே அவருக்கு 'டை' கட்டினாள், தலையில் பொமேட் தடவிச் சீவினாள். நீள்கோட்டும் கையில்லாத வெண்ணிறக் குட்டை

கோட்டும் அணிந்து மாண்பும் மதிப்பும் மிக்கவராய்த் தோன்றினார் ஜெனரல்.

மாப்பிள்ளையின் இந்த மிடுக்கான தோற்றம் தன்னையே வியப்புறச் செய்துவிட்டதுபோல பிளான்ஷ் "பிரமாதமாய் இருக்கிறார்" என்று ஜெனரலின் அறையிலிருந்து வெளியே வந்து அறிவித்தாள். இந்த விவரங்களில் அதிக நாட்டமின்றி தொலைவில் அமர்ந்த பார்வையாளனாகவே நான் இந்த விழாவில் பங்கெடுத்துக் கொண்டேன். ஆகவே அப்பொழுது நடைபெற்றவை பலவும் என் நினைவில் இல்லை. இப்பொழுது என் நினைவில் இருப்பதெல்லாம் பிளான்ஷும் அதேபோல அவள் தாயும் உண்மையில் தெ கமேன்ஷ் அல்லவென்று வெளியாயிற்று என்பதுதான். இவர்களுடைய மெய்யான பெயர் து பிளசே என்பது தெரியலாயிற்று. இவ்வளவு காலமாய் ஏன் அவர்கள் தெ கமேன்ஷ்களாய் இருந்தார்களோ, நான் அறியேன். ஆனால் இதுவுங்கூட ஜெனரலுக்குப் பெருமகிழ்ச்சி அளிப்பதாகவே இருந்தது. தெ கமேன்ஷ் என்பதை விட து பிளசே என்ற பெயர்தான் அவருக்கு அதிகம் பிடித்திருந்தது. மண நாளன்று காலையிலேயே அவர் குற்றம் குறையின்றி உடுத்திக்கொண்டு மிகவும் உருக்கமாய், அளவு கடந்த முக்கியத்துவம் வாய்ந்த தோரணையோடு "மத்மாசேல் பிளான்ஷ் து பிளசே! பிளான்ஷ் து பிளசே! து பிளசே!" என்று மீண்டும் மீண்டும் வாய்க்குள் கூறியவாறு நடனக் கூடத்தில் அப்படியும் இப்படியும் நடைபோட்டுக் கொண்டிருந்தார். அவர் மனத்துள் ஏற்பட்ட நிறைவினால் முகம் மலர்ந்திருந்தது. மாதாகோயிலிலும் மேயர் அலுவலகத்திலும் வீடு திரும்பியபின் விருந்து மேஜையிலும் அவர் மகிழ்ச்சியும் நிறைவும் மட்டுமின்றி மெய்யாகவே பெருமிதமும் கொண்டவராய்க் காட்சியளித்தார். இருவரிடமும் ஏதோ முக்கிய மாற்றம் ஏற்பட்டுவிட்டது போலிருந்தது. பிளான்ஷும்கூட புதிய சிறப்பும் அந்தஸ்தும் பெற்றுவிட்டவளாய் நடந்து கொண்டாள்.

"இனி நான் முற்றிலும் வேறுவிதமாய் நடந்துகொண்டாக வேண்டும்" என்று மிகவும் முக்கியமான விஷயத்தைச் சொல்வது போல என்னிடம் அவள் கூறிக் கொண்டாள். "இதைக் கேள் நீ, இதில் ஒரு சங்கடம் இருக்கிறது, அதை நான் இதுவரை நினைத்தே பார்க்கவில்லை. என்னுடைய புதிய குடும்பப் பெயரை இன்னமும் நான் சரியாகச் சொல்லத் தெரிந்து கொள்ளவில்லை: ஸகொஸியான்ஸ்கி, ஸகொஸியான்ஸ்கி, மதாம் ல ஜெனரல் தெ ஸகோ ஸகோ... ருஷ்யப் பெயர்கள் வாயில் நுழைய மறுக்கின்றனவே! மதாம் ல ஜெனரல், பிறகு பதினான்கு மெய்யெழுத்துக்களையுடைய பெயர்! இப்படிச் சொல்வதே நன்றாயிருக்கும் போலிருக்கிறதே!"

முடிவில் நாங்கள் பிரிய வேண்டிய நேரம் வந்தது. நான் விடைபெற்றுக் கொண்டபோது அந்த அசட்டுப் பெண் பிளான்ஷ் மெய்யாகவே அழுதுவிட்டாள். "நான் உன்னை அசடென்று

நினைத்திருந்தேன்” என்று அவள் முனகினாள். “நீயும் பார்ப்பதற்கு மூடனாகவே தோன்றினாய். ஆயினும் இது உன்னை மனத்துக்கு இனியவனாகவே செய்துள்ளது.” இறுதியாய் என் கையை அழுத்திப் பிடித்து “இரு, வந்துவிட்டேன்!” என்று கூவியவாறு தனது அறைக்குள் ஓடினாள். ஒரு நிமிடத்துக்கெல்லாம் இரண்டு ஆயிரம் பிராங்க் நோட்டுகளை எடுத்து வந்து என்னிடம் கொடுத்தாள். என் கண்களையே என்னால் நம்ப முடியவில்லை! “நேரத்தில் உனக்கு இது உதவியாய் இருக்கும். நீ படித்த ஆசிரியனே என்றாலும் அசட்டு ஆளாய் இருக்கிறாய். இரண்டாயிரத்துக்கு மேல் உனக்குத் தர மாட்டேன், ஏனென்றால் எவ்வளவு கொடுத்தாலும் நீ தொலைக்கவே போகிறாய். சரி, போய் வா! எப்பொழுதும் நாம் நண்பர்களாகவே இருப்போம். மீண்டும் நீ ஜெயிக்க நேர்ந்தால் நிச்சயம் என்னிடம் வர வேண்டும். உனக்கு அதிர்ஷ்டம் அடிக் கட்டும்!”

இன்னும் என்னிடம் ஐந்நூறு பிராங்க் சொந்தப் பணம் இருந்தது. இதன்றி ஆயிரம் பிராங்க் பெறுமானமுள்ள நல்ல கடிகாரம் ஒன்றும் வைரக் கைப் பொத்தான்களும் வேறு சிலவும் இருந்தன. ஆகவே நீண்ட காலத்துக்கு நான் கவலையற்றவனாகவே வாழலாம். வேண்டுமென்றேதான் இந்தச் சிறிய ஊரில் வந்து தங்கினேன். யாவற்றையும் சிந்தித்துப் பார்க்க அவகாசம் கிடைக்கும் பொருட்டும், மிகவும் முக்கியமாய் இங்கு மிஸ்டர் அஸ்ட்லே வருவார் என்று நான் எதிர்பார்த்ததாலும் இங்கு வந்தேன். வேலையாய் மிஸ்டர் அஸ்ட்லே இந்த ஊருக்கு வந்து, ஒரு நாள் தங்குவார் என்பது எனக்குத் தெரிய வந்தது. அவரிடமிருந்து தெரிந்து கொள்ளக்கூடிய செய்திகள் அனைத்தையும் தெரிந்து கொள்வேன்... பிறகு பிறகு நேரே ஹோம்பர்க் செல்வேன்! ருலெட்டன்பர்க்குக்குப் போக மாட்டேன். எப்படியும் அடுத்த ஆண்டுக்கு முன்னதாய் அங்கே தலைகாட்ட மாட்டேன். ஒரே இடத்தில் தொடர்ந்து இரு முறை அதிர்ஷ்டத்தைச் சோதிக்கக்கூடாது என்று சொல்கிறார்கள். ஹோம்பர்க்குதான் சூதாட்டத்துக்குப் பெயர்பெற்ற தலைமையான இடமாம்.

## 17

இந்தக் குறிப்புகளை நான் எடுத்துப் பார்த்து ஓராண்டு எட்டு மாதங்களாகின்றன. இப்பொழுது மனச்சோர்வும் தொல்லையும் பொறுக்காமல் கவனத்தைச் சற்றுநேரம் வேறு திசையில் திருப்பலா மென்று மீண்டும் இவற்றை எடுத்துப் பார்க்கிறேன். ஹோம்பர்க்குக்குப் போவதென்று நான் தீர்மானம் செய்ததுடன் இக்குறிப்புகள் முடிவுற்றிருந்தன. அட ஆண்டவனே, எவ்வளவு மேம்போக்காய் அந்தக் கடைசி வரிகளை எழுதியிருந்தேன்! அதாவது, சரியாய்ச் சொல்வதெனில் மேம்போக்காயல்ல, எவ்வளவு தன்னம்பிக்கை யோடும் அசைக்க முடியாத நிச்சயத்தோடும் அவற்றை எழுதி யிருந்தேன்! துளியளவுங்கூட அப்பொழுது எனக்குச் சந்தேகம் இருக்கவில்லையே! ஆனால் ஒன்றரை ஆண்டுக்கும் சற்று அதிகமான காலம் கழிந்தபின் இப்பொழுது என் நிலை என்ன? பிச்சைக் காரனையும்விட கேடான நிலையில் அல்லவா இருக்கிறேன்! ஆனால் பிச்சைக்காரனுடைய நிலை என்ன, அவ்வளவு மோச மானதா? வறுமையைப் பற்றி நான் ஒன்றும் கவலைப்படவில்லை. என் வாழ்க்கையையே அல்லவா பாழாக்கிக் கொண்டுவிட்டேன்! என்னுடன் ஒப்பிடத்தக்கவர் யாரும் இல்லை, எனக்குக் கூறக்கூடிய புத்திமதியும் எதுவும் இல்லை . இதுபோன்ற ஒரு நேரத்தில் எனக்குப் புத்திமதி சொல்வதைக் காட்டிலும் நகைக்கத்தக்கது எதுவும் இருக்கமுடியுமா? சுயமனத் திருப்தி கொண்டவர்கள் இருக்கிறார்களே, என்னென்பது அவர்களை! எவ்வளவு ஆடம்பரமான சுயதிருப்தி யோடு இந்த வாய்ப்பேச்சு வீரர்கள் தமது புத்திமதிகளை எடுத் துரைக்க முன்வந்துவிடுகிறார்கள்! மிகவும் கேவலமான என்னுடைய தற்போதைய இழிநிலையை நான் எவ்வளவு நன்றாய் உணர்கிறேன் என்பதை மட்டும் இவர்கள் அறிவார்களாயின், இவர்கள் என்னைத்

தூற்ற இப்படி முன்வர மாட்டார்கள். ஏற்கனவே எனக்குத் தெரியாத எந்தப் புதிய விஷயத்தை இவர்கள் எனக்குச் சொல்லப் போகிறார்கள் என்று கேட்கிறேன். இங்குள்ள விவகாரம்தான் என்ன? விவகாரம் இதுதான்: சக்கரத்தின் ஒரேயொரு சுற்றால் யாவும் தலைகீழாய் மாறிவிடும்; எனக்கு இப்பொழுது புத்திமதி கூற வருகிறார்களே இதே ஆட்கள் அப்பொழுது எல்லோருக்கும் முதலாய் (இதில் எனக்கு எந்தச் சந்தேகமும் இல்லை) என்னிடம் ஓடிவந்து சிரித்து மகிழ்ந்து பேசுவார்கள். வாழ்த்துரைப்பார்கள். இப்பொழுது செய்கிறார்களே அதுபோல. அப்பொழுது யாரும் என்னைப் பார்த்ததும் தூர விலகிச்செல்ல மாட்டார்கள். இவர்களை எல்லாம் ஒரு பொருட்டாய்க் கருதுகிறவனல்ல நான்! இப்பொழுது நான் யார்? ஒரு பூஜ்யம்! நாளைக்கு நான் எப்படிப்பட்டவனாக முடியும்? நாளைக்கு நான் மாஜி மனிதன் என்னும் நிலையிலிருந்து மீண்டெழுந்து வந்து திரும்பவும் வாழத் தொடங்க முடியும். என் நெஞ்சில் உறையும் மனித ஆன்மா இன்னும் அறவே அழிந்துவிடவில்லை எனில் நாளைக்கு நான் அந்த ஆன்மாவைத் தட்டியெழுப்பிச் செயல்பட வைக்க முடியும்.

அப்பொழுது நான் ஹோம்பர்க்குக்குத்தான் போனேன். ஆனால்... அதன்பின் அங்கிருந்து மீண்டும் ருலெட்டன்பர்க்குக்குச் சென்றேன். பிறகு ஸ்பாவுக்குப் போயிருந்தேன். பேடன்-பேடனுக்கும் சென்றிருந்தேன். அங்கே நான் கவுன்சிலர் ஹின்ட்செவுக்குப் பணியாளாய்ச் சென்றிருந்தேன். இவர் ஒரு மோசடிக்காரர், இதற்கு முன்பே சிறிது காலம் இவரிடம் நான் வேலை செய்திருந்தேன். ஆம், ஐந்து மாதங்களுக்கு நான் பணியாளாய் வேலை செய்தேன்! நான் சிறைச்சாலையைவிட்டு வெளியே வந்ததும் இப்படி ஆயிற்று. (கடன்பட்டு நான் ருலெட்டன்பர்க்கில் சிறைச்சாலையில் அடைபட்டுவிட்டேன். என் சார்பில் யாரோ கடனை அடைத்து என்னைச் சிறைச்சாலையிலிருந்து விடுதலை பெறும்படிச் செய்தார். யார் அது? மிஸ்டர் அஸ்ட்லேயா? பலீனாவா? தெரியாது எனக்கு. ஆனால் நான் கொடுக்க வேண்டிய இருநூறு டாலர் கடனும் அடைக்கப்பட்டுவிட்டது, நான் விடுதலை செய்யப்பட்டேன்.) அங்கிருந்து நான் எங்கே செல்வது? அந்த ஹின்ட்செயிடம் சென்றேன். அவர் இளைஞராகவும் அசடராகவும் சோம்பேறியாகவும் இருந்தவர். எனக்கு மூன்று மொழிகள் எழுதவும் பேசவும் தெரியும். முதலில் அவர் என்னை ஒரு வகைச் செயலாளராய் அமர்த்திக் கொண்டு மாதத்துக்கு முப்பது கூல்டின் கொடுத்து வந்தார். ஆனால் முடிவில் நான் அவருடைய பணியாளாகிவிட்டேன். அவரால் செயலாளர் ஒருவரை வைத்துக் கொள்ள இயலாமற் போய் என்னுடைய சம்பளத்தைக் குறைத்துவிட்டார். எனக்கு வேறு

எங்கும் செல்ல வழியின்றி அவரிடமே தங்கி படிப்படியாய் அவருடைய வேலைக்காரன் ஆனேன். அவரிடம் இருந்தபோது உண்ணவோ குடிக்கவோ நான் செலவிடவில்லை. ஐந்து மாதங்களில் எழுபது கூல்டின் வரை மிச்சப்படுத்திவிட்டேன். ஒருநாள் மாலையில் பேடன்–பேடனில் நான் வேலையை விட்டு விலகுவதாய் அவரிடம் சொன்னேன். அதே மாலையில் ருலெட் ஆட்டக்கூடத்துக்குச் சென்றேன். என் நெஞ்சு எப்படி அடித்துக் கொண்டது தெரியுமா? பணத்தைப் போற்றும் ஆளல்ல நான்! அப்பொழுது நான் விரும்பியதெல்லாம் அந்த ஹின்ட்செக்களும் பேடன்–பேடனின் தலைமைச் சேவகர்களும் நாகரிகச் சீமாட்டிகளும் நாளைக்கு என்னைப் பற்றி பேச வேண்டும், என் கதையைச் சொல்ல வேண்டும், என்னைப் பார்த்து வியந்து போற்ற வேண்டும், நான் புதிதாய் ஜெயிக்கும் பணத்துக்கு அடிபணிந்து நிற்க வேண்டும் என்பதுதான். இவை யாவும் சிறுபிள்ளைத்தனமான கனவுகள்தான், ஆசைகள்தான். ஆயினும்... யாருக்குத் தெரியும், நான் பலீனாவைச் சந்திக்க நேர்ந்து, யாவற்றையும் அவளிடம் கூறும்படி ஆகலாம், விதியின் விளையாட்டு களை நான் சமாளித்ததை அவள் புரிந்து கொள்ளலாம். நான் நாடுவது பணம் அல்ல! பணத்தை நான் மீண்டும் ஏதாவது ஒரு பிளான்ஷிடம் கொடுத்து விரயம்தான் செய்திருப்பேன். பதினாறாயிரம் பிராங்குக்கு வாங்கிய சொந்தக் குதிரைகள் பூட்டிய கோச்சில் மூன்று வாரங்களுக்குப் பாரிசில் மீண்டும் சவாரி செய்து தீர்த்திருப்பேன். இதில் எனக்கு எந்தச் சந்தேகமும் இல்லை. நான் பணப்பித்துக் கொண்டவனல்ல என்பது எனக்குத் தெரியும். என்னை நான் ஊதாரியாகவே கருதுகிறேன். ஆயினும் நான் எத்தனை ஆவலுடனும் பீதியுடனும் நெஞ்சு படபடக்க ஆட்ட நிர்வாகியின் அறிவிப்புக்காகக் காத்திருக்கிறேன்–முப்பத்தொன்று, சிவப்பு, ஒற்றையும் மிகைப்பாடும்; அல்லது நாற்பது, கறுப்பு, இரட்டையும் குறைபாடும் என்று அவர் அறிவிக்கையில் எப்படி நான் துடித்துப் போகிறேன்! லுயிதோர்களும் பத்து கூல்டின்களும் டாலர்களும் குவிந்து கிடக்கும் ஆட்ட மேஜையையும் ஆட்ட நிர்வாகிகளுடைய அகப்பைகளிலிருந்து தகதகக்கும் குவியல்களில் சரிந்து விழும் பொற்காசுகளையும் சக்கரத்துக்கருகே இரண்டொரு அடி நீளமுள்ள தூண்களாய்க் கிடக்கும் வெள்ளியையும் எப்படி நான் கண் கொட்டாது பார்க்கிறேன்! ஆட்டக் கூடங்களிலிருந்து இரண்டு அறைகளுக்கு அப்பால் வரும்போதே ஆட்ட மேஜையில் கொட்டப் படும் காசுகளின் கணீரொலி கேட்டு எப்படி நான் துடியாய்த் துடித்துப் போகிறேன்!

எனது எழுபது கூல்டின்களை ஆட்ட மேஜைக்கு எடுத்துச் சென்றேனே, அந்த மாலையை எந்நாளும் என்னால் மறக்கவே

முடியாது! மீண்டும் 'மிகைப்பாட்டில் பத்து கூல்டின்களை வைத்து என் ஆட்டத்தை ஆரம்பித்தேன். இந்த 'மிகைப்பாட்டி'டம் எனக்கு ஒருவகை மூடபக்தி இருந்து வருகிறது. வைத்த காசை இழந்து விட்டேன். மீதி என்னிடம் வெள்ளியில் அறுபது கூல்டின் இருந்தது. சற்று நேரம் சிந்தித்துப் பூஜ்யத்தைத் தேர்வு செய்து கொண்டேன். பூஜ்யத்தில் ஒவ்வொரு தடவையும் ஐந்து கூல்டின் வைத்து வந்தேன். மூன்றாவது சுற்றில் பூஜ்யம் வந்தது. நூற்று எழுபத்தைந்து கூல்டின் தரப்பட்டதும் பூரிப்பால் எனக்கு மூச்சே நின்றுவிடும் போலிருந்தது. முன்பு நான் ஒரு லட்சம் கூல்டின் ஜெயித்தபோது கூட அப்படி ஆனந்தப்பட்டிருக்க மாட்டேன். உடனே சிவப்பில் நூறு கூல்டினை வைத்தேன்–சிவப்பு வெற்றி பெற்றது. அப்படியே இருநூற்றையும் மீண்டும் சிவப்பில் வைத்தேன் – மீண்டும் சிவப்பே வென்றது. நானூற்றையும் கறுப்பில் வைத்து வெற்றி பெற்றேன். எண்ணூறு அனைத்தையும் 'குறைபாட்'டில் வைத்தேன், அது வென்றது. ஆடத் தொடங்கியபோது வைத்திருந்த தொகையையும் சேர்த்து இப்பொழுது எனக்கு ஆயிரத்து எழுநூறு கூல்டின் கிடைத்துவிட்டது. ஐந்து நிமிடத்துக்கும் குறைவான நேரத்தில் இப்படி ஒரு மாற்றம்! ஆம், இம்மாதிரியான தருணங்கள் உங்களுடைய முந்திய தோல்வி களை எல்லாம் மறக்கடித்துவிடும்! என் உயிரையே பணயமாய் வைத்து அல்லவா நான் இந்த வெற்றியைப் பெற வேண்டியிருந்தது! துணிந்து ஆபத்தில் இறங்கினேன் இப்பொழுது மீண்டும் மனித குலத்தைச் சேர்ந்தவன் ஆனேன்!

உடனே ஓர் அறையை வாடகைக்கு எடுத்துக் கதவைத் தாளிட்டுக் கொண்டேன். காலை மூன்று மணி வரையில் என்னுடைய பணத்தை எண்ணிப் பார்த்துக் கொண்டு அமர்ந்திருந்தேன். மறுநாள் காலையில் நான் விழித்தெழுந்தபோது, பணியாளாய் இருக்கவில்லை. அன்றே புறப்பட்டு ஹோம்பர்க் போவதென்று முடிவு செய்தேன். அங்கே நான் பணியாளாய் இருந்ததில்லை; சிறையில் தள்ளப் பட்டதும் இல்லை. ரயில் புறப்படுவதற்கு அரைமணி நேரம் முன்னதாய் இரண்டே இரண்டு பணயம் வைத்துப் பார்ப்பதென்று சென்ற நான் ஆயிரத்து ஐநூறு ஃபிளோரினை இழந்துவிட்டேன். அப்படியும் நான் ஹோம்பர்க் சென்றேன், ஒரு மாதமாய் இங்குதான் இருந்து வருகிறேன்...

எந்நேரமும் என்ன ஆகுமோ என்ற பீதி உணர்வு ஓயாமல் வருத்தும் நிலையில்தான் வாழ்ந்து வருகிறேன். சின்னஞ்சிறு பணயங்கள் வைத்து ஆடுகிறேன். ஏதேனும் நிகழுமென்று காத்திருக்கிறேன். கணக்குகள் போட்டுப் பார்க்கிறேன். நாட்கணக்காய் ஆட்டமேஜை அருகே நின்று ஆட்டத்தைக் கவனித்து வருகிறேன். இரவில் ஆடப் போவதாகக்கூட கனவு காண்கிறேன். ஆனால்

நான் கல்லாய் மாறிவிட்டதுபோல், சகதிக் குழியில் சிக்கிக்கொண்டு விட்டதுபோல் எந்நேரமும் என்னுள் ஓர் உணர்ச்சி உருத்திக் கொண்டிருக்கிறது. மிஸ்டர் அஸ்ட்லேயின் மனதில் நான் தோன்றச் செய்துவிட்ட அந்த மனப்பதிவைக் கொண்டு பார்க்கையில் இப்படிப் பட்ட ஒரு முடிவுக்கே நான் வரவேண்டியிருக்கிறது. நாங்கள் இருவரும் அந்தப் பழைய நாட்களுக்குப் பிற்பாடு இப்பொழுதுதான் முதல்முறையாய் ஒருவரையொருவர் சந்தித்தோம். அது எப்படி நடைபெற்றது என்று கூறுகிறேன்: இப்பொழுது நான் திரும்பவும் காசு இல்லாதவனாகிவிட்டேன், இருந்தாலும் இன்னமும் என்னிடம் ஐம்பது கூல்டின் இருந்தது, ஹோட்டலில் நான் இருந்து வரும் சிற்றறைக்குத் தரவேண்டிய முழுப் பணத்தையும் நேற்று முன்தினம் கட்டிவிட்டேன் என்பதாய் என்னுள் கூறியவாறு பூங்காவில் நடந்து கொண்டிருந்தேன். இன்னும் ஒரு தரம் ஆட்ட மேஜையில் முயன்று பார்ப்பதற்குப் போதிய பணம் கையில் இருக்கிறது, ஏதாவது ஜெயித்தேனாயின் தொடர்ந்து ஆடிச் செல்லலாம், தோல்வி ஏற்படின் மீண்டும் பணியாளாக வேண்டியதுதான். இங்கே ஆசிரியன் தேவைப்படும் ருஷ்யர்கள் யாரையாவது காண முடிந்தாலொழிய வேறு வழி ஏதும் இல்லை. இப்படிச் சிந்தனையில் ஆழ்ந்துபோய் நான் எனது அன்றாட வழக்கம் போல் பூங்காவில் நடந்து சென்று தோப்பைக் கடந்து பக்கத்து சிற்றரசு ஒன்றுக்குப் போய்விட்டுத் திரும்பினேன். சிலசமயம் இப்படி நான் தொடர்ந்து நான்கு மணி நேரம் நடந்து களைத்துப் போய் பசியுடன் ஹோம்பர்க் திரும்புவேன். தோப்பிலிருந்து நான் பூங்காவுக்குள் பிரவேசித்ததும் ஒரு பெஞ்சில் மிஸ்டர் அஸ்ட்லே அமர்ந்திருக்கக் கண்டேன். இதற்கு முன்பே என்னைப் பார்த்துவிட்ட அவர் என் பெயரைச் சொல்லிக் கூப்பிட்டார். நான் அவர் பக்கத்தில் வந்தமர்ந்தேன். அவரைப் பார்த்ததும் எனக்கு அளவிலா மகிழ்ச்சி ஏற்பட்டது என்றாலும், அவர் கொஞ்சம் விறைப்பாய் இருப்பதைக் கவனித்த நான் எனது ஆனந்தப் பரவசத்தை மட்டுப்படுத்திக் கொண்டேன்.

“நல்லது, இங்கேதானே இருக்கிறீர்! உம்மைச் சந்திக்க முடியும் என்றுதான் நினைத்திருந்தேன்” என்றார் அவர். “நீர் எந்த விளக்கமும் அளிக்கத் தேவையில்லை. எல்லாம், ஆம், எல்லாம் எனக்குத் தெரியும். கடந்த இந்த ஓராண்டு எட்டு மாதக் காலமாய் நீர் வாழ்ந்து வந்திருக்கும் வாழ்வின் முழு விவரங்களையும் நான் அறிவேன்.”

“ஓகோ! உம்முடைய பழைய நண்பர்களை மிகவும் உன்னிப் பாகத்தான் கவனித்து வருகிறீரெனச் சொல்லும்!” என்று நான் பதிலளித்தேன். “அவர்களை மறக்காமல் நினைவில் வைத்திருப்பது உமக்கு அளவிலாச் சிறப்பு அளிக்கிறது... கொஞ்சம் இரும் சொல் கிறேன். எனக்கு ஒன்று நினைவுக்கு வருகிறது... இருநூறு கூல்டின்

கடன்பட்டு நான் ருலெட்டன்பர்க் சிறையிலே இருந்தபோது என்னை வெளியே கொண்டுவந்தது நீர்தானா? அது யாரோ தெரியாது. என் கடனை அடைத்து எனக்கு விடுதலை கிடைக்கச் செய்தார்."

"இல்லை, அது நானல்ல. கடன்பட்டு ருலெட்டன்பர்க் சிறையில் இருந்த உம்மை வெளியே கொண்டு வந்தது நானல்ல. ஆனால் இருநூறு கூல்டின் கடனுக்காக நீர் சிறையில் இருந்தது எனக்குத் தெரியும்."

"அப்படியானால், என்னை வெளியே கொண்டுவந்தது யார் என்பதும் உமக்குத் தெரிந்திருக்க வேண்டுமே."

"எனக்குத் தெரியாது. உம்மை வெளியே கொண்டு வந்தது யாரென்று எனக்குத் தெரியாது."

"வேடிக்கைதான். இங்குள்ள ருஷ்யர்கள் யாருக்கும் என்னைப் பற்றி தெரியாது. அவர்கள் எனக்காகக் கடனை அடைத்து என்னை வெளியே கொண்டுவருவார்களென நான் நினைக்கவில்லை. ருஷ்யர்கள் ருஷ்யாவில் ஒருவருக்கொருவர் உதவிக்கொள்வது வழக்கம். இதுகாறும் நான் வெறும் கிறுக்குத்தனம் காரணமாய் யாரோ ஆங்கிலேயக் கிறுக்கர்தான் என்னை வெளியே கொண்டு வந்திருக்க வேண்டுமென்று நினைத்திருந்தேன்."

ஓரளவு வியப்புடன் மிஸ்டர் அஸ்ட்லே நான் சொன்னது முழுவதையும் கவனமாய்க் கேட்டார். நான் நலிவுற்று மனம் சோர்ந்து போயிருப்பேன் என்று அவர் நினைத்திருந்தார் போலும்.

"நீர் உமது ஆன்மிக சுதந்திர உணர்ச்சியையும், உமது உற்சாகத் தையும்கூட இழந்துவிடாமல் முன்பு போலவே இருப்பதைக் கண்டு மனம் மகிழ்கிறேன்" என்று அவர் தமது குரலில் கொஞ்சம் கசப்புணர்ச்சி தொனிக்கக் கூறினார்.

"ஓகோ, நான் ஒடுக்கப்பட்டு விடாமலும் மனம் முறிந்து விடாமலும் இருப்பதைக் கண்டு உள்ளுக்குள் ஆத்திரப்படுகிறீர், அப்படித்தானே" என்று சொல்லிச் சிரித்துக் கொண்டேன் நான்.

இதை அவர் உடனே புரிந்து கொள்ளவில்லை, ஆனால் சில கணங்களில் புரிந்து கொண்டதும் அவர் முகத்தில் புன்னகை தோன்றியது.

"உம்முடைய பேச்சு எப்பொழுதுமே சுவையானதெனக் கருதி மகிழ்ந்து வந்துள்ளவன் நான். உமது இந்தப் பேச்சு எனது பழைய நண்பரை, விவேகமும் உற்சாகமும் மிக்கவராயினும் அதேபோதில் மனக்கசப்புக் கொண்டவரான எனது பழைய நண்பரை நான் அடையாளம் காண முடிகிறது. ருஷ்யர்களால் மட்டும்தாம் இப்படி ஒன்றுக்கொன்று முரண்படும் இத்தனைக் கூறுகளை ஒருங்கே

நற்றிணை பதிப்பகம் ● 207

தம்முள் இணைத்துக் கொள்ள முடியும். எவரும் தமது சிறந்த நண்பரை இழிவுற்று நலிந்த நிலையிலே காண விரும்புவார் என்பது மெய்தான். இழிவுற்று நலிந்த நிலையிலிருந்துதான் நட்பு மலர்கிறது. ஞானிகள் அறிந்த பழம் பெரும் உண்மை இது. ஆயினும் இந்தச் சந்தர்ப்பத்தில் நான் உள்ளப்பூர்வமாகவே மகிழ்கிறேன், நீர் மனச் சோர்வுற்றுவிடாமல் உற்சாகமாய் இருப்பதைக் கண்டு மகிழ்கிறேன். சரி, சூதாட்டத்தை நீர் விட்டொழிக்கவே போவதில்லையா?"

"நாசமாய்ப் போக! இக்கணமே நான் அதை விட்டொழித்து விடுவேன், ஆனால்..."

"ஆனால் நீர் இதுவரை தோற்றதை ஜெயித்துக் கொண்டுவிட வேண்டும் என்றுதானே சொல்கிறீர்? நானும் அப்படித்தான் நினைத்தேன். போதும், மேலும் எனக்கு இதுபற்றி சொல்லத் தேவையில்லை. அகஸ்மாத்தாய் உம் வாயிலிருந்து வெளிப்பட்ட சொற்களாதலால், இவை உண்மையை உரைப்பவை. சரி, சூதாடுவதைத் தவிர வேறு ஒன்றும் செய்வதில்லையா?"

"இல்லை."

என்னைத் துருவி ஆராயும் கேள்விகளைக் கேட்டுச் சென்றார். எனக்கு எதைப் பற்றியும் தெரியாது. பத்திரிகைகள் படிப்பதில்லை நான். புத்தகத்தைப் புரட்டிப் பார்த்து எவ்வளவோ காலமாகிறது.

"உயிரோட்டம் இழந்து மரக்கட்டையாகிவிட்டீர்" என்றார் அவர். "வாழ்க்கையையும், தனி வாழ்வுக்கும் பொது வாழ்வுக்குமுரிய நாட்டங்களையும், குடிமகனாகவும் மற்றும் மனிதனாகவும் உமக்குள்ள கடமைகளையும், உமது நண்பர்களையும் (உமக்கு நண்பர்கள் சிலர் இருந்தார்கள், இல்லையா?) நீர் நிராகரித்தது மட்டுமல்ல, சூதாடி ஜெயிப்பதைத் தவிர வேறு எல்லா நோக்கங்களையும் நிராகரித்தது மட்டுமல்ல, உம்முடைய பழைய நினைவுகளையும்கூட அல்லவா நிராகரித்துவிட்டீர். உமது வாழ்வின் ஆர்வமிக்க, உணர்ச்சி வளம் வாய்ந்த ஒரு கட்டத்தில் உம்மை நான் நினைத்துப் பார்க்கிறேன். ஆனால் அக்காலத்தைப் பற்றிய உமது சிறந்த அனுபவங்களையும் உணர்ச்சிகளையும் அடியோடு மறந்திருப்பீர் என்றுதான் நினைக் கிறேன். இன்று நீர் காணும் கனவுகளும் அன்றாட நடைமுறை விருப்பங்களும் ஒற்றை இரட்டை, சிவப்பு கறுப்பு, பன்னிரண்டு மத்திய எண்கள் இத்யாதி விவகாரங்களுக்கு அப்பால் செல்ல மாட்டா என்பதாகவே தோன்றுகிறது எனக்கு."

"போதும் மிஸ்டர் அஸ்ட்லே! அவற்றை எல்லாம் எனக்கு நினைவுபடுத்த வேண்டாம்!" என்று நான் எரிச்சலாய், ஆத்திரம் பொங்கும் குரலில் பலக்கக் கூறினேன். "எதையும் நான் மறந்துவிட வில்லை என்பதை உமக்குத் தெரிவிக்க விரும்புகிறேன். தற்காலிகமாய்

அவற்றை நான் என் மனதில் தோன்றாதபடி விலக்கி வைத்திருக்கிறேன்; என்னுடைய பழைய நினைவுகளையுங்கூட இதேபோல ஒதுக்கி வைத்திருக்கிறேன்–எனது நிலைமையை நான் மேம்படுத்திக் கொள்ளும் வரையில் அவை என்னுள் தலைகாட்டாதபடி தற்காலிகமாய் ஒதுக்கி வைத்திருக்கிறேன். என் நிலைமை உயர்ந்ததும் மீண்டும் நான் உயிர் பெற்று எழுவதைக் காண்பீர்!"

"பத்தாண்டுகளுக்குப் பிற்பாடும் நீர் இங்குதான் இருக்கப் போகிறீர்" என்றார் அவர். "இன்றிலிருந்து பத்தாண்டுகள் கழிந்ததும், நான் உயிருடன் இருந்தால் இங்கே, இதே பெஞ்சில் வந்தமர்ந்து இவற்றை எல்லாம் பற்றி உமக்கு நினைவுபடுத்துவேன் என்று பந்தயம் கட்டவும் நான் தயார்."

"போதும் நிறுத்தும்!" என்று பொறுமையிழந்து நான் இடை மறித்துக் கூறினேன். "கடந்த காலத்தை ஒன்றும் நான் மறந்துவிட வில்லை என்பதை உமக்குக் காட்டுவதற்காக நான் இதைக் கேட்கிறேன்: மிஸ் பலீனா இப்பொழுது எங்கிருக்கிறாள்? சிறையி லிருந்து என்னை விடுதலை பெற வைத்தது நீர் இல்லையானால், நிச்சயம் அவள்தான் அதைச் செய்திருக்க வேண்டும். இவ்வளவு காலமாய் அவளைப் பற்றி நான் எந்தத் தகவலும் தெரிந்து கொள்ள முடியவில்லை."

"அவளல்ல, உம்மைச் சிறையிலிருந்து அவள் விடுதலை பெற வைத்ததாய் நான் நினைக்கவில்லை. இப்பொழுது அவள் சுவிட்சர் லாந்தில் இருக்கிறாள். மிஸ் பலீனாவைப் பற்றி நீர் என்னிடம் கேள்வி கேட்காமல் இருப்பதுதான் நல்லது" என்று உறுதியாய், கொஞ்சம் கோபமாகவே சொன்னார் அவர்.

"அப்படியானால் அவள் உமது மனத்தை வெகுவாய்ப் புண்படுத்திவிட்டாளென்று தெரிகிறது" என்று நான் என்னையும் அறியாமல் சிரித்துக் கொண்டேன்.

"மிஸ் பலீனா உலகில் வாழும் சிறந்தவர்களிலே மிகவும் சிறந்தவள். ஆனால் திரும்பவும் சொல்கிறேன், மிஸ் பலீனாவைப் பற்றி நீர் என்னிடம் எதுவும் கேட்க வேண்டாம். எந்நாளும் நீர் அவளைச் சரிவரத் தெரிந்து கொள்ளவில்லை. உம்முடைய வாயால் அவளுடைய பெயரை உச்சரித்து எனது புனித உணர்ச்சியை அவமதிக்க வேண்டாம்."

"நல்லாயிருக்கே இது! நீர் சொல்வது சரியல்ல. அதோடு, இதைப் பற்றி நான் பேசக் கூடாது என்றால் உம்முடன் வேறு பேச என்ன இருக்கிறது, சொல்லும். நம்முடைய நினைவுகள் எல்லாம் இது ஒன்றைத்தானே மையமாய்க் கொண்டுள்ளன. ஆனால் நீர் கலவரமடைய வேண்டாம். உம்முடைய அந்தரங்க விவகாரங்களைப்

நற்றிணை பதிப்பகம் ● 209

பற்றிய தகவல்கள் எனக்குத் தேவையில்லை... மிஸ் பலீனாவின் புற வாழ்வையும் வெளி நிலைமைகளையும் பற்றித்தான் நான் தெரிந்து கொள்ள விரும்புகிறேன். சுருக்கமாய் ஒரு சில சொற்களில் நீர் இவற்றைக் கூறலாம்."

"சரி, இந்த ஒரு சில சொற்களுக்கு மேல் இந்தப் பேச்சு செல்லா தெனில், எனக்கு ஆட்சேபம் இல்லை, சொல்கிறேன். மிஸ் பலீனா நீண்ட பல நாட்களுக்கு உடல்நலமின்றி இருந்தாள். இப்பொழுதும் நலமின்றியே இருந்து வருகிறாள். சிறிது காலம் வட இங்கிலாந்தில் எனது தாயுடனும் சகோதரியுடனும் இருந்தாள். ஆறு மாதங்களுக்கு முன்பு அவளுடைய பாட்டி-உமக்கு ஞாபகமிருக்கும் வயது முதிர்ந்த அந்தப் பைத்தியக்கார அன்னை – இறந்துவிட்டார். அவர் தமது பேத்திக்கு ஏழாயிரம் பவுன் எழுதி வைத்திருந்தார். இப்பொழுது மணம் புரிந்து கொண்டுவிட்ட எனது சகோதரியின் குடும்பத்துடன் சேர்ந்து மிஸ் பலீனா சுற்றுப் பயணம் செய்து வருகிறாள். அவளுடைய சின்னஞ்சிறு தம்பிக்கும் தங்கைக்கும் பாட்டி தமது உயிலில் தக்கபடி ஏற்பாடு செய்திருந்தார். இப்பொழுது அவர்கள் இருவரும் லண்டனில் படிக்கின்றனர். மிஸ் பலீனாவின் சிறிய தகப்பனாரான ஜெனரல் ஒரு மாதத்துக்குமுன் பாரிசில் திடீரென மாரடைப்பால் இறந்துவிட்டார். மத்மாசேல் பிளான்ஷ் அவரை நல்லபடியாகவே நடத்தி வந்தாள். ஆனால் பாட்டியிடமிருந்து அவருக்குக் கிடைத்த சொத்துக்களைக் கைப்பற்றிக் கொண்டு விட்டாள்... அவ்வளவுதான் நான் கூறக் கூடியது."

"தெ கிரியே? அவரும் சுவிட்சர்லாந்தில் சுற்றுப் பயணம் செய்து கொண்டிருக்கிறாரா?"

"இல்லை, தெ கிரியே சுவிட்சர்லாந்தில் சுற்றுப் பயணம் செய்து கொண்டிருக்கவில்லை. அவர் எங்கே இருக்கிறாரோ, தெரியாது எனக்கு. முடிவாய் நான் எச்சரிக்கிறேன்: மறைமுகமான இந்தக் குறிப்புகளையும் இழிவான ஊகங்களையும் விட்டொழிக்கும்படி எச்சரிக்கிறேன். இல்லையேல் நான் சும்மாவிடமாட்டேன்."

"என்ன, நமது பழைய நட்பினையும் கருதாமலா?"

"ஆம், நமது பழைய நட்பினையும் கருதாமல்தான்."

"மிஸ்டர் அஸ்ட்லே, என்னை மன்னித்தருள வேண்டும். ஆனால் நான் கூறியதில் கௌரவக் குறைவானதோ, இழிவானதோ எதுவும் இல்லை. மிஸ் பலீனாவைப் பற்றி நான் குறையாய் எதுவும் சொல்லவில்லை. தவிரவும், மிஸ்டர் அஸ்ட்லே, பொதுவாய் ஒரு பிரெஞ்சுக்காரரும் ஒரு ருஷ்ய நங்கையும் என்னும் இந்த இணைவு இருக்கிறதே, அது நீரும் நானும் தீர்க்கமாய்ப் புரிந்து கொண்டுவிடக் கூடியதல்ல."

“தெ கிரியே என்னும் பெயரை நீர் இன்னொரு பெயருடன் இணைத்துச் சொல்வதில்லையென வாக்களிப்பீரானால், ‘ஒரு பிரெஞ்சுக்காரரும் ஒரு ருஷ்ய நங்கையும்’ என்பதன் மூலம் நீர் குறிப்பிடுவது என்னவென்று விளக்கும்படி கேட்க விரும்புகிறேன். இந்த ‘இணைவு’ எப்படிப்பட்டது என்கிறீர்? ஏன் பிரெஞ்சுக்காரரும் ருஷ்ய நங்கையும் என்று குறிப்பிட்டுச் சொல்கிறீர்?”

“பார்த்தீரா, உமக்கும் இதில் அக்கறை இருக்கிறது, பார்த்தீரா! ஆனால், மிஸ்டர் அஸ்ட்லே, அது நீண்டதொரு கதை. இதற்குப் பீடிகையாய் அமைந்த பலவற்றையும் தெரிந்து கொண்டாக வேண்டும். மேம்போக்காய் முதலில் பார்க்கையில் அபத்தமாய்த் தோன்றினாலுங்கூட இது முக்கியமான ஒரு பிரச்சினையாகும். மிஸ்டர் அஸ்ட்லே, பிரெஞ்சுக்காரர் இருக்கிறாரே அவர் வடிவத்தில் பூரணத்துவம் கொண்ட நேர்த்தியான வார்ப்பு. பிரிட்டிஷ்காரர் என்ற முறையில் நீர் இதை ஒத்துக்கொள்ள மாட்டீர்; ருஷ்யன் என்ற முறையில் நானும் இதை ஒத்துக்கொள்ள மாட்டேன் இதற்குக் காரணம் பொச்செரிப்புதான். ஆனால் நமது இளம் பெண்கள் வேறு விதமாய் நினைக்கிறார்கள். ரசீன்* எழுதிய புத்தகங்கள் உமக்குப் பகட்டு ஜோடனைகளாகவும் சகிக்கவொண்ணாதவையாகவும் ‘செண்டு’ இடப்பட்டவையாகவும் தோன்றலாம், அவற்றை நீர் படிக்க மாட்டேனெனச் சொன்னாலும் சொல்வீர். எனக்கும்கூட இவ்வாசிரியர் வெறும் பகட்டாகவும் ‘செண்டு’ இடப்பட்டவராகவும் தான் தோன்றுகிறார். ஒருவகையில் இவர் நகைக்கத்தக்கவராவார் என்றே சொல்வேன். ஆயினும் இவர் நேர்த்தியான ஆசிரியர், உமக்கும் எனக்கும் பிடித்தாலும் பிடிக்காவிட்டாலும் யாவற்றுக்கும் முதலாய் ஒரு பெருங்கவிஞர். பிரெஞ்சுக்காரரின், அதாவது பாரிஸ்காரரின் தேசிய வடிவம் நாம் எல்லோரும் கரடிகளைப் போன்றோராய் இருந்த காலத்திலேயே நாகரிக நயம் வாய்ந்ததாய் வார்க்கப்பட்டுவிட்டது. புரட்சியானது பிரபுக் குலத்தோரிடமிருந்து இந்த வடிவத்தைச் சுவீகரித்துக் கொண்டது. இன்று சர்வசாதாரண பிரெஞ்சுக்காரருங்கூட இந்த வடிவம் உருவானதில் அவருடைய சொந்த முன்முயற்சிக்கோ, இதயத்துக்கோ, ஆன்மாவுக்கோ எந்தப் பங்கும் இல்லாமலே நாகரிக நயம்வாய்ந்த பாவனைகளையும் சாதுர்யங்களையும் பேச்சு முறைகளையும் மற்றும் கருத்துக்களையுங் கூட பெற்றுவிட முடிகிறது. இவை யாவும் மரபுரிமையாய் அவருக்குக் கிடைத்துவிடுகின்றன. அதேபோதில் அவர் போலியிலும் போலியான, இழிவிலும் இழிவான நபராகவே இருக்கலாம். மிஸ்டர் அஸ்ட்லே, இன்னொரு விவரத்தையும் இங்கு நான் கூறவேண்டும். நற்குணமும் கூர்மதியும் கொண்டு அதிக அளவுக்குப் பகட்டோ

---

* ரசீன் (163999) பிரெஞ்சு நாடக ஆசிரியர். (பதிப்பாசிரியர்)

மினுக்கோ இல்லாத ருஷ்ய நங்கையைக் காட்டிலும் கள்ளங்கபடமற்ற, எதையும் எளிதில் நம்பக்கூடிய ஜீவன் உலகில் வேறு எதுவும் இல்லை. வேடம் பூண்டு தக்கபடி நடிக்கும் எந்த ஒரு தெ கிரியேயும் எளிதில் அவளுடைய உள்ளத்தைக் கொள்ளைக் கொண்டுவிட முடியும். நயமான, நேர்த்தியான வடிவம் அந்த ஆளுக்குக் கைவந்த கலையாகும். இந்த நங்கை இவ்வடிவத்தை அவருடைய ஆன்மா வாய்க் கருதிக்கொண்டுவிடுகிறாள். மரபுரிமையாய் அவருக்கு விட்டுச் செல்லப்பட்ட அங்கியாய்க் கொள்ளாமல், அவருடைய இதயத்தின், ஆன்மாவின் இயற்கையான உருவாய் அவள் இந்த வடிவத்தைக் கொண்டுவிடுகிறாள். இதைக் கேட்பதற்கு உமக்கு எரிச்சலாகத்தான் இருக்கும், ஆயினும் ஆங்கிலேயர்கள் பெரும்பாலும் நடைநயமற்றோராய், நயநாகரிகம் போதாதவர்களாய் இருக்கிறார்கள் என்பதை நான் குறிப்பிட்டாக வேண்டும். அதேபோதில் ருஷ்யர்கள் சடுதியில் நயநாகரிகத்தையும் நடைநயத்தையும் அடையாளங்கண்டு கொண்டுவிடுகிறார்கள். இவற்றிடம் அளவுமீறிய பற்றுக் கொண்டு விடுகிறார்கள். ஆன்மாவின் எழிலையும் சிந்தையின் சுயசிறப்பையும் கண்டறிந்து கொள்வதற்கு நமது பெண்கள் பெற்றிருப்பதைக் காட்டிலும், இன்னும் முக்கியமாய் நமது நங்கையர் பெற்றிருப்பதைக் காட்டிலும் மிகப் பன்மடங்கு கூடுதலான அகச் சுதந்திரமும் சுயேச்சையும் தேவைப்படுகின்றன; நிச்சயமாய் மிகவும் கூடுதலான அனுபவம் தேவைப்படுகிறது. மிஸ் பலீனா–என்னை மன்னிக்க வேண்டும், வாய் தவறிப் பெயரைச் சொல்லிவிட்டேன்–அந்த எத்தன் தெ கிரியேயைவிட நீர் மேலானவர் என்று தீர்மானிப்பதற்கு மிக நெடுங்காலம் அல்லவா வேண்டியிருக்கிறது? அவள் உம்மைப் போற்றலாம். உம்பால் நட்பு கொள்ளலாம், தனது உள்ளத்தில் இருப்பதை மறைக்காமல் உம்மிடம் சொல்லலாம், ஆயினும் அந்தக் கேடுகெட்ட எத்தன், வெறுக்கத்தக்க வட்டிக்கார அற்பன் தெ கிரியே இனியும் தொடர்ந்து அவள் இதயத்தில் கோலோச்சலாம். பிடிவாதமும் கர்வமுமே இதற்குக் காரணமாயிருக்கும்– எப்படி யென்றால் முன்பு இந்த தெ கிரியே எழிலார்ந்த மார்க்விசாய், நம்பி மோசம் போன மிதவாதியாய்த் தோன்றியவர்; அவளுடைய குடும்பத்தையும் புத்திகெட்ட ஜெனரலையும் காப்பாற்ற முன்வந்து தமது சொத்துக்களைப் பறி கொடுத்தவராய்த் தம்மை அவளுக்குச் சித்தரித்துக் கொண்டவர். இந்தப் பொய்க் கூற்றுக்கள் யாவும் பிற்பாடு அம்பலமாகிவிட்டன. அதனால் என்ன? இன்னமும் அவள் அந்தப் பழைய தெ கிரியேயுக்காகத்தானே ஏங்கிக் கொண்டி ருக்கிறாள்–அவளுக்கு வேண்டியது அந்தப் பழைய தெ கிரியேதானே! தற்போதைய தெ கிரியேயை எவ்வளவுக்கு எவ்வளவு அவள் வெறுக்கிறாளோ அவ்வளவுக்கு அவ்வளவு அதிகமாய் அந்தப் பழைய தெ கிரியேயுக்காக, அவள் கற்பனையில் தவிர உண்மையில்

எக்காலத்திலும் இருந்திராத அந்தப் பழைய தெ கிரியேயுக்காக ஏங்குகிறாள். மிஸ்டர் அஸ்ட்லே! நீர் சர்க்கரை ஆலை உடைமை யாளர் இல்லையா?"

"ஆம், பெயர் பெற்ற சர்க்கரை ஆலைக் கம்பெனியான 'லொவெல் அண்டு கோ'வைச் சேர்ந்தவன்."

"நீரே பாரும். ஒருபுறம் நீர் சர்க்கரை ஆலை முதலாளி. மறுபுறம் அப்பொலோ பெல்வதெர். இரண்டும் ஒன்றோடொன்று இணைந்து பொருந்தக் கூடியவை அல்லவே. ஆனால் நான் சர்க்கரை ஆலை முதலாளிகூட அல்ல. துக்கடா ருலெட் சூதாடி நான். பணியாளாகவுங்கூட வேலை செய்திருக்கிறேன். மிஸ் பலீனாவுக்கு அது நிச்சயம் தெரிந்திருக்கும். ஏனெனில் திறமை வாய்ந்த போலீஸ் படை ஒன்று அவளுக்காக வேலை செய்வதாய்த் தெரிகிறது."

"நீர் மனக் கசப்புற்று இப்படி அபத்தமாய்ப் பேசுகிறீர்" சற்று நேரம் சிந்தனை செய்துவிட்டு அமைதி குலையாது கூறினார் மிஸ்டர் அஸ்ட்லே. "மேலும் நீர் சொல்வதில் சுய சிந்தனையோ கற்பனையோ கிஞ்சித்தும் இருப்பதாய்த் தெரியவில்லை."

"சரி, ஒத்துக் கொள்கிறேன். எனது அரிய நண்பரே, அதனால் தானே இது இவ்வளவு பயங்கரமாய் இருக்கிறது – நான் சொல்வது எவ்வளவுதான் பழஞ்சரக்காய், கொச்சையாய், கேலிக் கூத்தாய் இருந்தாலும், இதுதானே உண்மை. எப்படியும் உமக்கும் எனக்கும் ஆதாயம் எதுவும் இல்லையே."

"இதெல்லாம் இழிவான அசட்டுப் பேச்சு... ஏனென்றால்... ஏனென்றால்... நடந்ததைச் சொல்கிறேன், கேளும்" என்று குரல் நடுங்க, கண்கள் ஜொலிக்கக் கூறினார் மிஸ்டர் அஸ்ட்லே. "நன்றி கெட்ட அற்பத்தனமான, துர்பாக்கிய மனிதரே, சொல்கிறேன் கேளும். அவள் வேண்டிக் கொண்டதன் பேரில்தான் உம்மைப் பார்த்துச் செல்வதற்காக ஹோம்பர்க்குக்கு வந்தேன். உம்முடன் அத்யந்த முறையில் பேசுவதற்காக, உமது உணர்ச்சிகள், சிந்தனைகள், நம்பிக்கைகள்... மற்றும் உமது நினைவுகள் ஆகிய இவையாவுங் குறித்து தெரிந்து சென்று அவளிடம் சொல்வதற்காக இங்கே வந்தேன்."

"அப்படியா? மெய்தானா?" என்று கூவினேன். என் கண்களி லிருந்து தாரையாய்க் கண்ணீர் கொட்டிற்று. அதை நான் தடுக்க முடியவில்லை. இம்மாதிரி இதன்முன் என்றும் நடைபெற்றதில்லை.

"ஆம், பரிதாபத்துக்குரியவரே, அவள் உம்மைக் காதலித்தாள். நீர் அறவே சீரழிந்துவிட்டதால் தைரியமாய் இதை நான் உம்மிடம் சொல்லலாம். இப்பொழுதும் அவள் உம்மைக் காதலிப்பதாய் நான் உம்மிடம் சொன்னாலுங்கூட நீர் இங்கேயேதான் இருப்பீர் என்பது

எனக்குத் தெரியும். உம் வாழ்க்கையைப் பாழாக்கிக்கொண்டுவிட்டீர். உமக்குச் சில ஆற்றல்கள் உண்டு. சுறுசுறுப்பான கூர்மதி படைத்தவர் நீர். முன்னொரு காலத்தில் நீர் அப்படி ஒன்றும் மோசமான ஆளாய் இல்லை. உமது தாயகத்துக்கு நீர் பயனுள்ள பணியுங்கூட ஆற்றியிருப்பீர். இத்தகையோர் உமது தாயகத்துக்கு நிறையத் தேவைப்படுகிறார்கள். ஆனால் நீர் இங்கே இருந்து வருகிறீர், உமது வாழ்வு பாழாகிவிட்டது. உம்மை நான் குற்றம் சொல்லிப் பயனில்லை. எனக்குத் தெரிந்தவரை எல்லா ருஷ்யர்களும் இப்படித்தான் இருக்கிறார்கள், அல்லது இப்படி இருக்கக்கூடிய சுபாவமுடையோராய் இருக்கிறார்கள். ருலெட் ஆட்டம் இல்லையேல் அதையொத்த வேறொன்றில் வாழ்க்கையை வீணாக்குகின்றனர். விதிவிலக்காய் இருப்போர் மிகச் சொற்பம். உழைப்பின் சிறப்பைப் புரிந்து கொள்ளாதது நீர் மட்டுமல்ல. (இப்பொழுது நான் சொல்வது உம் நாட்டு மக்களைப் பற்றி அல்ல.) ருலெட் பிரதானமாய் ருஷ்யர்களால் ஆதரிக்கப்படும் ஆட்டமாகும். இதுவரை நீர் நேர்மையுடன் இருந்து வந்திருக்கிறீர், திருடுவதற்குப் பதில் பணியாளாய் இருப்பது மேலெனக் கருதி வந்திருக்கிறீர். ஆனால் வருங்காலத்தில் உமது நிலை என்னவாகும் என்று நினைக்கும்போது எனக்குப் பயங்கரமாய் இருக்கிறது. போதும், போய் வருகிறேன்! உமக்குப் பணம் வேண்டும், இல்லையா? என்னிடமிருந்து இந்தப் பத்து லுயிதோரைப் பெற்றுக் கொள்ளும். இதற்குமேல் தர மாட்டேன். ஏனெனில் எப்படியும் நீர் இதைச் சூதாடி இழக்கவே போகிறீர். இதை வாங்கிக் கொள்ளும். போய் வருகிறேன்! வாங்கிக் கொள்ளும்!”

“மிஸ்டர் அஸ்ட்லே, வேண்டாம், நீர் இவ்வளவு பேச்சு பேசியபின்...”

“பெற்றுக் கொள்ளும்” என்று கூச்சலிட்டார். “இன்னமும் உம்மிடம் நல்லுணர்வு கொஞ்சம் எஞ்சியிருக்கும் என்று நான் நம்புகிறேன். மெய் நண்பனாய் நான் உமக்கு இந்தப் பணத்தைத் தருகிறேன். சூதாட்டத்தை விட்டொழித்துவிட்டு ஹோம்பர்க்கிலிருந்து வெளியேறி உமது தாயகத்துக்குப் போவீர் என்று என்னால் நம்ப முடியுமாயின், புதுவாழ்வு தொடங்குவதற்காக உடனே உமக்கு ஆயிரம் பவுன் தருவேன். ஆனால் இப்பொழுது உமக்கு நான் ஆயிரம் பவுன் தரவில்லை, பத்து லுயிதோரே தருகிறேன். ஏனெனில் ஆயிரம் பவுனாயினும் பத்து லுயிதோராயினும் இப்பொழுது உமக்கு ஒன்றேதான். அனைத்தையும் ஆடித் தொலைத்து விடுவீர். இந்தாரும், வாங்கிக் கொள்ளும்–போய் வருகிறேன்.”

“உம்மை நான் கட்டித் தழுவி விடையளிப்பதற்கு அனுமதிப் பீரானால், நான் இந்தப் பணத்தை ஏற்றுக்கொள்வேன்.”

“அதற்கென்ன, மகிழ்ச்சியுடன் அனுமதிக்கிறேன்!”

இருவரும் மனமுவந்து ஒருவரையொருவர் கட்டித் தழுவிக் கொண்டோம். பிறகு மிஸ்டர் அஸ்ட்லே போய்ச் சேர்ந்தார்.

இல்லை, அவர் சொன்னது சரியல்ல! பலீனாவையும் தெ கிரியேயையும் பற்றி நான் மிதமிஞ்சிக் கடுமையாகவும் அசட்டுத்தன மாகவும் பேசிவிட்டேன் என்றால், ருஷ்யர்களைப் பற்றி முடிவு செய்வதில் அவர் மிதமிஞ்சிக் கடுமையாகவும் அவசரக்காரராகவும் இருந்தார். என்னைப்பற்றி நான் ஒன்றும் சொல்லவில்லை, ஆயினும்... ஆயினும்... இவை யாவும் சொற்கள், வெறும் சொற்கள்! நமக்கு வேண்டியவை செயல்கள். சுவிட்சர்லாந்து இப்பொழுது எனக்கு மகத்தான முக்கியத்துவம் வாய்ந்ததாகிவிட்டது! ஆனால் நாளைக்கு, ஓ நான் புறப்பட்டு அங்கே போக முடிந்தால் எவ்வளவு நன்றாய் இருக்கும்! மீண்டும் உயிர் பெற்றெழுவேன். புதுப்பிறவி எடுப்பேன். அவர்களுக்குக் காட்டியாக வேண்டும்... இன்னமும் நான் மனிதன்தான் என்பதைப் பலீனா தெரிந்து கொள்ளட்டும். ஒன்றே ஒன்று மட்டும்தான் வேண்டும்... இன்று நேரமாகிவிட்டது. ஆனால் நாளைக்கு... எனக்கு ஒரு முன்னுணர்வு ஏற்படுகிறது. ஆம், அப்படியன்றி வேறு எப்படியும் நிகழ முடியாது! இப்பொழுது என்னிடம் பதினைந்து லுயிதோர் இருக்கிறது. சில சந்தர்ப்பங்களில் பதினைந்து கூல்டினுடன் தொடங்கியிருக்கிறேனே. கவனமாய் ஆட்டத்தைத் தொடங்கினேன் என்றால்... நான் சிறுபிள்ளை அல்லவே! நான் போண்டியான மனிதன் என்பதை ஒருபோதும் மறக்கமாட்டேன்! ஆனால் ஏன் நான் உயிர் பெற்றெழ முடியாது? என் வாழ்வில் ஒரேயொரு தடவையேனும் நான் எச்சரிக்கையுடன், பொறுமையுடன் நடந்து கொள்ள வேண்டும் அவ்வளவுதான் நான் செய்ய வேண்டியது! ஒரேயொரு தரம் நான் உறுதியாக இருந்தால் போதும், ஒரே மணி நேரத்தில் என் எதிர்காலத்தை மாற்றிக் கொண்டுவிடுவேன். பிரதானமானது நெஞ்சழுத்தம். ஏழு மாதங்களுக்கு முன்பு ருலெட்டன்பர்க்கில், இறுதிக் குலைவு ஏற்படும் முன் நடைபெற்றதை நான் நினைத்துப் பார்த்தாலே போதுமே. ஓ, நெஞ்சு உறுதிக்கு அது எவ்வளவு சிறப்பான ஓர் எடுத்துக்காட்டு! நான் அனைத்தையும் இழந்துவிட்டேன். ஆம், அனைத்தையும்... காஸினோவை விட்டுப் புறப்பட்டு வெளியே போய்க் கொண்டி ருந்தேன். அப்பொழுது என் மார்புக் கோட்டின் பையில் ஏதோ நகர்வதுபோல இருந்தது, இன்னும் என்னிடம் ஒரு கூல்டின் எஞ் சியிருந்தது என்பதைத் திடுமெனக் கண்டேன். "இரவு சாப்பிடலாம், கவலை இல்லை" என்று என்னுள் கூறிக் கொண்டேன். ஆனால் நூறு அடி நடந்து செல்வதற்குள் என் எண்ணம் மாறிவிடவே, உடனே திரும்பினேன். அந்த ஒரு கூல்டினைக் 'குறைபாட்'டில் பணயமாய் வைத்தேன். (அப்பொழுது 'குறைபாட்'டில்தான் வைக்க

வேண்டுமென்று தோன்றிற்று எனக்கு). தாயகத்தையும் நண்பர்களையும் விட்டுப்பிரிந்து அந்நிய நாட்டில் தனியே இருக்கிறோம், அன்று இரவு சாப்பிட என்ன கிடைக்கும் என்பதுகூட தெரியாத நிலையில் இருந்துகொண்டு கையிலிருக்கும் கடைசி கூல்டினைப் பணயமாய் வைக்கிறோம் என்னும் அந்த உணர்வு இருக்கிறதே அதை என்னென்பது! நான் வெற்றி பெற்றேன். இருபது நிமிடங்களுக்குப் பிற்பாடு பாக்கெட்டில் நூற்றெழுபது கூல்டின்களுடன் காஸினோவிலிருந்து வெளியே சென்றேன். ஆம், உண்மை அது! கடைசியில் எஞ்சும் கூல்டினைக் கொண்டு என்னவெல்லாம் செய்யலாம் என்பதற்கு அது ஓர் எடுத்துக்காட்டு! அப்பொழுது நான் தைரியமிழந்து இம்முயற்சியில் இறங்காது இருந்திருந்தால்...

நாளைக்கு, நாளைக்குப் பார்க்கலாம்!

(1866)